தூண்டில் கயிறு

சுபா

notionpress.com

INDIA • SINGAPORE • MALAYSIA

Copyright © Subha 2023
All Rights Reserved.

ISBN 979-8-88883-904-1

This book has been published with all efforts taken to make the material error-free after the consent of the author. However, the author and the publisher do not assume and hereby disclaim any liability to any party for any loss, damage, or disruption caused by errors or omissions, whether such errors or omissions result from negligence, accident, or any other cause.

While every effort has been made to avoid any mistake or omission, this publication is being sold on the condition and understanding that neither the author nor the publishers or printers would be liable in any manner to any person by reason of any mistake or omission in this publication or for any action taken or omitted to be taken or advice rendered or accepted on the basis of this work. For any defect in printing or binding the publishers will be liable only to replace the defective copy by another copy of this work then available.

நூலாசிரியர் குறிப்பு

டி.சுரேஷ், ஏ.என்.பாலகிருஷ்ணன் இருவரும் தங்களுடைய முதல் எழுத்தைச் சேர்த்து சூடிக்கொண்ட பெயர் சுபா. துப்பறியும் நாவல்கள், சிறுகதைகள், திரைக்கதை, வசனம் என இவர்கள் களமிறங்கிய ஒவ்வொரு துறையிலும் தடம் பதித்தவர்கள். இவ்விரு நண்பர்களும் கல்லூரிக்காலத்திலிருந்து சேர்ந்து எழுதிவருகின்றனர். சுமார் 500 நாவல்களையும், 450-க்கும் மேற்பட்ட சிறுகதைகளையும், 80க்கும் மேற்பட்ட தொடர்களையும், 20-க்கும் மேற்பட்ட திரைக்கதைகளையும் எழுதியிருக்கிறார்கள். 'கனா கண்டேன்', 'அயன்', 'அநேகன்' ஆகிய திரைப்படங்கள், சுபாவின் நாவல்களைத் தழுவியவை. இவர்களின் பெரும்பாலான நாவல்களில் ஈகிள்ஸ் ஐ டிடெக்டிவ் ஏஜென்சியின் நரேந்திரன், வைஜயந்தி கதாபாத்திரங்கள் முதன்மைப்படுத்தப்பட்டிருக்கும். ஜான்சுந்தர், செல்வா, முருகேசன் ஆகியவையும் இவர்கள் உருவாக்கிய முக்கிய கதாபாத்திரங்கள்.

1

ரஞ்சித் டேனியல் வீரேந்திரகுமார், ஆறடி உயரம்; அறுபத்தைந்து கிலோ. அவனுடைய விரிந்த மார்பு நாற்பது அங்குல அளவுள்ள சட்டையைத்தான் அணிந்து கொள்வேன் என்று பிடிவாதம் பிடிக்கிறது. அவனுடைய குறுகலான இடை முப்பத்திரண்டு அங்குல அளவுள்ள பேண்ட்டே போதும் என்று திருப்தி அடைகிறது. எப்போதும் ஷூ அணிவான், விதம் விதமாக. அவனிடம் முப்பத்திரண்டு வகை ஷூக்கள். ஒவ்வொரு நாளும் ஒவ்வொன்று அணிவான். முகத்தை முழுவதும் மூடிய ஹெல்மெட்டை நீக்கிவிட்டு நல்ல வெளிச்சத்தில் அவனைப் பார்த்தால் எந்த அழகிய இளம் பெண்ணுக்கும் உடனே காதல் வரும்.

அடர்த்தியான தலைமுடி. அதில் ஒரு கொத்து முன்நெற்றியில் வந்து புரளும். அவன் சிரித்தால் கூடவே அவனது காந்தக் கண்களும் சிரிக்கும். முகவாயில் ஒரு சின்னக் குழி. மஹா நீளமாகவும் இல்லாமல், மஹா குட்டையாகவும் இல்லாமல் அளவான கச்சிதமான மூக்கு. அம்மா இல்லை. அப்பா உண்டு. கல்யாணம் செய்து கொடுக்க வேண்டிய வயதில் ஒரு தங்கை உண்டு. இரண்டு பேரும் தோகைமயில் கிராமத்தில் இருக்கிறார்கள். தோகைமயில் கிராமத்தை நாம் அப்புறம் பார்க்கலாம். இப்போது நாம் பார்க்கப்போவது, ரஞ்சித் டேனியல் வீரேந்திரகுமாரை.

ரஞ்சித் டேனியல் வீரேந்திரகுமாரின் ஹீரோ ஹோண்டா இருட்டைக் கூறுபோட்டுக்கொண்டு முன்னேறியது. சென்னையிலிருந்து எண்ணூர் போகும் வழியில்,

கடற்கரையோரம், சுங்கச்சாவடி தாண்டி... முன்னிரவு ஏழு மணிக்கே ஆகாயத்தில் நிலா, ஓடிய களைப்பால் அம்பேல் விட்டுவிட்டு எங்கேயோ மேகத்திற்குப் பின்னால் ஓய்வு எடுத்துக் கொண்டிருந்தது. நட்சத்திரங்கள் பக்கத்தில் விரிந்த கடலில் குளிக்கப் போய்விட்ட மாதிரி ஆகாயம் சுத்தம்.

ரஞ்சித்குமாரின் எதிரே சாலை கறுப்பு ரிப்பன். அவ்வப்போது எதிரில் வந்த லாரிகள், கார்கள் ஹெட்லைட்டை அணைத்து ரஞ்சித்குமார் போவதற்கு வசதி செய்து தர, ரஞ்சித்குமார் எண்பது கிலோ மீட்டர் வேகத்தில் சாலையில் மிதந்தான். சற்று தூரம் சென்றதும் பைக்கின் வேகத்தை ரஞ்சித்குமார் குறைத்தான். காரணம், மணலை ஒட்டி சாலையோரம் நின்றிருந்த அந்த டொயாட்டோ. ரஞ்சித்குமார் பைக்கின் தலை விளக்கை 'க்ளிக் – க்ளிக் - க்ளிக்' என்று மூன்று முறை அணைத்து அணைத்துப் போட்டான். வெறும் பார்க்கிங் விளக்குடன் நின்றிருந்த டொயாட்டோவின் தலைவிளக்குகள் மூன்றுமுறை கண் சிமிட்டின. ரஞ்சித்குமார் பைக்கின் ஹாண்டில் பாரைப் பற்றியிருந்த கிளவுஸ் போட்ட கைகளை எடுத்துக் காற்றில் உயரத் தூக்கினான்.

"ஹூர்ரே" என்றான். டொயாட்டோவை சமீபித்து, 'கிர்ர்ரீச்' என்று ப்ரேக் அடித்தான். ஹோண்டா மணலில் ஒரு முறை சர்ரென்று தேய்ந்து 45 டிகிரி கோணத்தில் திரும்பி டொயாட்டோவின் பம்பரை முத்தமிட்டு நின்றது.

ரஞ்சித் டேனியல் வீரேந்திரகுமார் பைக்கை ஸைட் ஸ்டாண்டில் நிற்க வைத்தான். ஹெல்மெட்டைக் கழற்றி பெட்ரோல் டாங்கின் மீது வைத்தான். அப்படியே தாவி இறங்கி டொயாட்டோவை நெருங்கினான். அவன் வருகைக்காகவே காத்திருந்த மாதிரி 'க்ளிக்' சத்தத்துடன் காரின் இடப்பக்க முன்கதவு திறந்துகொண்டது. மெரூன் நிற நகப்பாலீஷ் அணிந்த நான்கு விரல்கள் நீண்டன. ரஞ்சித் அந்த விரல்களை மென்மையாகப் பற்றினான். சிகரெட் பழக்கமற்ற ரோஸ் நிற உதடுகளால் முத்தமிட்டான்.

"நோ... நோ... ப்ளீஸ்..."

தூண்டில் கயிறு

ரஞ்சித் டேனியல் வீரேந்திரகுமார் காருக்குள் நழுவினான். கதவைச் சாத்திக்கொண்டான். காரின் உள் விளக்கைப் போட்டான்.

"சுபீ... சுபீ... என் செல்ல சுபத்ரா... ஸாரி, ரொம்ப நேரம் காக்க வைத்துவிட்டேனா?" என்றான்.

சுபத்ரா அவனை ஒரு முறை பார்த்தாள். இமைகளைப் படபடத்தாள். பெருமூச்சு விட்டாள். சுபத்ரா இமைகளைப் படபடத்தபோது இமை விளிம்புகளில் அவள் தீட்டியிருந்த ஐ-லைனரின் உன்னதமான கறுப்புக் கீற்றும் சேர்ந்து படபடத்தது, கறுப்புச் சிறகு பட்டாம்பூச்சி இறக்கைகளை விர்ரிட்டுக்கொண்ட மாதிரி.

"அதற்காக மன்னிப்புக் கேட்கப் போகிறீர்களா?"

"மன்னிப்புக் கேட்க நான் தயார். எப்படிக் கேட்க வேண்டும்? காதில் முத்தமிட்டா, கழுத்தில் கிஸ் பண்ணியா, இல்லை உதடுகளில்..."

"ஆசை... ஆசை... அதெல்லாம் இல்லாமலே மன்னித்துவிட்டேன், சார்."

இலைப் பச்சை நிறத்தில் ஸாரி கட்டியிருந்தாள். அதில் எலுமிச்சை மஞ்சள் நிறத்தில் பூக்கள். ஜாக்கெட் எலுமிச்சை மஞ்சளில் இருந்தது. அணிந்திருந்த கறுப்புப் பிராவின் பின்பக்கம் ஒரு பெருக்கல் குறி போன்ற டிஸைன். ப்ளவுஸ் கொஞ்சம் லோ கட். அதனால் ரஞ்சித்தின் பிளட் பிரஷர் கொஞ்சம் எகிறியது. ஸாரியை இடுப்புக்குக் சற்று கீழே இறக்கிக் கட்டியிருந்ததில் சுபத்ராவின் ஐவரி இடுப்புப் பிரதேசமும் அதை ஒட்டியிருந்த லேசாக மடிப்பு விழுந்த வயிற்றுப் பிரதேசமும் தெரிந்ததில் ரஞ்சித்தின் இதயத் துடிப்பு முயலின் இதயத் துடிப்புபோல, விர்ரென்று அதிகரித்தது.

சுபத்ராவுக்கு அழகான கண்கள், அழகான மூக்கு, அழகான உதடுகள், அழகான பற்கள், அழகான முகவாய், அழகான கழுத்து, அழகான... வேண்டாம். ஏற்கெனவே ரஞ்சித் ப்ரஷரில் இருக்கிறான். அநாவசியமாக நீங்கள் வேறு உணர்ச்சிவசப்பட வேண்டாம். அதற்கப்புறம் சில விநாடிகள் அங்கே மௌனம்.

"சுபத்ரா..."

"ம்..."

"பேச மாட்டாயா?"

"ம்ஹூம்..."

"ஏன்?"

"உங்களைப் பார்த்துக்கொண்டிருந்தாலே போதும்போல இருக்கிறது."

"எத்தனை நாளைக்குத்தான் இப்படி அரைகுறையாகப் பார்த்துக் கொண்டிருப்பாய்?"

"அப்படி என்றால்?"

"என்னை முழுசாகப் பார்க்க உனக்கு ஆசையாக இல்லையா சுபத்ரா?"

"ச்சீ..."

"எனக்கு இருக்கிறது."

"என்ன?"

"அந்த ஆசை. உன்னை முழுதாகப் பார்க்கும் ஆசை."

"ச்சீ..."

"மறுபடியும் இந்தச் ச்சீதான் பதிலா? ஐ'ம் ஸீரியஸ். உன் லோ கட் ப்ளவுஸும், இடுப்பு ஸாரியும் என்னைச் சும்மா இருக்க விட மாட்டேன்கிறது சுபத்ரா."

"கை... கை..."

"ச்ச்... இந்த நேரம்தான் நான் என் சுபத்ராவைத் தொடும் நேரம். இந்த நேரம்தான் நான் என்னுடைய வாழ்க்கையில் சந்தோஷமாக இருக்கும் நேரம். ப்ளீஸ். தடுக்காதே சுபத்ரா."

"டாடி லயன்ஸ் கிளப் மீட்டிங்கிற்குப் போனவுடன் கிளம்பி வந்திருக்கிறேன். அவர் வருவதற்குள் திரும்பிப் போக வேண்டும்."

தூண்டில் கயிறு

"போகலாம். போகலாம். இப்போதுதான் வந்தாய்! அதற்குள் அவசரமா?"

"உங்களைப் பார்க்கும் வரை, உங்களைப் பார்க்க வேண்டும் என்ற ஆசை என்னை வீட்டிலிருந்து கிளப்பிவிடுகிறது. யாரோ அப்பாவிடம் என்னைப் பற்றி ஏதோ வத்தி வைத்திருக்கிறார்கள். அப்பா கேட்கும் கேள்வி எல்லாம் ஒரு மாதிரி இருக்கிறது."

"இதற்கெல்லாம் ஒரு முடிவு சொல்லட்டுமா?"

"என்ன?"

"நாம் கல்யாணம் செய்து கொள்ள வேண்டியதுதான்."

"இன்னும் கொஞ்ச நாள் போகட்டும் ரஞ்சித்."

"நான் உன்னை இரண்டு வருஷமாகக் காதலிக்கிறேன். ஒரு வருஷமாக நீ இந்த 'இன்னும் கொஞ்ச நாள் போகட்டும் ரஞ்சித்'தைச் சொல்லிக் கொண்டே இருக்கிறாய். இன்னும் எத்தனை நாள் சுபத்ரா?"

"அப்பாவிடம் சொல்லி பர்மிஷன் வாங்கிய பிறகு..."

"எப்போது சொல்லப் போகிறாய்?"

"அவர் நல்ல மூடில் இருக்கும் சமயம்..."

"அந்த சமயம் எப்போது வரும்?"

"இன்னும் கொஞ்ச நாளில்..."

"போக்கிரி. அதுவரைக்கும் இப்படியே திருட்டுத்தனமாகத்தான் சந்திக்க வேண்டுமா?"

"ஆம். நான் கிளம்புகிறேன் ரஞ்சித்..."

"வேண்டாம்."

"ப்ளீஸ்."

"ஓ. கே. ஆன் ஒன் கண்டிஷன்..."

"என்ன கண்டிஷன்?"

"இன்றைக்கு ராத்திரி எனக்கு ஸ்வீட் ட்ரீம்ஸ் வர வேண்டாமா?"

"அதற்கு?"

"ஒரு கிஸ்..."

"ஏய்ய்..."

"ஏய்... சுபத்ரா... ப்ளீஸ்... நான் என்ன காதலன்கள் கேட்காததையா கேட்டுவிட்டேன்? ஒரே ஒரு கிஸ்தானே?"

"சரி. கன்னத்தில்..."

"ம்ஹூஹூம். உதட்டில்..."

"ஆனாலும் நீங்கள்..."

"ரொம்ப மோசம்தான், ரொம்ப மோசம்தான்..."

"ஏய்ய்ய்... ரஞ்ச்ச்..."

"ப்ச்ச்ச்..."

"என்ன சென்ட் போட்டுக்கொண்டு வந்தாய் சுபத்ரா?"

"சென்ட்டை என்ன உதட்டிலா போட்டுக்கொண்டு வந்திருக்கிறேன்? உதடு எரிகிறது ரஞ்சித்."

"ஒன்ஸ் இன் எ ப்ளூமூன், எனக்கு இந்த சான்ஸ் கிடைக்கிறது. விட முடியுமா? உன் உதடு எவ்வளவு ஸ்வீட் தெரியுமா?"

"ம்ம்ம்... ஒன்று முடிந்துவிட்டது! ஐயோ வேண்டாம்... ப்ளீஸ்... ப்ளீஸ்... பச்ச்..."

"உனக்கு மட்டும் எப்படி இந்த பெப்பர்மின்ட் வாசனை வருகிறது சுபத்ரா?"

"போதும் ரஞ்சித் ப்ளீஸ்... நான் கிளம்புகிறேன்..."

"அப்புறம்? எப்போது மறுபடி பார்க்கப் போகிறோம். இந்த மாதிரி?"

"நானே சொல்கிறேனே..."

தூண்டில் கயிறு

ரஞ்சித் டேனியல் வீரேந்திரகுமார்காரிலிருந்து வெளிப்பட்டான். கதவைகாருக்குவலிக்காதமாதிரிமெதுவாகச்சாத்தினான். சுபத்ரா டொயாட்டோவை உசுப்பினாள். 'க்ளக் - க்ளக்' என்று ரிவர்ஸ் கியருக்கு மாறினாள். டொயாட்டோ சர்ரென்று பின்வாங்கியது. நூறடி போனவுடன் பிரதான சாலையில் ஓர் அரைவட்டம் போட்டுத் திரும்பியது. ரஞ்சித் டேனியல் வீரேந்திரகுமார் கையசைத்தான். ஹோண்டாவை ஸ்டாண்டிலிருந்து விடுவித்து நிறுத்தினான். ஏறி உட்கார்ந்து ஸ்டார்ட் செய்தான்.

வண்டியைத் திருப்பி, சீறினான். மூன்று விநாடிகளில், அறுபது கிலோ மீட்டர் வேகத்தை எட்டிப் பிடித்தான். தலையில் ஹெல்மெட் இன்றி அந்த வேகத்தில் போவது ஒரு த்ரில். சாலையில் நேர் எதிரே அந்த லாரி வந்துகொண்டிருந்தது. அதன் தலைவிளக்குகள் இரண்டு சூரியன்கள். டிரைவர் மிக அவசரத்தில் இருந்தாற்போலிருந்தது. ஆக்ஸிலேட்டரை ஏறக்குறைய எழுந்து நின்று மிதித்தான். எதிரில் ஒற்றை விளக்குடன் பைக் வருவதைப் பார்த்தான். உள்ளுக்குள் சிரித்துக்கொண்டான்.

லாரியில் அந்த டிரைவரைத் தவிர யாருமில்லை. சாலையில் இடப்பக்கமாகவே வந்துகொண்டிருந்தவன், பைக்கை நெருங்கியவுடன் திடீரென்று ஸ்டியரிங்கை முழு வேகத்தில் திருப்பினான். விளக்குகளின் திடீர் வெளிச்சத்தில் கண்கள் கூச, லாரி மோத வருவதைப் பார்த்துக் கண்களை அகல விரித்தான், ரஞ்சித்குமார். லாரி, ஹோண்டாவின் பக்கவாட்டில் அறுபது கிலோ மீட்டர் வேகத்தில் மோதியது. அந்த மோதலைச் சற்றும் எதிர்பார்க்காத ரஞ்சித், வாயைப் பிளந்து அலறத் தொடங்கிய நேரத்தில் அந்த மோதல் நிகழ்ந்தது.

ரஞ்சித்குமார் பைக்கிலிருந்து அப்படியே மேலே சுழற்றி எறியப்பட்டான். லாரியின் அடியில் பைக் புகுந்து அதன் ராட்சசச் சக்கரங்களின் அடியில் நசுங்கியது. ஹெல்மெட் எங்கேயோ பறந்து தார்ச்சாலையில் சத்தத்துடன் மோதி விழுந்தது. ரஞ்சித் டேனியல் வீரேந்திரகுமார் லாரியின் பானட் மீது விழுந்து, நெற்றிப் பொட்டிலிருந்து கன்னம் வரை வழிந்த சிவப்பு ரத்தத்துடன் மறுபடி எகிறி லாரியின் முன்னால் விழ... லாரியின் முன்சக்கரம் அவன் மார்பில் ஒரு முறை ஆவலுடன்

ஏறி இறங்கியது. அடுத்த கணம் லாரி நிற்காமல் இன்னும் வேகமெடுத்து விரைந்தது.

முதுகெலும்பு நொறுங்கி, பின்மண்டையில் விரிசல் விட்டு, மூச்சு அடங்கும் கடைசிக் கணத்தில் ரஞ்சித் டேனியல் வீரேந்திரகுமார், அவன் மனதுக்குள் சொன்ன ஒரே ஒரு கவிதை வரி: 'சுபத்ரா.'

2

பின்னிரவு நேரம்.

சாலையில் அந்த இடத்தில், மார்க்கெட் போன அரசியல்வாதியின் பேச்சைக் கேட்க வந்தவர்கள்போல் பத்துப் பதினைந்து பேர் நின்றிருந்தார்கள். ஒரு சப் - இன்ஸ்பெக்டரும், இரண்டு கான்ஸ்டபிள்களும் மிரண்ட விழிகளால் பார்த்தார்கள். அவர்கள் ஏறி வந்த ஜீப் இன்னும் இஞ்சின் அணைக்கப்படாமல் சற்று தூரத்தில் புகைக் கமறலுடன் நின்றிருந்தது.

"பாவம்பா சின்னப் பையன்" என்று சொல்லிவிட்டு ஒருவன் சைக்கிள் பெடலை மிதித்துக்கொண்டு சாராயக்கடையை நோக்கி தாகத்துடன் விரைந்தான்.

தரையில்கிடந்தஉலோகமிச்சம்பைக்தான்என்றுபுரிந்துகொள்ள சற்று நேரமாயிற்று. கண்ணாடிச் சிதறல்கள், நசுங்கிய ஹெல்மெட், ரஞ்சித் டேனியல் வீரேந்திரகுமார், கடற்காற்று. விபத்தைப் பார்த்த மகேசுவரமூர்த்தி, சப் - இன்ஸ்பெக்டரிடம் மிகக் கோபமாகப் பேசினார்.

"நீங்கள் ஏதாவது செய்தே ஆக வேண்டும் சார். பாஸ்டர்ட். லாரியை நிறுத்தவே இல்லை. அவன் மேல்தான் தப்பு. இவன் நேராக வந்துகொண்டிருந்தான். லாரி திடீரென்று திரும்பி இவனை இடித்தது. அவனைப் பிடித்து அவன் லைசன்ஸை கான்சல் செய்ய வேண்டும். இனி ஜென்மத்துக்கும் அவன் வண்டி ஓட்டக் கூடாது..."

"நீங்கள்தானே ஃபோன் செய்து எங்களுக்குத் தகவல் சொன்னீர்கள்?" என்று அவரைக் கேட்டார், சப் - இன்ஸ்பெக்டர்.

"ஆமாம்."

"கொஞ்சம் காத்திருக்க முடியுமா? நான் ருட்டீன் வேலைகளை முடித்துவிட்டு உங்களிடம் விவரங்கள் கேட்டுக்கொள்கிறேன்."

"அஃப்கோர்ஸ்..." என்றார், மகேசுவரமூர்த்தி.

மார்ச்சுவரி வேன் வந்து பொட்டலமாக ரஞ்சித்குமாரை அள்ளிக்கொண்டது. ரெஜிஸ்ட்ரேஷன் நம்பரிலிருந்து ரஞ்சித்தின் அட்ரஸ், ரஞ்சித்தின் வீட்டு அட்ரஸிலிருந்து அவனுடைய கிராமத்து அட்ரஸ் என்று தேடித் தேடி... உடலை தோகைமயில் கிராமத்தில் இருக்கும் அவனுடைய அப்பாவிடமும் தங்கையிடமும் கொடுத்தார்கள்.

* * * * *

சப்-இன்ஸ்பெக்டர் கடமைக்காக ரஞ்சித் டேனியல் வீரேந்திரகுமாரின் மெட்ராஸ் வீட்டை ஓர் அலசு அலசினார். வீடு பெசன்ட் நகரில் அஷ்டலஷ்மி கோயிலுக்குப் பின்னால் இருந்த ஒரு நிலத் தீவில் சின்னதாய்க் கட்டப்பட்டிருந்தது. ரஞ்சித்தின் சொந்த வீடு. வீட்டின் மொட்டை மாடியில் கடற்காற்று பிய்த்து உதறியது. வீட்டைச் சுற்றிப் பார்த்த சப் - இன்ஸ்பெக்டருக்கு இந்த மாதிரி ஒரு வீடு இருந்தால் நன்றாக இருக்குமே என்று தோன்றியது. மொட்டை மாடியிலிருந்து கீழே ஹாலுக்கு வந்தார். ஹாலில் சுத்தமாக ஒன்றுமில்லை. என்ன தேடுகிறேன் நான்? ஒன்றுமில்லை. வீட்டை அரசாங்கம் சொல்கிறபடி ரஞ்சித்தின் அப்பாவிற்கோ தங்கைக்கோ கொடுத்துவிட்டு ஒதுங்கிக் கொள்ள வேண்டியயுதுதான்.

அது ஒரு விபத்து. விபத்தில் இறந்தவன் வீட்டில் என்ன கிடைத்துவிடப் போகிறது? சப்-இன்ஸ்பெக்டர் வெகு அசுவாரசியமாக ரஞ்சித்தின் படுக்கையறைக் கதவைத் திறந்தார். படுக்கையறையில் மௌனம் தொங்கியது. சின்ன படுக்கையறை. தேக்கில் செய்யப்பட்ட பாம்பே கட்டில். சுவரில் ஒரு கோட்டுச் சித்திரம். உறுத்தாத இளநீல வர்ணம். ஜன்னல் கண்ணாடி. செங்கல் நிறத்தில் திரை. ஓர் ஓரத்தில் டி.வி. இன்னொரு ஓரத்தில் நின்ற நிர்வாணப் பெண் சிலை. நிர்வாணப் பெண்ணுக்கு அருகில் ஸ்டீரியோ.

தூண்டில் கயிறு

சப்-இன்ஸ்பெக்டருக்குத் திடீரென்று அந்த உணர்வு தோன்றியது. தன்னை யாரோ கவனிக்கிறார்கள். அவருடைய பல்ஸ் அதிகரித்தது. திரும்பினார். சுற்றுமுற்றும் பார்த்தார். யாரும் இல்லை. எதுவுமில்லை. ஒவ்வோர் அடியாக அந்த அறையில் எடுத்து வைத்தார். தூரத்தில் இருந்த கடல் அலைகளின் சத்தம், அந்த அறையில் 'சல்' 'சல்' என்று பாம்பு தரையைக் கொத்துகிற சத்தமாகக் கேட்டது. 'ஸ்ஸ்' என்று காற்று சுழற்றி அடிக்கும் ஓசை கேட்டது. அந்த அறையில் அமானுஷ்யமாக ஏதோ ஒன்று நடக்கப் போவதுபோல் தோன்றியது அவருக்கு.

சப் - இன்ஸ்பெக்டருக்கு வெகு சமீபத்தில் கல்யாணமாகி வீட்டில் அவருடைய இளம் மனைவி அவருடைய தொடுதலுக்காக ஏக்கத்துடன் காத்திருக்கிறாள். இந்த நேரத்தில் அநாவசியமாக ஏதோ ஒரு செத்துப் போனவனின் வீட்டை நோண்டிக்கொண்டிருப்பதில் என்ன கிடைத்துவிடப் போகிறது? திடீரென்று யாரோ முனகுகிற மாதிரி சத்தம் கேட்டது. மிக மோசமாக அடிபட்ட ஒருவர் முனகும் சத்தம். அந்தச் சத்தம் கொஞ்சம் கொஞ்சமாக அதிகமானது. இனம் புரியாத, மனிதக் குரலோடு சேர்த்துக் கொள்ள முடியாத வினோதமான முனகல் சத்தம்.

சட்டென்று அந்த அறையை விட்டு வெளிப்பட்டார். "இந்த ஆள் எங்கேய்யா வேலை செய்தார், சுடுகாட்டிலா?" என்று வெளியே நின்றிருந்த கான்ஸ்டபிளிடம் கேட்டார்.

"இல்லை சார். எண்ணூரில் இருக்கும் ஓர் எக்ஸ்போர்ட் கம்பெனியில்" என்றார் கான்ஸ்டபிள்.

"அவன் வீட்டுக்குள்ளேயே ஒரு மாதிரி சாவுக்களை இருக்கிறது. அதுதான் அவனைச் சாகடித்திருக்கிறது" என்றார் சப் - இன்ஸ்பெக்டர்.

"ஜீப்பைக் கிளப்பச் சொல்" என்று சொல்லிவிட்டு ஒரு சிகரெட்டை எடுத்து உதட்டில் பொருத்தி ஒரு விடுதலை உணர்வுடன் பற்ற வைத்துக்கொண்டார்.

* * * * *

ராஜபூபதி அவருடைய பரந்த அறையின் நடு நாயகமாகப் போடப்பட்டிருந்த கட்டிலில் உட்கார்ந்திருந்தார். எதிரே டீப்பாயில் அவருக்காகக் காத்திருந்த ஸ்காட்ச், முந்திரி வறுவல். அறுபத்தைந்து நாளான கோழிக்குஞ்சின் பொறிக்கப்பட்ட மாமிசம். மாமிசத்திலிருந்து 'ஸர்' என்ற சத்தம். லேசாக ஆவி. அவற்றை எடுத்து வந்த வெள்ளைச் சிறகு ஆசாமியைப் பார்த்து ராஜபூபதி கண்ணசைத்தார். அவன் ஒரு கோப்பையை எடுத்து ஸ்காட்சை இரண்டு விரற்கடை ஊற்றி, ஐஸ் துண்டம் போட்டு, லேசாகக் குலுக்கி, சுவாமிக்கு முன் நைவேத்தியம் காட்டும் பூசாரிபோல் பய்யமாக நீட்டினான். ராஜபூபதி சிக்கன் அறுபத்தைந்தை விரலால் தொட்டு சூடு பார்த்துக் கையில் எடுத்து ஒரு கடி கடித்தார். ஸ்காட்ச் கோப்பையைக் கையில் எடுத்தார்.

"சுபத்ராவிற்காக..." என்று காற்றில் ஒரு முறை வார்த்தையைக் கூறினார். கோப்பை விளிம்பை உதட்டில் பொருத்தினார்.

வெள்ளைச் சிறகுக்காரன் அறைக் கதவைத் திறந்துகொண்டு வெளியேறினான். ராஜபூபதி நன்றாகக் கட்டிலில் சாய்ந்துகொண்டு சிப் சிப்பாகக் குடிக்கத் தொடங்கினார். ராஜபூபதி இந்த உலகில் ஜனித்ததிலிருந்து என்ன சாதித்திருக்கிறோம் என்று யோசித்துப் பார்த்தார். எஸ்டேட் இருக்கிறது. மீன்பிடித் தூண்டில் தயாரித்து லாஸ் ஏஞ்சல்ஸ், கலிஃபோர்னியா, ஹாங்காங், டோக்கியோ என்று ஏதோ ஒரு கம்பெனி பற்பொடியின் கணக்காக எல்லா நாடுகளுக்கும் போய்க் கொண்டிருக்கிறது. சொன்னால் சொன்னபடி கேட்க ஆட்கள்.

அப்புறம் ஒரே மகள் சுபத்ரா. இன்னும் என்ன வேண்டும்? இதுவரை அவருக்கு அரசாங்கத் தொல்லை இல்லை. கேள்வி கேட்காமல் 'டாக்ஸ் இவ்வளவு' என்று அரசாங்கம் சொன்னவுடன் 'எண்ணிக் கொள்' என்று அரசாங்க கஜானாவில் நோட்டுகளை நிரப்புபவர். கார் ஓட்டுகையில் பச்சை மாறி அம்பர் வந்தால், அம்பர்தானே என்று அலட்சியம் செய்யாமல் சிக்னலில் காரை நிறுத்திவிட்டு ஸ்டியரிங்கில் தாளம் போடத் தொடங்குபவர். இருந்தும்... இருந்தும்... அந்த ஒரே உறுத்தல் அவரைத் துரத்திக்கொண்டே இருந்தது. வேண்டாம், அதைப்

   தூண்டில் கயிறு

பற்றி நினைக்காதே. கையில் ஸ்காட்ச் இருக்கிறது பார். குடி. பக்கத்தில் சிக்கன் 65 இருக்கிறது பார். கடி. குடித்தார், கடித்தார்.

எழுந்தார். ஜன்னல் அருகே சென்றார். நைலான் கயிற்றுக் கொக்கியை இழுத்து வெனிஷியன் ப்ளைன்டை உயர்த்தினார். பழைய எஸ்டேட் கட்டிடம் சந்திரனுக்குக் கீழே வெள்ளிச் சரிகை விளிம்புகளுடன் நிழலாகத் தெரிந்தது. ஆகாயத்தில் நட்சத்திரங்களின் கண்ணாமூச்சி. ராஜபூபதியின் தலைக்குள் வயலின்களின் ரீங்காரம் கேட்கத் தொடங்கிய நேரத்தில்தான் அது நிகழ்ந்தது. பழைய எஸ்டேட் கட்டிடத்தின் மொட்டை மாடியில் அவள் தெரிந்தாள். நிஜமாகவா? ராஜபூபதி ஒரு முறை கண்களைக் கசக்கி விட்டுக்கொண்டார்.

நிச்சயம் அவள்தான். அமராவதி... அமராவதி... அமராவதி.

அமராவதி வெள்ளைச் சேலை அணிந்திருந்தாள். செத்துப் போகும்போது என்ன வயதில் இருந்தாளோ அதே வயதில் இருந்தாள். கண்களில் மை, மூக்கில் வைர மூக்குத்தி, காதில் வைரம், நெற்றியில் சுட்டி. இரண்டு கைகளிலும் வளையல்கள். அம்மாடியோவ்... அவை அவளுடைய வளையல்களே. ராஜபூபதியைப் பார்த்துச் சிரித்தாள் அமராவதி. போட்டிருக்கும் ஸ்காட்ச் வேலை செய்கிறதா என்ன? ஜன்னல் கண்ணாடியை மெல்ல நகர்த்தினார். காற்று சில்லென்று முகத்தைத் தாக்கியது. எங்கோ ஒரு நாய் உயிர் போகிற மாதிரி ஊளையிட்டது. 'கௌச், கௌச், கௌச், கௌச்' என்று ஓர் ஆந்தை அலறியது.

ஜல்... ஜல்... ஜல்.. ஜல்... ஜல்...

'க்ளுக்.'

சிரிப்புச் சத்தம், அமராவதியின் சிரிப்புச் சத்தம். பிரமையா, நிஜமா?

ராஜபூபதி கைக்குட்டையை எடுத்து முகத்தைத் துடைத்துக்கொண்டார். உலைக் கூடத்தின் நடுவே மாட்டிக்கொண்டவனுக்கு வியர்க்கிற மாதிரி அவருக்கு வியர்த்தது.

'களுக்.'

மறுபடி அமராவதியின் சிரிப்புச் சத்தம். ராஜபூபதி சடாரென்று நிமிர்ந்து எதிரே நோக்கினார். அமராவதி இன்னும் இருந்தாள். அபாரமான ஒளியுடன் இருந்தாள். செத்துப் போனவர்கள் பிழைத்து வந்தால் இப்படித்தான் ஒளியுடன் இருப்பார்களா?

அமராவதி மெல்ல நகர்ந்தாள். நடந்தாளா? நகர்ந்தாளா? ராஜபூபதி அமராவதிக்குக் கால் இருக்கிறதா என்று பார்த்தார். இல்லை. முழங்கால் வரைதான் அந்த வெள்ளை ஸாரி தெரிந்தது. முழங்கால் வரைதான் அந்த நகை அலங்காரமெல்லாம்.

'களுக்.'

அவள்தான். அவள்தான் சிரிக்கிறாள். அங்கே சிரிக்கும் சிரிப்பு ஏதோ என் காதருகில் வந்து சிரிக்கும் சிரிப்பு மாதிரி கேட்கிறதே?

"அமராவதி... அமராவதி... நீயா? நீயா?"

"ராஜபூபதி..."

'பெயர் சொல்லிக் கூப்பிடுகிறாளே. யாரும் இல்லையா? இங்கே யாருமே இல்லையா?'

"இன்னும் எத்தனை நாளைக்கு ராஜபூபதி?"

"எ... எது இன்னும் எத்தனை நாளைக்கு?"

அமராவதி அவரை நோக்கி மெல்ல நகர்ந்து வரத் தொடங்கினாள்.

"நோ... நோ... இல்லை... இல்லை... நோ..."

ராஜபூபதி மெல்லப் பின்னால் நகர்ந்தார். அவர் கண்களில் பயம். திறந்த வாயில் பயம், கைகளின் நடுக்கத்தில் பயம். அவருடைய பின்னங்கழுத்தில் திடீரென்று அந்த உணர்ச்சி தோன்றியது. ஏதோ ஒரு பார்வை துளைக்கும் உணர்வு. சரேலெனப் பின்னால் திரும்பினார். சட்டென்று பின்வாங்கினார்.

சுந்தரபூபதி நின்றிருந்தான்.

அதே கோட்டு. அதே டர்பன். அதே பெரிய மீசை. அதே கண்கள். சுந்தரபூபதி ஏறக்குறைய இருட்டில் இருந்தாலும், ராஜபூபதிக்கு சுந்தரபூபதியை நன்றாகவே தெரிந்தது.

                                    தூண்டில் கயிறு

"சு... சு... சுந்தரபூபதி..." என்று ரகசியமாக ஒவ்வோர் எழுத்தாகச் சொன்னார் ராஜபூபதி.

சுந்தரபூபதி மீசையை ஒரு முறை ஒதுக்கிவிட்டுச் சிரித்தான். விகாரமான சிரிப்பு.

"பூபதி! இப்படிச் செய்யலாமா பூபதி?"

சுந்தரபூபதி, ராஜபூபதியை நோக்கி மெல்ல நடந்து வந்தான். ராஜபூபதிக்கு அதற்கு மேல் தாங்கவில்லை. அவருடைய பல்ஸ் அநியாயத்திற்கு அதிகரித்தது. வெடித்துவிடுவேன், வெடித்துவிடுவேன் என்று இதயம் பயமுறுத்தியது.

அப்படியே பின்னால் சாய்ந்து, அலங்காரத்திற்காக நிறுத்தி வைக்கப்பட்டிருந்த குத்துவிளக்கின் மீது பின்மண்டை மோதி, 'ஆ'வென்று அலற நினைத்து வார்த்தை வெளிப்படாமல் வாயை மட்டும் பிளந்து அப்படியே கீழே சரிந்தார்.

❦

3

முழங்காலிலிருந்து பாதம் வரை போடப்பட்ட கட்டுடன் கையில் ஒரு வாக்கிங் ஸ்டிக்கை வைத்துக்கொண்டு ஊன்றி நடந்து வந்தான் நரேந்திரன்.

ஈகிள்ஸ் ஐ ஆஃப்பீஸின் வாசல் கதவு சாத்தியிருந்தது. போர்ட்டிகோவில் அந்தக் கார் நின்றிருந்தது. வெளிநாட்டு சமாச்சாரம். சூரிய ஒளியில் காரின் எனாமல் சிவப்பு நெருப்பாகக் காட்சியளித்தது. அத்தனை கண்ணாடிகளும் மேலேற்றப்பட்டிருக்க காருக்குள் ஒரு காபரே டான்ஸ் ஆடும் அளவு இடமிருந்தது. காரின் சைடில் மஞ்சள் பெயிண்டில் 'ஓம்' என்று எழுதப்பட்டிருந்தது. யாராவது சாமியாராகத்தான் இருக்க வேண்டும் என்று நினைத்துக்கொண்டான் நரேந்திரன். எந்த மலைச் சாமியாரோ, ஏதாவது கொலை வழக்கில் மாட்டிக் கொண்டுவிட்டாரா என்ன?

நரேந்திரன் வாக்கிங் ஸ்டிக்கின் நுனியால் காலிங்பெல்லை அழுத்தினான். ஜூனியர் உள்ளேயிருந்து குரல் கொடுத்தது. கூடவே "யாரது?" என்ற குரல். அந்தக் குரல் புதிதாக இருந்தது. கரகரவென்று பிசிறு தட்டிய கட்டையான ஆண் குரல். நரேந்திரன் திடுக்கிட்டான். இதுவரை அந்தக் குரலை ஈகிள்ஸ் ஐயில் கேட்டதே இல்லை. ராம்தாஸ் திடீரென்று யாரையாவது புதிதாக வேலைக்குச் சேர்த்துவிட்டாரா என்ன?

"நான்தான் நரேந்திரன்..."

கதவு திறந்தது. உள்ளே நுழைந்தான். 'கிக்கிக்' என்று அதே ஆண் குரலில் சிரிப்புச் சத்தம் கேட்டது. நரேந்திரன் திடுக்கிட்டுத் திரும்பிப் பார்த்தான். கதவிற்குப் பின்னால் வைஜயந்தி நின்றிருந்தாள்.

"நீயா 'யாரது?' என்று குரல் கொடுத்தாய்?"

வைஜயந்தி வியந்த புருவங்களுடன் தலையை மேலும் கீழும் ஆட்டினாள்.

"சொன்னேனே, கேட்டாயா?" என்று நரேந்திரன் தலையில் அடித்துக் கொண்டான்.

"என்ன சொன்னாய் நரேன்?" என்றாள் வைஜயந்தி, அதே ஆண் குரலில்.

"ஐயோ, குரல் மாறியிருப்பது கூடவா உனக்குத் தெரியவில்லை? புது வருஷப் பிறப்பின்போது தின்ன ஆரம்பித்தாய். 'வேண்டாம் வைஜ், இவ்வளவு கோன் ஐஸ்க்ரீம் சாப்பிடாதே, ஆகாது' என்றேன். கேட்கவில்லை. இப்போது குரல் போன கதியைப் பார். உன்னை நான் கல்யாணம் செய்துகொண்டு, இந்தக் குரலில் நீ என்னைக் கொஞ்சினால் பெட்ரூமில் கரடி நுழைந்து கொஞ்சுகிற மாதிரி இருக்கும்."

"ம்க்ம்" என்று வைஜயந்தி தொண்டையைக் கனைத்தாள்.

"உனக்கு ஷாக் ட்ரீட்மெண்ட் கொடுக்கலாம் என்று குரலை மாற்றிக்கொண்டேன். அதற்குள் உனக்கு அவ்வளவு ஏற்றமா? என்னைக் கல்யாணம் செய்துகொண்டால் நான் கரடிபோல் தெரிவேனா? நீ ஒன்றும் என்னைக் கல்யாணம் செய்துகொள்ள வேண்டாம். இப்போதே வாக்கிங் ஸ்டிக்குடன் அலையும் ஆளைக் கல்யாணம் செய்து கொள்ள வேண்டுமென்று எனக்கு ஒன்றும் தலையெழுத்தில்லை."

வைஜயந்தி தனது ஒரிஜினல் குரலில் கடுகையும் எள்ளையும் சேர்த்துப் படபடவெனப் பொரிய, நரேந்திரன் வாய் திறப்பதற்கு முன், "ஹலோ நரேன்..." என்று குரல் கேட்டது. திரும்பினான்.

வாசல்படியில் ஜான்சுந்தரும் அனிதாவும் கையைக் கோத்துக்கொண்டு நின்றார்கள்.

"வாட் ஹாப்பண்ட் நரேன்?" என்றான் ஜான்சுந்தர், நரேந்திரன் காலில் இருந்த கட்டைக் காட்டி.

"ப்ச்..." என்று விரக்தியான குரலை உதிர்த்தான் நரேந்திரன்.

"ஓர் எருமையை நாய் துரத்தியது. பயந்து போன எருமை ரோட்டில் நம்பர் டூவைப் பெய்துகொண்டே ஓடிவந்து, புல்லட்டின் குறுக்கே ரோட்டை கிராஸ் செய்ததா? காலையிலிருந்து என்ன சாப்பிட்டுத் தொலைத்திருந்ததோ, கொள்ளைச் சாணி. அந்தச் சாணியில் புல்லட்டின் சக்கரம் ஸ்கிட் ஆகி விழுந்ததில் காலில் சுளுக்கு. டாக்டர் சூரியிடம்தான் போயிருந்தேன். ஒரு கட்டுப் போட்டு, அவரே கையில் வாக்கிங் ஸ்டிக்கைக் கொடுத்து அனுப்பிவிட்டார். அதோடுதான் கொஞ்ச நாட்களுக்கு நடக்க வேண்டுமாம்."

வைஜயந்தி கோலி சோடா பாட்டிலை உடைப்பதுபோல் ஒரு சிரிப்பை வெளிப்படுத்தினாள்.

"கிண்டலா?" என்ற நரேந்திரன் வாக்கிங் ஸ்டிக்கை அவள் தலைக்கு மேல் ஓங்க, "ஸ்டாப் திஸ் நான்சென்ஸ்" என்று குரல் கேட்டது.

திரும்பினார்கள். ராம்தாஸ், அவருடைய அறை வாசலில் நின்றிருந்தார். வெகு ஆச்சரியமாக, பற்ற வைத்த பைப்புடன்.

"நரேந்திரன், வாட் இஸ் திஸ்?" என்று நரேந்திரனின் கால்கட்டைச் சுட்டிக்காட்டினார்.

"எருமையின் ஷிட் தாஸ்" என்றாள் வைஜயந்தி.

"ஐ டோண்ட் லைக் திஸ். உன்னை மிகப் பெரிய மனிதர் ஒருவருக்கு அறிமுகப்படுத்த வேண்டுமென்று நினைத்தேன். நீ என்னடாவென்றால் இந்தக் கோலத்தில் இருக்கிறாய்..."

"எந்த மலைச் சாமியார் தாஸ்?"

"என்ன உளறுகிறாய்?"

"ஓம் எழுதிய காரில் வந்திருப்பவர்தானே தாஸ்?"

ராம்தாஸ் பதில் சொல்லாமல் நரேந்திரனை முறைத்தார். "உனக்கு கொலஸ்ட்ரால் அதிகமாகவே இருக்கிறது. கம் இன்ஸைட்."

சொல்லிவிட்டு ராம்தாஸ் உள்ளே போய்விட்டார். நரேந்திரன் அவர் பின்னாலேயே கதவை வாக்கிங் ஸ்டிக்கால் தடுத்து நிறுத்தி

உள்ளே நுழைந்தான். ஆட்டோமேடிக் கதவு மூடுவதற்குள் வைஜயந்தியும். அறைக்குள் ஏ.ஸி.யின் ரீங்காரம் மட்டும் மிச்சமிருக்க, ராம்தாஸின் டேபிளுக்கு எதிரில் அமர்ந்திருந்தவர் கதவு திறக்கப்படும் சத்தம் கேட்டு 'டக்'கென்று திரும்பினார். நரேந்திரன் சிரிப்பை அடக்கிக்கொண்டான்.

திரும்பியவருக்கு ஐம்பது வயது சொல்லலாம். அகலமான நெற்றி நிறைய திருநீற்றைப் பூசியிருந்தார். நடுவில் ஆயிரத்துத் தொள்ளாயிரத்து ஐம்பத்தெட்டாம் வருடத்துச் செப்புக் காலணா சைஸில் குங்குமப் பொட்டு வைத்திருந்தார். கழுத்துச் சதை, முகவாயிலிருந்து பசுவிற்கு இருப்பதுபோல் தளதளவென்று இருந்தது. சின்ன மூக்கு. சின்ன உதடுகள். மீசை இல்லை. கண்கள் உள்வாங்கி சிவப்பாக, சின்னதாக இருந்தன. இடதுகாதின் மேற்புறத்தில் கதம்பப் பூவின் துண்டம் வைத்திருந்தார். வெள்ளை ஜிப்பா, வேஷ்டி. ஜிப்பாவின் ஸீ - த்ரு தன்மையில், பெரியவர் புஜத்தில் கட்டியிருந்த தாயத்து பளிச். கழுத்தில் ருத்திராட்ச மாலை. வேஷ்டியைக் கழற்றினால் இடுப்பில் அரைஞாண் கயிற்றில்கூட தாயத்து அணிந்திருப்பார் என்று தோன்றியது.

"வணக்கம்" என்று நரேந்திரனைப் பார்த்து இரு கைகளையும் கூப்பினார்.

நரேந்திரன் பதில் வணக்கம் சொல்லிக் கைகளைக் கூப்பியதில் வாக்கிங் ஸ்டிக்கைத் தவறவிட்டான். பாதி வணக்கத்துடன் வாக்கிங் ஸ்டிக்கை எடுக்க முயல, தடுமாறி கீழே விழப் பார்த்து, பெரியவர் உட்கார்ந்திருந்த நாற்காலியின் விளிம்பைப் பற்றிச் சமாளித்து, "வணக்கம், வணக்கம்" என்றான்.

வைஜயந்தி, பெரியவர் இன்னொரு முறை கைகூப்புவதற்கு முன் முந்திக்கொண்டு, "வணக்கம்" என்றாள்.

"இவன்?" என்று பெரியவரின் குரலில் கொஞ்சம் இளக்காரம் இருந்தது.

"ஈகிள்ஸ் ஐயின் சீஃப் டிடெக்டிவ்" என்றார் ராம்தாஸ்.

"அவள்...?"

"நரேந்திரனின் அஸிஸ்டெண்ட். துடிப்பான பெண்..."

"ஓ. கே. தென்... இவர்களைக் கூட்டிக்கொண்டு போகிறேன்" என்றார் பெரியவர்.

"ஓ. கே." என்றார் ராம்தாஸ்.

"நரேன்! பெரியவர் மிஸ்டர் ராஜபூபதி. எண்ணூருக்குப் பக்கத்தில் இருக்கும் தங்கச்சி மலை எஸ்டேட் ஓனர். வருடா வருடம் புத்தாண்டுக்கு, கல்யாணமாகாத ஒரு ஜோடியை எஸ்டேட் விருந்தினர்களாக அழைப்பது வழக்கமாம், ஒரு வார காலத்திற்கு. இந்த வருடம் அப்படி ஒரு ஜோடியைத் தேடித் தர வேண்டுமென்று என்னிடம் வந்தார். உன் பெயரையும், வைஜயந்தியின் பெயரையும் சொன்னேன். ஒப்புக்கொண்டார். ஒரு வாரத்துக்கு அவருடன் போங்கள். சுகமாகப் பொழுது போக்குங்கள்..."

"என்னது?" என்றாள் வைஜயந்தி, துள்ளிக் குதித்து. "என்னைக் கரடி என்று இன்ஸல்ட் செய்த நரேனுடன் போக வேண்டுமா? அதுவும் ஒரு வாரம். இம்பாஸிபிள்..."

"வைஜயந்தி! நீ போகாவிட்டால் நஷ்டம் உனக்குத்தான். நான் வேறு யாராவது ஒரு பெண்ணை ஏற்பாடு செய்து நரேனுடன் அனுப்பி வைத்துவிடுகிறேன். என்ன சொல்கிறாய்?"

"நோ... நோ..." என்று அவசரமாக மறுத்தாள் வைஜயந்தி. "நானே போய்த் தொலைகிறேன்."

* * * * *

கார் ஸ்டார்ட் ஆனதே தெரியாமல் ஸ்டார்ட் ஆனது. ராஜபூபதி திருநீறும் தாயத்துமாக திருவருட்செல்வர் அப்பர் சுவாமிகள்போல் தெரிந்தாலும் கார் ஓட்டுவதில் அப்படி ஒன்றும் சளைத்தவர் அல்ல என்பது அவர் ஸ்டியரிங் பிடித்த விதத்திலேயே தெரிந்தது.

"லேட்டஸ்ட் ஜப்பான் தயாரிப்பு. சுஸுகி ஒரிஜினல்" என்றார், காரை நகர்த்தியவுடன்.

"ஸ்டாப், ஸ்டாப்" என்றான் நரேந்திரன். "எங்கள் துணிமணி ஒன்றும் எடுத்துக் கொள்ளவில்லை."

கார் அதற்குள் அடையாறு பாலத்தைத் தொட்டிருந்தது.

"யங்மேன்! உனக்குத் தேவையான எல்லாம் எஸ்டேட்டிலேயே இருக்கிறது" என்றார் ராஜபூபதி, திரும்பிக்கூடப் பார்க்காமல்.

"பல் விளக்கும் குச்சி?" என்றான் நரேந்திரன்.

"பல் விளக்கும் குச்சியா?"

"டூத் பிரஷ்ஷை அப்படித்தான் சொல்வீர்களோ என்று நினைத்தேன்."

பின்னால் திரும்பிப் பார்த்துச் சிரித்தார்.

"எல்லாம் எஸ்டேட்டில் இருக்கிறது" என்றார். மறுபடி சாலையைப் பார்த்தார்.

"போரடிக்கிறதா... டேப் கேட்கிறாயா?"

பெரியவர் ராஜபூபதி காரில் ஏதோ ஒரு பட்டனைத் தட்ட, 'பிட்டமிரண்டும் பெருவேல் காக்க, வட்டக் குதத்தை வல்வேல் காக்க' என்று கந்தர் சஷ்டி கவசம் கேட்டது.

"ப்ளீஸ்... அந்தக் காஸெட்டை நிறுத்திவிடுகிறீர்களா?" என்றான் நரேந்திரன்.

"ஏன்?" என்று கேட்டுக்கொண்டே காஸெட்டை நிறுத்தினார் ராஜபூபதி.

"கொஞ்சம் போனால் என் காதிலும் கதம்பம் ஏறி உட்கார்ந்துவிடுமோஎன்றுடவுட்டாக இருக்கிறது. காரின்ஸைட் போர்டில் ஓம். உங்கள் உடம்பு எங்கும் தாயத்து, ருத்திராட்சம், நெற்றியில் விபூதி, டேப்பில் கந்தர் சஷ்டி கவசம். வந்தீர்கள். எஸ்டேட் வழக்கம் என்று சொல்லி என்னையும், இந்தப் பெண்ணையும் கோழி அழுக்குவதுபோல் தூக்கிக்கொண்டு வந்துவிட்டீர்கள்."

"தங்கச்சி மலை எஸ்டேட்டா? எங்கே இருக்கிறது அது? என்ன செய்கிறீர்கள் அங்கே? உங்கள் வம்சத்தின் விருத்திக்காகக்

கல்யாணமாகாத பெண்ணையும் பையனையும் ஒரு வாரம் பராமரிக்க வேண்டும் என்று யாராவது சாமியார் வந்து எலுமிச்சம் பழம் கொடுத்துச் சொல்லிவிட்டுப் போய்விட்டாரா என்ன? நீங்களும் வருடா வருடம் மலையிலிருந்து சாமி இறங்கி வருகிற மாதிரி வந்து ஆள் பிடித்துக்கொண்டு..."

"கல்யாணம் ஆகாத ஜோடியை எஸ்டேட்டில் ஒரு வாரம் வைத்திருப்போம் என்று சொன்னதெல்லாம் கட்டுக்கதை. உங்கள் பாஸ் ராம்தாஸ், நான் பத்து லட்சத்திற்கு செக் வெட்டியவுடன், உங்களுக்கு ஒரு ஹாலிடே கிடைக்கும் என்ற நம்பிக்கையில் உங்கள் இருவரையும் என்னுடன் அனுப்பியிருக்கிறார். ஆக்சுவலா உங்களைக் கூட்டிப் போவது அதற்காக இல்லை..."

"அப்படி வாருங்கள் வழிக்கு. பின்னே?" என்றான் நரேந்திரன், ஆச்சரியமாக.

"ஈகிள்ஸ் ஐ பற்றி கேள்விப்பட்டிருக்கிறேன். உன்னைப் பற்றியும் கேள்விப்பட்டிருக்கிறேன். உன் ஜோடி வைஜயந்தி பற்றியும்..."

"கேள்விப்பட்டிருக்கிறீர்கள். கம் டு தி பாயிண்ட்."

"நீங்கள் இருவரும் என் எஸ்டேட்டுக்கு வந்து இரண்டு பேய்களை விரட்ட வேண்டும்."

"வ்வாட்?!" என்றான், நரேந்திரன்; என்றாள், வைஜயந்தி.

———◦◦———

                                    தூண்டில் கயிறு

4

"ஹா... ஹா... ஹா..." என்று அடக்க முடியாமல் சிரித்தான் நரேந்திரன்.

"அதற்கு நீங்கள் கேரளத்து மலையாள மாந்திரீகரை அல்லவா தேடிப் போயிருக்க வேண்டும்? எங்களை எதற்கு இழுத்துக்கொண்டு போகிறீர்கள்? நாங்கள் என்ன டெய்லி பேய்களோடு சீட்டா ஆடிக்கொண்டிருக்கிறோம்?"

"எல்லா மாந்திரீகர்களும் வந்து போய்விட்டார்கள். காரில் லைட் போர்டில் எழுதப்பட்டிருக்கும் ஓம், கழுத்தில் இருக்கும் ருத்திராட்ச மாலை, தாயத்து சமாச்சாரம் எல்லாம் என்ன என்கிறாய்? அவர்கள் வந்து கட்டிவிட்டுப் போன வேஷம்தான். ஒரு பிரயோஜனமுமில்லை. அதனால்தான் உங்கள் இருவரையும் கூட்டிக்கொண்டு போகிறேன். நீங்கள் நிறைய கேஸ்களில் மூக்கை நுழைத்து பத்திரமாக வெளியே எடுத்துக் கொண்டிருக்கிறீர்களாமே! இந்தக் கேஸையும் நீங்கள்தான் எடுத்துக் கொள்ள வேண்டும்."

"பேயாவது, கீயாவது... என்ன சார் விளையாடுகிறீர்கள். எனக்கென்னவோ நீங்கள் அநாவசியத்துக்கு எதையோ பார்த்துப் பயந்திருக்கிறீர்கள் என்று தோன்றுகிறது. உங்கள் பயத்துக்கு எங்களைப் பலிகடாவாக ஆக்கப் பார்க்கிறீர்கள். மாட்டுச்சந்தையில் உள்ளங்கை மேல் துண்டு போட்டு வியாபாரம் பேசி எல்லாம் எங்களுக்குப் பழக்கம் இல்லை. குற்றம் - உண்மையில் நடந்தது என்ன என்று எங்களுக்குத் தெரியாத வரைக்கும் எதுவுமே செய்ய முடியாது."

"எஸ்டேட்டுக்குப் போனவுடன் தெரிந்துவிடும்" என்றார் ராஜபூபதி.

"முன்னாலேயே சொல்லியிருந்தால் கொஞ்சம் வேப்பிலை பறித்துக்கொண்டு வந்திருப்பேனே!" என்றாள் வைஜயந்தி, கிண்டலடிக்கும் தொனியில்.

நரேந்திரன் நன்றாகச் சாய்ந்து உட்கார்ந்துகொண்டான்.

* * * * *

"எஸ்டேட் இங்கிருந்துதான் ஆரம்பிக்கிறது" என்று ராஜபூபதி சொன்னபோது கார் எண்ணூர் செல்லும் சாலையிலிருந்து இடப்பக்கம் திரும்பியிருந்தது.

திடீர்ப் பச்சை, அசோக மரங்கள், காம்பவுண்ட் சுவரை ஒட்டி காவல்போல் தென்னை மரங்கள். நாற்பதடி உயர தேனிரும்புக் கதவு. ராஜபூபதியின் கார் ஹாரன் ஒலியைக் கேட்டவுடன் வெண்ணெய் மீது வழுக்கும் கத்தியைப் போல் கேட் ஸ்லைட் ஆகி பக்கவாட்டிலேயே நகர்ந்தது. கார் காம்பவுண்டில் நுழைந்தது. மரக்காபின் கூர்க்கா விறைத்து சல்யூட் அடித்தான். கறுப்பு ரிப்பனாய்ச் சென்ற தார்ச்சாலையில் ராஜபூபதி காரைச் செலுத்தினார். நரேந்திரன் திரும்பிப் பார்த்தான். கூர்க்கா, காபினில் இருந்த ஒரு சிகப்பு பட்டனை அழுத்திக்கொண்டிருக்க, திறந்திருந்த கதவு மூடிக்கொண்டிருந்தது.

தார்ச் சாலையின் இருபுறமும் மரங்கள், மரங்கள், மரங்கள். ஒரு பக்கம் ரப்பர், ஒரு பக்கம் தேக்கு. தேக்கு மரங்களைப் பின்னிக்கொண்டு மிளகுக்கொடிகள். மரங்களுக்கிடையில் ஆங்காங்கே தொழிலாளர்கள் தென்பட்டனர். காரைப் பார்த்துவிட்டு செய்துகொண்டிருந்த வேலையை அப்படியே போட்டுவிட்டு நின்றார்கள். நரேந்திரன் விசிலடிக்கும் ஆசையைக் கட்டுப்படுத்திக் கொண்டான். மெட்ராஸுக்குப் பக்கத்தில் இவ்வளவு பெரிய எஸ்டேட்டா? அந்த எஸ்டேட்டை ஆட்சி செய்யும் ராஜபூபதியா?

கார் அந்த மாளிகையின் போர்ட்டிகோவில் போய் நின்றது. ராஜபூபதி கதவைத் திறந்துகொண்டு இறங்கினார். பின்கதவு தானாகத் திறந்தது. நரேந்திரன் வாக்கிங் ஸ்டிக்கை எடுத்துக்கொண்டான். காலை ஊன்றி கீழே இறங்கினான்.

"வா... வைஜ்" என்றான்.

தூண்டில் கயிறு

வைஜயந்தி முகத்தை ஒரு முறை நொடித்துக்கொண்டு இறங்கினாள். வாசலில் யாராவது ஆரத்தித் தட்டுடன் காத்திருக்கிறார்களா என்று லேசான எதிர்பார்ப்புடன் நரேந்திரன் நிமிர்ந்து பார்த்தான். ம்ஹூஹூம்... ஒருவருமில்லை. உள்ளே நுழைந்தார்கள். அது ஒரு பெரிய ஹால். சுவரில் ராஜபூபதியின் தாத்தாக்கள் டர்பன், முழு கோட் சகிதம் ஆயில் பெயிண்டிங்கில் காட்சி அளித்தார்கள். வலப்பக்கம் காட்டெருமையின் தலை. இடப்பக்கம் புலியின் தலை.

"உட்கார்" என்றார் ராஜபூபதி. உட்கார்ந்தார்கள்.

அடுத்த விநாடி நரேந்திரன் எழுந்தான். காரணம், ஹால் மூலையில் திடீரென்று பிசாசுபோல் தோன்றிய அவன், நல்ல வளர்ச்சியுடன் இருந்தான். அபாரமான உடற்கட்டு. ராஜாக்கள் காலத்தில் மல்யுத்தத்திற்கென்றே சாப்பாடு போடப்பட்டு வளர்க்கப்பட்டவன் போல் இருந்தான். கண்கள் நெருப்புருண்டைகள், மீசையின் இரண்டு பக்கங்களும் தேள் கொடுக்குகள் போல் வளைந்து இருந்தன.

"என் ஆள்" என்றார் ராஜபூபதி. "போ. போய்... லெமனேட் சாப்பிடுவாய் இல்லையா? மூன்று லெமனேட் கொண்டு வா..."

அவன் அகன்றான்.

"நீங்கள் இன்னும் உங்கள் கேஸை முழுதாகச் சொல்லவில்லை" என்றான் நரேந்திரன்.

"அதற்கு நான் ஒரு சின்ன கதைபோல் ஒன்றைச் சொல்லியாக வேண்டும்" என்றார் ராஜபூபதி.

"சொல்லுங்கள்."

"இந்த எஸ்டேட்டின் பெயர் என்னவென்று சொல்."

"தங்கச்சி மலை எஸ்டேட்" என்றான் நரேந்திரன்.

"அதுதான் கிடையாது. தங்கச் சிலை எஸ்டேட் என்றுதான் இதற்குப் பெயர். எழுந்திரு..."

எழுந்தான்.

"என்னோடு வா..."

போனான். மேரியின் ஆட்டுக்குட்டிபோல வைஜயந்தி பின்தொடர்ந்தாள். ராஜபூபதி அந்த ஹாலில் மாட்டப்பட்டிருந்த ஆயில் பெயிண்டிங் வரிசைக்குப் போய் நின்றார்.

"அந்தப் படத்தைப் பார்..."

ராஜபூபதி காட்டிய இடத்தில் ஒரு பெண்ணின் உருவம் வரையப்பட்டிருந்தது. அந்தப் பெண்ணின் கண்கள் நரேந்திரனைத் தாக்கின. இப்படிப்பட்ட ஒரு ஜோடிக் கண்களை அவன் தன் வாழ்நாளில் சந்தித்ததில்லை. அந்தக் கண்களில் கருணையா, காதலா, கவர்ச்சியா, கர்வமா, என்ன உணர்ச்சி வெளிப்பட்டதென்று திட்டவட்டமாகத் தீர்மானிக்க முடியவில்லை. ரவிவர்மா ஓவியங்களில் இருக்கும் பெண்களின் கண்களில் காணப்படும் ஒளியைவிட அதிகப்படியான ஒளி.

பின்னப்பட்ட கூந்தல், தோளிலிருந்து முழங்கால் வரை நீண்டிருந்தது. கூந்தலின் முடியில் குஞ்சங்கள். வெண்பட்டுச் சேலை. அதில் கையகலச் சரிகை. நெற்றியில் சிவப்புத் திலகம். தலை வகிடின் தொடக்கத்தில் ஒரு சுட்டி. மூக்கில் மூக்குத்தி, காதில் கம்மல், இடுப்பில் ஒட்டியாணம், கைகளில் வளையல்கள். தந்த நிறத்தில் உடல் இருந்தது.

"எப்படி இருக்கிறாள்?"

"தங்கச் சிலைபோல்" என்று நரேந்திரன், கொஞ்சம்கூட யோசிக்காமல் சொன்னான்.

"தட்ஸ் இட்" என்றார் ராஜபூபதி. "இவளை யார் பார்த்தாலும் தங்கச் சிலை என்றுதான் சொல்வார்கள். உயிரோடு இருந்த நாட்களில் அத்தனை நகைகளையும் போட்டுக்கொண்டு வீடு முழுவதும் சுற்றி வருவாள். வேலைக்காரர்கள் சொல்லித்தான் எஸ்டேட் பெயரே, 'தங்கச்சிலை எஸ்டேட்' என்று ஆகிவிட்டது. சுற்றி இருக்கிற ஜனங்கள் எல்லாம் தங்கச் சிலையை, தங்கச்சி மலை ஆக்கிவிட்டார்கள். எங்களுக்கு, 'கோல்டன் ஸ்டேச்சூ பிரைவேட் லிமிடெட்' என்று ஓர் எக்ஸ்போர்ட் கம்பெனி இருக்கிறது. ஸப்ஜெக்டை விட்டு விலகுகிறேன் இல்லை? லெமனேட் எடுத்துக் கொள்..." - இப்போதும் சத்தமேயில்லாமல்

   தூண்டில் கயிறு

கையில் ட்ரேயுடன் வந்து நின்றவனிடமிருந்து நரேந்திரன் ஒரு கிளாஸைப் பெற்றுக் கொண்டான்.

"இவள் பெயர் அமராவதி."

'தோற்றம் 1974 - மறைவு 1995' என்று அந்தப் படத்திற்குக் கீழே எழுதப்பட்டிருந்ததைப் பார்த்து நரேந்திரன் சூள் கொட்டினான். இருபத்தோரு வருட வாழ்க்கையில் என்ன சுகத்தை அடைந்திருக்க முடியும்?

"அமராவதி செத்துப் போகும்போது சுபத்ராவிற்கு மூன்று வயது."

"சுபத்ரா?"

"என் பெண். காலேஜ் போயிருக்கிறாள். வந்தவுடன் அறிமுகப்படுத்துகிறேன்."

"சுபத்ரா, அமராவதிக்கு என்ன ஆக வேண்டும்?"

"மகள்தான்."

"அமராவதி உங்கள் மனைவியா?"

"இல்லை. அமராவதியின் கணவன் சுந்தரபூபதி என்னுடைய தம்பி."

"அப்படியென்றால்... சுந்தரபூபதியின் மகளா சுபத்ரா?"

"ஆமாம்!"

"ஸோ, நீங்கள் சுபத்ராவிற்குப் பெரியப்பா ஆக வேண்டும்."

"இப்போதாவது உனக்குப் புரிந்ததே. ஆனால் சுபத்ராவின் எதிரில் என்னை அவளுடைய பெரியப்பா என்று சொல்லிவிடாதே. பாவம்... குழந்தை மனம் ஒடிந்து போய்விடுவாள். என்னைத்தான் அப்பா என்று நினைத்துக் கொண்டிருக்கிறாள்."

"ஏன் சுந்தரபூபதி என்ன ஆனார்?"

"அமராவதியும் அவனும் ஒரே நாளில் செத்துப் போனார்கள். ஒரு நல்ல மழை நாளில், ஏதோ ஓர் ஒயர் அறுந்து ஜன்னல் கம்பியின் மேல் பட்டுக்கொண்டு இருந்திருக்கிறது. அது தெரியாமல்

ஜன்னல் கம்பியைப் பிடித்து அமராவதி ஷாக் அடித்து முதல் பலி. என்ன என்று தெரியாமல் அவளைக் காப்பாற்ற முயன்ற சுந்தரபூபதி இரண்டாவது பலி. நான் மூன்று வயதுக் குழந்தையுடன் என்ன செய்வது என்று புரியாமல் அல்லாடிப் போனேன்."

ராஜபூபதியின் குரலில் தழுதழுப்பு சேர்ந்துகொண்டிருந்தது. சட்டென்று வேறு பக்கம் திரும்பி உடல் குலுங்கினார். அழுகிறாரா என்ன? அந்தத் தர்மசங்கடமான நேரத்தில் என்ன செய்ய வேண்டும்? ராஜபூபதியின் கண்ணீரைத் துடைத்துவிட வேண்டுமா? 'அழாதீர்கள்' என்று ஆறுதலாக ஏதாவது பேச வேண்டுமா?

"ஐ ஆம் ஸாரி. நான் ஏதோ பழைய கதையைப் பேசிக்கொண்டிருக்கிறேன். சுமார் இரண்டு வாரத்துக்கு முன்னால் நான் அறையில் உட்கார்ந்திருக்கிறேன். ஜன்னல் வழியே எஸ்டேட்டின் பழைய கட்டிடம் தெரிகிறது. மேலேயிருந்து சந்திரன் அந்தப் பழைய பில்டிங்கைக் குளிப்பாட்டிக் கொண்டிருக்கிறான். ஜல்ஜல் என்று சத்தம். பழைய எஸ்டேட் மாடியில் அமராவதி தெரிகிறாள். இந்தப் படத்தில் இருக்கிற மாதிரியே. சுத்தமாய் எல்லா நகைகளையும் மாட்டிக்கொண்டு என்னைப் பார்த்துச் சிரிக்கிறாள்."

"யூ மீன் பதினேழு வருடங்களுக்கு முன்னால் எலக்ட்ரிக் ஷாக் அடித்துச் செத்துப் போன அமராவதி?" என்றான் நரேந்திரன், வியப்புடன்.

"ஆம்! என் அறையில் எனக்குப் பக்கத்தில் சுந்தரபூபதி வருகிறான். சிரிக்கிறான். 'இதெல்லாம் நியாயமா பூபதி?' என்று என்னைக் கேட்கிறான். எதெல்லாம் நியாயமா? பயந்து, மயங்கி விழுந்தேன். எழுந்தால் விடிந்திருக்கிறது. சுந்தரபூபதி இல்லை. அமராவதி இல்லை. தரையில் அலங்கோலமாக விழுந்திருக்கும் என்னை வேலைக்காரன் ஒரு மாதிரியாகப் பார்க்கிறான். அன்றையிலிருந்து ஒரு நாள் விட்டு ஒரு நாள் அமராவதி தெரிகிறாள். அதே பழைய எஸ்டேட் கட்டிடத்திலேயே. அங்கேதான் அவள் வாழ்ந்தாள். சுந்தரபூபதி அவ்வப்போது தெரிகிறான். இந்த வீட்டில் இதுவரை

இருந்த அமைதி போய்விட்டது. என்ன செய்வதென்றே புரியவில்லை.”

நரேந்திரன் வைஜயந்தியைப் பார்த்தான். வைஜயந்தியின் முகம் லேசாக வெளிறியிருந்தது.

“என்ன சார் சொல்கிறீர்கள்? அமராவதி, சுந்தரபூபதி...”

“சத்தியமாகச் சொல்கிறேன் நரேந்திரன். நான் அவர்களைக் கண்ணால் பார்த்தேன். எஸ்டேட்டில் வேலை செய்யும் வேலைக்காரர்கள் இருவர் பார்த்திருக்கிறார்கள். அவர்கள் இப்போது ராத்திரியில் எஸ்டேட்டில் இருப்பதே இல்லை. அவர்கள் மட்டும் என்று இல்லை. எல்லா வேலைக்காரர்களிடமும் அவர்கள் சொல்லியிருப்பார்கள் போல் தோன்றுகிறது. எந்த வேலைக்காரனும் ராத்திரியில் எஸ்டேட்டில் இருப்பதே இல்லை.”

“உண்மையிலேயே பேயா?”

“ஆம்... என் பெண் சுபத்ராவுக்கு இந்தப் பேய் சமாச்சாரம் இன்னும் தெரியாது. தெரிந்தால் உயிரையே விட்டுவிடுவாள். அப்படி ஏதாவது விபரீதமாக ஆகித் தொலைப்பதற்கு முன் இந்த விவகாரத்திற்கு ஒரு முடிவுகட்டியாக வேண்டும். நீங்கள் இரண்டு பேர் இருக்கிறீர்கள். இன்னும் எத்தனை பேரை வேண்டுமானாலும் துணைக்கு அழைத்துக் கொள்ளுங்கள். பேய் விவகாரத்தை மாத்திரம் சரி செய்துவிடுங்கள்; போதும்!” ராஜபூபதி ஏறக்குறைய கெஞ்சும் குரலில் பேசினார்.

“மே ஐ கம் இன்?” என்று ஒரு குரல் வாசலில் திடீரென்று கேட்டது.

நரேந்திரனும் வைஜயந்தியும் துள்ளித் திரும்பினார்கள். வைஜயந்தி ‘வீல்’ என்று அலறினாள். வாசலில் அவள் நின்றுகொண்டிருந்தாள்.

‘அமராவதி’ அவர்களைச் சந்திக்க நேரிலேயே வந்துவிட்டாள்!

————⚬✧⚬————

5

"**வா** சுபத்ரா" என்றார் ராஜபூபதி.

சுபத்ரா என்ற வார்த்தையைக் கேட்டவுடன் வைஜயந்தி, நரேந்திரன் தோளிலிருந்து முகத்தை நீக்கி திரும்பிப் பார்த்தாள்.

"சுபத்ராவா?" என்றாள் வைஜயந்தி.

"சுபத்ராவா?" என்றான் நரேந்திரன். வியப்பில் ஹோய் என்று அலற வேண்டும் போலிருந்த ஆசையை மிகவும் முயற்சி செய்து கட்டுப்படுத்திக் கொண்டான்.

ஹால் ஃபிரேமில் இருந்த பெண் ஃபிரேமிலிருந்து கீழே குதித்து வேறு டிரெஸ் மாட்டிக்கொண்டு வந்ததுபோல இருந்தாள். மிடி அணிந்திருந்தாள். ரத்தச் சிவப்பு. மேலே டாப்ஸ் பால் வெள்ளை. இடுப்பில் ஒரு சரிகை பெல்ட்.

நரேந்திரன் ஏதோ பேச வேண்டும் என்று வாயைத் திறந்தான். காற்றுதான் வெளிப்பட்டது. அவளுடைய அழகு நரேந்திரனை மிகத் தீவிரமாகத் தாக்கியது. காளிதாசனின் சகுந்தலை போல... எகிப்தின் கிளியோபாட்ரா போல... இன்னும் யாரை உவமானம் காட்டலாம்? உவமானங்கள் எல்லாம் விரயம்.

சுபத்ராவிற்கு உவமானமாக யாரையும் சொல்ல முடியாது போல்தான் இருந்தது. பெரிய பெரிய கண்கள், நுனியில் லேசாக வளைந்து இருந்த மூக்கு, அழகான ஃபான்ட்டில் எழுதப்பட்ட கேள்விக்குறிகள் போல் காதுகள், எந்நேரமும் துடிக்கத் தயார் போல் தெரிந்த, ஈரப் பளபளப்புடன் மின்னிய உதடுகள், மேல் உதட்டில் காணப்பட்ட மிகச் சன்னமான, ஊசிமுனை அளவிலான வியர்வை முத்துகள், சிக்கலில்லாத முகவாய்... ஷாம்பூவால் கழுவப்பட்டு மார்பில் மிக உரிமையுடன் விழுந்து புரண்ட கேசம்...

"இவள்தான் சுபத்ரா. என் மகள். ப்ரசிடென்ஸியில் படிக்கிறாள். ஃபைனல் இயர் பப்ளிக் அட்மினிஸ்ட்ரேஷன்."

அவள் அவர்களைக் கேள்விகளுடன் பார்க்க...

"சுபத்ரா - இது நரேந்திரன், இது வைஜயந்தி. நரேந்திரனும் வைஜயந்தியும் சேர்ந்து இருப்பதைப்பார்த்தாலே பிரிக்கமுடியாத ஜோடி என்று தெரியவில்லை? நரேந்திரன் நம் எக்ஸ்போர்ட் கம்பெனியின் ஷிப்பிங் ஏஜென்ட். இப்போதைக்கு நம் வீட்டு கெஸ்ட். சும்மா ஒரு வாரம் இருந்துவிட்டுப் போகலாம் என்று வந்திருக்கிறார்கள்."

"ஹலோ" என்று கையை நீட்டினாள் சுபத்ரா.

நரேந்திரனின் கை உடன் நீண்டது. வைஜயந்தி அந்தக் கையை முந்திக்கொண்டு சுபத்ராவின் கையைப் பற்றிக் குலுக்கினாள். அந்தக் கையை வெகுநேரம் அவள் விடாதபோதே நரேந்திரன் புரிந்துகொண்டு, கைகளைக் கூப்பி வணக்கம் சொன்னான்.

சுபத்ரா சிரித்தாள். நரேந்திரனைப் பார்த்து நெற்றியில் ஸ்கவுட் சிறுவர்கள் வைப்பதுபோல் ஒரு சல்யூட் வைத்தாள்.

"உங்கள் வைஜயந்தி மிகவும் பொஸஸிவ் டைப்" என்றாள்.

"ஆம்" என்று நரேந்திரன் சிரித்தான். ஜான்சுந்தரைக் கூட்டிக்கொண்டு வந்திருக்கலாம். இந்த வைஜயந்தியைக் கூட்டிக்கொண்டு வந்து மடியில் ஒணானையும் சேர்த்து எடுத்துக்கொண்டு வந்த கதை.

"இவர்களுக்கு ரூம் கொடுத்துவிட்டீர்களா டாட்?" என்றாள்.

"இப்போதுதான் அவர்களும் வந்தார்கள் சுபத்ரா. இனிமேல்தான் ரூம் கொடுக்க வேண்டும். மாடியில் என் பெட்ரூமுக்குப் பக்கத்தில் இருக்கும் கெஸ்ட் ரூமைக் கொடுக்கட்டுமா?"

"பை ஆல் மீன்ஸ்" என்றாள் சுபத்ரா.

* * * * *

நரேந்திரன் அந்த அறையில் நுழைந்தவுடன் விசிலடித்தான்.

அறை அவ்வளவு அமைப்பாக இருந்தது.

அறையின் கூரை சுமார் இருபதடி உயரத்தில் இருந்தது. தரையில் வழுக்கும் டைல்ஸ். சோபா, நாற்காலி, சாண்டலியர். அந்த அறையில் விசேஷமே கட்டில்தான். நல்ல அகலம். கால்கள் நான்கும் சிங்கத்தின் கால்கள்போல் தச்சனால் உருவாக்கப்பட்டிருந்தன. தலைமாட்டில் சிங்கத்தின் தலை. கொஞ்சம் பெரிய சைஸ் சிங்கம்தான். பிடரிமயிர். கோலிக்குண்டு கண்கள். டி.வி., ரெப்ரிஜிரேட்டர்.

நரேந்திரன் ரெப்ரிஜிரேட்டரைத் திறந்தான். குளிர்பானங்கள், முட்டைகள், ரொட்டி, ஸாஸ், ஜாம், பழங்கள் இருந்தன.

அறையை ஒட்டி இருந்த பாத்ரூமில் ஷவர். பாத்ரூம் வார்ட்ரோபில் துண்டுகள், உடுத்திக் கொள்ள மாற்று உடைகள், புது பிரஷ்கள், புது பேஸ்ட்.

நரேந்திரன் ஃப்ரிட்ஜிலிருந்து ஒரு லிம்கா பாட்டிலை எடுத்தான். அதன் மூடியை ஃப்ரிட்ஜில் பொருத்தியிருந்த ஓப்பனரில் மாட்டித் திறந்தான்.

"நம்மை இந்த ரூமிலேயே சிறை வைத்தாலும் பரவாயில்லை வைஜ். ஒரு மாத காலம் ஒரு கஷ்டமும் இல்லாமல் ஓட்டலாம்."

வைஜயந்தி பேசவில்லை. அவனை முறைத்தாள்.

"ஏய்... கோபம் இன்னும் தீரவில்லையா?"

"நான் இருக்கும்போதே அந்த சுபத்ராவிற்குக் கையைக் கொடுக்கிறாயே... என்ன தைரியம் இருக்க வேண்டும் உனக்கு?"

"இதற்கு என்ன தைரியம் வேண்டும்? இத்தனைக்கும் கையைப் பற்றிக் குலுக்குவது என்பது பழைய நாகரிகம். இன்றைக்கெல்லாம் செல்லமான *hug*தான். ஆனால், உன் கண்களைப் பார்த்து சுபத்ரா புரிந்துகொண்டு, கையைத்தான் நீட்டினாள். மொஹாஞ்சதாரோ.. ஏன், அதற்கும் முந்தைய நியோண்டர்தால் பீரியடில் இருக்க வேண்டியவள் நீ.

தப்பித் தவறி இந்த எலக்ட்ரானிக்ஸ் பீரியடில் இருக்கிறாய்; முறைக்கிறாய்.''

''இருந்துவிட்டுப் போகிறேன்.''

''ஓ.கே. வாங்கிய காசுக்கு கேஸைப் பற்றிக் கொஞ்சம் பேசுவோம். அமராவதியைப் பற்றி என்ன நினைக்கிறாய்?''

''ஒன்றும் நினைக்கவில்லை.''

''விசித்திரமான கேஸ் வைஜ். பேயைத் துரத்த வேண்டுமாம். பெரியவர் பயந்திருக்கிறார். தாயத்து, ஓம் எல்லாம் அதைத்தான் சொல்கின்றன. சுபத்ராவிற்கு இன்னும் பேயைப் பற்றித் தெரியாதாமே. இவர் திடீரென்று வேஷம் மாறி இருக்கிறார். திருநீறு பூசியிருக்கிறார். வீட்டுக்கு மந்திரவாதிகளை எல்லாம் கூட்டிக்கொண்டு வந்திருக்கிறார். பெண்ணுக்குத் தெரியாமலா இருக்கும்?''

''ஒருவேளை வேலைக்காரர்களிடம் எல்லாம் ஸ்ட்ரிக்டாகச் சொல்லி இருக்கிறாரோ என்னவோ?''

''என்னவென்று?''

''சுபத்ராவிற்கு ஒரு விஷயமும் தெரியக் கூடாது என்று...''

''இருக்கலாம். எதற்கும் இன்றைக்கு ராத்திரி பேய் வருகிறதா என்று பார்ப்போம். வந்தாலும் அது அழகான பேய்தான் என்று ஓவியத்தில் இருந்த அமராவதி சொல்கிறாள்.''

''முதலில் பேய் வரட்டும். அதற்குப் பிறகு மற்றதைப் பற்றிப் பேசுவோம்.''

* * * * *

அன்றைக்கு இரவு.

சுபத்ரா, ராஜபூபதி இருவருடனும் சேர்ந்து டைனிங் டேபிளில் உட்கார்ந்து ஓர் உன்னதமான இரவுச்சாப்பாட்டைச் சாப்பிட்டதன் விளைவாக நரேந்திரன் மூன்று சிகரெட்டுகளை ஒருசேரப் புகைத்துவிட்டு அறையின் கட்டிலில் மல்லாந்திருந்தான்.

வைஜயந்தி அறையில் தனியாகப் பிரிக்கப்பட்டிருந்த ரிசப்ஷன் சோபாவில் தூங்கிக்கொண்டிருந்தாள்.

சாண்டலியரை ஒட்டியிருந்த மின்விசிறி டகக், டகக் என்று லேசான ஒலியெழுப்பிக்கொண்டு சுற்றியது. அறைக்கதவு மெல்லத் திறக்கப்பட்டு, உள்ளே சுபத்ரா வந்தாள். நரேந்திரன் வியப்புடன் பார்த்தான்.

"இப்போது வைஜயந்தி இங்கில்லை. உங்கள் கையை நீட்டுங்கள் நரேந்திரன்" என்றாள்.

நரேந்திரன் கையை நீட்டினான்.

சுபத்ரா சிரித்துக்கொண்டே கையை நீட்டினாள். நரேந்திரன் அந்தக் கையைப் பற்றினான். எவ்வளவு மிருதுவான கைகள்!

இதுவரை தொட்ட எந்தப் பூவும் இந்த அளவு மிருதுவாக இருந்ததில்லை என்று நரேந்திரன் நினைத்துக்கொண்ட நேரத்தில் சுபத்ராவின் கை இரும்பால் செய்யப்பட்டது போல் திடீரென்று கடினமாக மாறியது. அவன் கையை அழுத்தமாக, மிக அழுத்தமாகப் பற்றி நெரிக்க முற்பட்டது.

நரேந்திரன் திடுக்கிட்டு நிமிர்ந்து பார்த்தான். சுபத்ராவின் முகம் மாறி இருந்தது. வாயின் இரண்டு ஓரங்களிலும் இரண்டு கோரைப் பற்கள் வெளியே நீட்டிக்கொண்டிருந்தன. கோரைப் பற்களிலிருந்து சொட்டுச் சொட்டாய் ரத்தம் வடிந்துகொண்டு இருக்க...

நரேந்திரன் 'ஹெக்' என்று மூச்சைப் பிடித்தான்.

சுபத்ராவின் கைகள் இரண்டும் நரேந்திரனின் கழுத்தைக் குறியாக வைத்துக்கொண்டு நெருங்கின. நரேந்திரன் தலையைப் பின்னால் சாய்த்துப் பார்த்தான். முடியவில்லை. தலை ஒரிடத்திலேயே ஆணி போட்டு அறையப்பட்ட மாதிரி அசையாமல் நின்றது. சுபத்ரா அவன் கழுத்தைப் பற்றினாள். நெரிக்கத் தொடங்கினாள்.

நரேந்திரன் மூச்சுத்திணறி... எங்கேயோ ஆழத்திற்குப் போய்...

விழித்துக்கொண்டான்.

                                          தூண்டில் கயிறு

உடம்பு எங்கும் வியர்வை. 'ச்சே, கனவு' என்று நினைத்துக்கொண்டான். கட்டிலில் எழுந்து உட்கார்ந்து வைஜயந்தியைப் பார்த்தான். வைஜயந்தி எழுந்து உட்கார்ந்திருந்தாள். அலறுவதற்கு ஆயத்தமாகக் கையை வாயருகே கொண்டு சென்றிருந்தாள்.

"என்ன வைஜ்?" என்றான் நரேந்திரன்.

"என்னைப் பயமுறுத்திவிட்டாய் நரேன். வினோதமான முனகல். மூச்சுத்திணறுகிற மாதிரி சத்தம். நான் பயந்து எழுந்து உன்னைப் பார்த்தால், நீ கட்டிலில் புரண்டுகொண்டிருக்கிறாய். யாரிடமோ சண்டை போடுவது போல... நான் அலற நினைத்த நேரத்தில் எழுந்து உட்கார்ந்துவிட்டாய்."

"துர்கனவு."

"சுபத்ராவா? அமராவதியா?"

"ஜூனியர் அமராவதி" என்றான் நரேந்திரன். "சுபத்ராதான். வாயோரம் இரண்டு பல். சொட்டுச் சொட்டாய் ரத்தம்..."

"சொல்லாதே. சொல்லாதே. எனக்கு இப்போதே தூக்கம் போய்விட்டது."

நரேந்திரன் எழுந்து ஃபிரிட்ஜை நெருங்கினான். திறந்து தண்ணீர் பாட்டிலைக் கையில் எடுத்த சமயம் அந்தச் சத்தம் கேட்டது.

"ஜல்..." சலங்கைக் கால் ஒன்று பாதத்தை எடுத்து வைத்த மாதிரி.

நரேந்திரனுக்கு அந்த 'ஜல்' மிகத் துல்லியமாகக் கேட்டது. பாட்டில் கையுடன் வைஜயந்தியின் பக்கம் திரும்பிப் பார்த்தான்.

வைஜயந்தி அறையில் எரிந்த நைட் லாம்ப் வெளிச்சத்தில் பயந்த முகத்துடன் தெரிந்தாள்.

"நரேன்" என்றாள், ரகசியக் குரலில்.

"ஷ்..." என்றான் நரேந்திரன்.

"ஜல்... ஜல்... ஜல்..."

வைஜயந்தி சோபாவிலிருந்து அம்பு வேகத்தில் வந்து நரேந்திரன் அருகில் நின்றுகொண்டாள். அவள் கை நரேந்திரனின் கையைத் தேடிப் பிடித்தது. அது நடுங்கிக்கொண்டிருந்தது.

நரேந்திரன் அவள் கையைப் பற்றினான். அறையில் இருந்த ஜன்னலை நோக்கி நகர்ந்தான். திரைச்சீலை மறைத்துக்கொண்டிருந்தது. லேசாக ஆடிக்கொண்டு இருந்தது.

"ஜல்... ஜல்... ஜல்... ஜல்..."

சலங்கை ஒலி இப்போது கொஞ்சம் அதிகமாகக் கேட்க, வைஜயந்தியின் இதயத் துடிப்பை நரேந்திரன் தன்னுடைய முதுகில் உணர்ந்தான்.

"டான்ஸ் தெரிந்த பேயா வைஜ்? பெரியவர் ராஜபூபதியிடம் அதைப் பற்றிக் கேட்காமல் போனோமே."

"விளையாடாதே நரேன்."

நரேந்திரன் திரைச்சீலையைத் தொட்டான். அதன் அசைவு நின்றது. திடீரென்று தன் பலம் அனைத்தையும் பிரயோகித்து, திரைச்சீலை மீது ஒரு நாக் - அவுட்டைச் செலுத்தினான். திரைச்சீலை அவன் கையின் வேகத்தைத் தாங்க முடியாமல் அந்தரத்தில் ஆட, ஜன்னலின் திரைச்சீலைக்குப் பின்னால் யாருமில்லை.

நரேந்திரன் ஸ்க்ரீனை மெல்ல மெல்ல நகர்த்தினான்.

ராஜபூபதி தன் அறையிலிருந்து காட்டிய எஸ்டேட்டின் பழைய கட்டிடத்தைப் பார்த்தார். அந்தக் கட்டிடத்தின் மேல் மாடியில் அவள் தெரிந்தாள்.

அமராவதி.

ஹாலில் இருந்த படத்தில் பார்த்தது போலவே இருந்தாள்!

வெள்ளைச் சேலை. உடலெங்கும் நகை. மிதந்து வருகிற மாதிரிதான் இருந்தாள். நரேந்திரன் இருந்த பக்கம் திரும்பினாள். அவனைப் பார்த்தாள். நரேந்திரனுக்குப் பின்னால் இருந்த வைஜயந்தியைப் பார்த்தாள்.

"களுக்."

சிரித்தாள். சிரிப்புச் சத்தம் வெகு துல்லியமாக இங்கே கேட்டது. நரேந்திரனின் தண்டுவடத்தில் யாரோ ஐஸ்க்ரீம் துண்டத்தை நழுவவிட்டாற்போல உணர்ந்து சிலிர்த்தான்.

———◦∞◦———

6

"நரேன்... அங்கே பார்... அங்கே பார்" என்று வைஜயந்தி அவன் காதில் பயம் கலந்த குரலில் ஜுரம் பிடித்தவளைப் போலச் சொன்னாள்.

நரேந்திரன் வைஜயந்தி எந்தப் பக்கம் பார்க்கச் சொல்கிறாள் என்று புரியாமல் திணறிப் பார்வையை நான்கு பக்கமும் சுழற்றினான். அமராவதிக்குப் பின்னால் வலப்புறக் கோடியில் அந்த ஆள் நின்றிருந்தான். இளைஞனாகத்தான் இருந்தான். இருந்தாலும் தலையில் டர்பன் இருந்தது. முழுநீளக் கோட்டு ஒன்று அணிந்து முகத்தை மூடுகிற அளவுக்குப் பெரிய மீசையுடன் காட்சியளித்தான். மிதந்தான். அமராவதி உருவத்திற்குப் பக்கத்தில் வந்தவுடன் அது நின்றது. இரண்டு உருவங்களுக்கும் கால்கள் இல்லை. சுந்தரபூபதியின் கோட்டுடன் அந்த உருவம் முடிவடைய, அமராவதியின் உருவம் கட்டியிருந்த புடவையின் முக்கால் உயரம் வரை தெரிந்தது.

நரேந்திரன் தோளை வைஜயந்தி நன்றாகப் பற்றிக்கொண்டாள். அந்த இரண்டு உருவங்களும் இப்போது நரேந்திரனும் வைஜயந்தியும் இருந்த இடத்தையே பார்த்துக்கொண்டு இருந்தன. அமராவதி மறுபடி ஒரு முறை 'க்ளுக்' என்று சிரித்தாள். சுந்தரபூபதியின் குரல், "நரேந்திரா" என்றது. நரேந்திரன் திடுக்கிட்டான். என் பெயர் எப்படித் தெரிந்தது?

"வைஜ்! ஒரு டார்ச் இருந்தால் எடு வைஜ்."

"நான் நகர மாட்டேன். டார்ச் இருந்தாலும் அதன் வெளிச்சம் அவ்வளவு தூரம் ரீச்சாகாது நரேன்..."

"அந்த உருவம் கூப்பிடுவது, சிரிப்பது, நடப்பது எல்லாம் நமக்கு அவ்வளவு க்ளீனாகக் கேட்கிறதே வைஜ்..."

"அந்தப் பெண் யார்?" என்று ஒரு பெண் குரல் கேட்டது. அமராவதியின் குரல்.

"அவன் ஜோடி. வைஜயந்தி." என்று ஆண் குரல் பதில் சொல்லியது.

"நாளை அவர்கள் குடலை உருவுவோமா?"

"நிச்சயம்!"

அந்த இரண்டு உருவங்களின் சிரிப்பொலியும் அறையை நிரப்ப, வைஜயந்தி 'வீல்' என்று அலறிக் கீழே சாய்ந்தாள். நரேந்திரன் சட்டென்று வைஜயந்தியைத் தாங்கிப் பிடித்தான். திரைச்சீலையை இழுத்துவிட்டான். வைஜயந்தியின் முகத்தில் நீர் தெளித்தான். வைஜயந்தி சில விநாடிகளில் கண்களைத் திறந்தாள். நரேந்திரனைப் பார்த்துவிட்டு மறுபடி அலறி, மயங்கினாள். நரேந்திரன் ஜன்னல் பக்கம் சென்று திரைச்சீலையை விலக்கிப் பார்த்தான். யாருமில்லை. அமராவதியும் இல்லை. சுந்தரபூபதியும் இல்லை. இத்தனை நேரம் பார்த்ததாக நினைத்ததுகூட பிரமையோ என்று தோன்றியது. அறையிலிருந்து வெளிப்பட்டான். பக்கத்து அறைக் கதவைத் தட்டினான், மெல்ல.

"சார்..."

அறையிலிருந்து சத்தம் எதுவும் கேட்கவில்லை.

"சார், நான் நரேந்திரன்" என்றான்.

அறையில் லேசாக ஏதோ சலனம் கேட்டது. நரேந்திரன் இதயத்தில் சம்மட்டி ஒலிக்கக் காத்திருந்தான். கதவு திறந்து ராஜபூபதி தெரிந்தார். பயந்திருந்தார் என்று முக பாவத்திலேயே தெரிந்தது. கெட்டியாக ருத்திராட்ச மாலையைப் பற்றிக்கொண்டிருந்தார். 'ஓம்... ஓம்...' என்று வாய் முணுமுணுத்துக்கொண்டிருந்தது.

நரேந்திரனைப் பார்த்தவுடன், "பார்த்தாயா?" என்று கேட்டார்.

"பார்த்தேன். வைஜயந்தி மயங்கி இருக்கிறாள். அவளுக்கு சூடாக ஹார்லிக்ஸ் கொடுத்தால் நன்றாக இருக்கும். உங்களுக்கு ஒன்றும் ஆகவில்லையே."

"இல்லை."

"சுபத்ரா?"

"சுபத்ராவின் பெட்ரும் கீழே இருக்கிறது! சமையலறையும் அதற்குப் பக்கத்தில்தான் இருக்கிறது. ஹார்லிக்ஸ் வேண்டுமென்றால் நாம்தான் கீழே போய் போட்டுக்கொள்ள வேண்டும்."

"வாருங்கள், அப்படியே சுபத்ராவையும் பார்த்துவிட்டு வந்துவிடுவோம்."

ராஜபூபதி தயக்கத்துடன் நரேந்திரனைப் பார்த்தார்.

"நான்தான் கூடவே இருக்கிறேனே" என்றான் நரேந்திரன்.

ராஜபூபதியும் அவனுமாகச் சேர்ந்து படிகளில் இறங்கினார்கள். நீளமான காரிடாரில் இந்த மூலையில் ஒன்றும், அந்த மூலையில் ஒன்றுமாக மஞ்சள் விளக்குகள் மங்கலாக எரிந்துகொண்டிருக்க, ராஜபூபதி சுபத்ராவின் அறை வாசலுக்கு எதிரில் நின்று நரேந்திரனைப் பார்த்தார். நரேந்திரன் கதவைத் தட்டினான்.

"மிஸ் சுபத்ரா... மிஸ் சுபத்ரா..."

"அவள் எழுந்து வர கொஞ்சம் லேட்டாகலாம். நான் அவளுக்குத் தூக்க மாத்திரை கொடுத்திருக்கிறேன். அவளுக்குத் தெரியாமல் பாலில் கலந்து..."

"ஏன்?"

"சொன்னேனே. சுபத்ராவிற்கு இந்தப் பேய் சமாச்சாரம் எதுவும் தெரியாது என்று. தெரிந்தால் குழந்தை உயிரையே விட்டுவிடுவாள் என்று. அதனால்தான் அவளுக்கு எதுவும் தெரியக் கூடாது என்று தூக்க மாத்திரை."

ராஜபூபதியின் பேச்சு பாதியில் நின்றது. காரணம், சுபத்ராவின் அறைக் கதவு திறந்தது. சுபத்ரா தூக்கக் கலக்கத்துடன் இருந்தாள்.

தூண்டில் கயிறு

மூடியே இருக்கப் பார்த்த இமைகளை வலுக்கட்டாயமாகத் திறந்து பார்த்து முடியாமல் போகவே மூடிக்கொண்டு மறுபடியும் இமைகளை அரைபாகம் திறந்து, "யெஸ்?" என்றாள் சுபத்ரா.

சில பெண்கள் தூங்கிவிட்டு, தூக்கத்தில் எழுந்து வந்து நின்றால் பார்க்கச் சகிக்க மாட்டார்கள். சுபத்ராவைப் பார்த்தால் அப்படித் தெரியவில்லை. ஏதோ அல்லிமலர் இதழ் மூடிக்கொண்டிருப்பதுபோல் தெரிந்தாள். போனால் போகட்டும் என்று தன்னிடத்திலிருந்து இறங்கி வந்து தன்னை விடக் கீழ் மட்டத்தில் இருக்கும் மக்களுக்கு ஆசீர்வாதம் செய்ய வந்த தேவதைபோல் இருந்தாள்.

"யெஸ்?" என்றாள் சுபத்ரா.

'அப்பாடா. முழுதாக இருக்கிறாள். ஒன்றும் ஆகவில்லை. தாங்க் காட்.'

"ஒன்றுமில்லை மிஸ். எஸ்டேட்டில் திடீரென்று ஏதோ சத்தம் கேட்டது. நான் காரிடாருக்கு வந்து பார்த்தேன். தூரத்தில் ஏதோ சலசலப்புக் கேட்டது. யாராவது திருடன், கிருடன் வந்துவிட்டார்களோ என்று பயந்து போனேன். நீங்கள் நன்றாக இருக்கிறீர்களா என்று பார்க்க வேண்டும்போல் இருந்தது. அதுதான் வந்தேன்."

"பார்த்தாகிவிட்டதா?"

"ஓ... யெஸ்."

"ஆம் ஐ ஆல்ரைட்?"

"யூ ஆர் பர்பெக்ட்லி ஆல்ரைட்."

"ஓ. கே... தென்... குட் நைட்..."

"குட் நைட். கதவை நன்றாகச் சாத்திக் கொள்ளுங்கள். உள்ளே தாழ்ப்பாள்..."

சுபத்ரா தாழ்ப்பாள் போடும் சத்தம் கேட்டது. நரேந்திரன் ராஜபூபதியைப் பார்த்தான். ராஜபூபதி நரேந்திரனைப் பார்த்தார்.

"பையா... உனக்கும் தூக்கமாத்திரை கொடுத்து தூங்கச் செய்துவிட்டு, நல்ல தூக்கத்தில் எழுப்பினால் இதைவிட மோசமாக நடந்து கொள்வாய்" என்றார்.

"கரெக்ட்" என்றான் நரேந்திரன்.

ராஜபூபதி சமையலறையைத் திறந்தார். எவ்வளவு பெரிய சமையலறை. இருந்தும் விளக்கு போட்டவுடன் நான்கைந்து கரப்பான்கள் இருளைத் தேடி ஓடின. வைஜயந்திக்குப் பேய், கீய் என்று காட்டுவதைவிட இந்தக் கரப்பான்களைக் காட்டினால் இன்னும் நன்றாக இருக்கும் என்று நினைத்துக்கொண்டான்.

ஃப்ரிட்ஜைத் திறந்து கன்டென்ஸ்ட் பால் இருந்த டெட்ரா பாக்கெட் எடுத்துக் கரைத்துக் கொதிக்க வைத்தான். மூன்று கோப்பைகளில் ஹார்லிக்ஸைத் தாராளமாய்ப் போட்டுக்கலக்கி, ஒருட்ரேயில் வைத்து சமையலறையை விட்டு வெளிப்பட்டான். அவர்கள் மூவரும் நரேந்திரனுக்காக ஒதுக்கப்பட்டு இருந்த கெஸ்ட் ரூம் ரிசப்ஷனில் உட்கார்ந்திருந்தார்கள். வைஜயந்தி இன்னும் மிரண்ட பார்வையுடன் இருந்தாள். கையில் இருந்த கோப்பையை அவ்வப்போது உதட்டின் விளிம்பில் பொருத்தி எடுத்தாள்.

"சொல்லுங்கள்" என்றான் நரேந்திரன்.

"எப்போது வருகிறது என்று சொல்ல முடியாது. மூன்று நாட்கள். இரவு நேரம், பன்னிரண்டு மணிக்கு மேல் வந்துவிடுகிறது. முதல் நாள்தான் மிகவும் பயங்கரம். சுந்தரபூபதி என் அறைக்கே வந்துவிட்டான். என் கழுத்தை நெரிக்கிற பாவனையுடன் என்னைப் பார்த்து வந்தான். நான் பயந்து போய் விழுந்துவிட்டேன். அடுத்த நாள் பார்த்தால் ஒன்றுமில்லை. அன்றைக்கிரவும் ஒன்றுமில்லை. அதற்கடுத்த நாள் இரவும் இப்படி நடந்தது."

"சுந்தரபூபதி என்ன சொல்கிறார்?"

"அவனும் அமராவதியும் 'இப்படி செய்யலாமா?' என்று கேட்கிறார்கள்."

"நீங்கள் அப்படி என்ன செய்தீர்கள்?"

தூண்டில் கயிறு

"ஐயோ... நான் ஒன்றுமே செய்யவில்லையே..."

"அவர்கள் உருவங்கள் உங்களுக்கு ஏதாவது தொந்தரவு கொடுக்கின்றனவா?"

"இல்லை... இதுவரைக்கும் இல்லை."

"இன்றைக்கு அமராவதி உருவம் என்ன சொல்லியது?"

"நீ கேட்கவில்லை?"

"உங்களிடம் என்ன சொல்லியது?"

"அதேதான். இப்படிச் செய்யலாமாதான்!"

"பிறகு?"

ராஜபூபதி தயங்கினார்.

"உன்னை வீட்டை விட்டு துரத்தச் சொல்கிறது. இதுவரைக்கும் இரண்டு பேரும் சாந்தமாக இருந்தார்களாம். நீயும் அந்தப் பெண்ணும் இங்கேயே இருந்தால் சுபத்ரா, நான் எல்லோரும் வருந்த வேண்டியிருக்குமாம்..."

"அப்படியா?" என்றான் நரேந்திரன். யோசித்தான்.

"உன்னிடம் என்ன சொல்லியது நரேந்திரன்?"

"என் குடலையும், வைஜயந்தியின் குடலையும் உருவிவிடுவதாக..."

"என்னை விட்டுவிட்டுப் போய்விடாதே நரேந்திரன். நானும் சுபத்ராவும் தனியாக மாட்டிக்கொள்வோம்."

"ஏன் ராஜபூபதி சார், கொஞ்ச நாட்கள் நீங்கள் இந்த இடத்தைவிட்டு வேறு இடத்திற்கு இடம் மாறினால் என்ன?"

"எங்கே போனாலும் விடாதே. பேய்க்கு நாம் இடம் மாறினால் தெரியாமல் போய்விடுமா? அந்தப் பேய்களை எப்படி ஒழித்துக் கட்டுவது என்று நீ எனக்கு ஏதாவது யோசனை சொல்வாய் என்று பார்த்தால், நீ என்னையே இந்த இடத்தைவிட்டு வெளியே போகச் சொன்னால் என்ன அர்த்தம்?"

"ஓ.கே. நாளைக்கு. நாளைக்கு இல்லையென்றால் நாளன்றைக்கு, ஜோடிப் பேய் எப்போது வருகிறதோ, அப்போது அந்த ஜோடிப் பேயை நேராகப் போய் பார்த்து 'என்ன சமாச்சாரம்?' என்று கேட்டுவிடுகிறேன். உங்கள் வீட்டுப் பேய் அந்தப் பழைய வீட்டில்தானே வருகிறது?"

"ஆம், அந்த வீட்டில்தான் அமராவதியும் சுந்தரபூபதியும் இருந்தார்கள். அந்த வீட்டில் இருந்தபோதுதான் இறந்து போனார்கள். அந்த பில்டிங் பழையதாகிவிட்டது. புதிதாக ஒன்று கட்ட வேண்டும் என்று இந்த லேட்டஸ்ட் பில்டிங்கைக் கட்டியவன் சுந்தரபூபதிதான். வீடு முடிவடைகிற வரை உயிரோடு இருந்தான். ப்ச்..."

"இந்த வீடு பதினேழு வருடங்கள் பழைய வீடா?"

"அவ்வப்போது எனக்குத் தோன்றுகிற மாற்றத்தையெல்லாம் செய்துகொண்டுதான் வருகிறேன். அந்த வகையில் பார்த்தால் வீட்டில் பழைய சமாச்சாரம் என்று சொல்கிற மாதிரி ஒன்றுமே தெரியாது."

"ஓ.கே. நீங்கள் போய்த் தூங்குங்கள். பேயை நான் நேரில் சந்திக்கும் வரை இது பற்றி வேறு எந்த முடிவும் எடுக்க வேண்டாம்."

மறுநாள் காலை வைஜயந்தியை எழுப்ப எழுப்ப, அவள் எழுந்திருக்கவே இல்லை! நரேந்திரன் திடுக்கிட்டான். மூன்று நான்கு முறை கூப்பிட்டு எழுந்திருக்காத வைஜயந்தியை இப்போதுதான் முதல் தடவையாகப் பார்க்கிறான். என்ன ஆயிற்று அவளுக்கு? சோபாவில் கிடந்தவளை நெருங்கினான். நெற்றியில் தொட்டு, "வைஜ்" என்று உலுக்கப் பார்த்தவன் கையை உடனே இழுத்துக்கொண்டான். வைஜயந்தியின் உடலில் சூடு பறந்து கொண்டிருந்தது. டெம்பரேச்சர் நிச்சயம் நூற்றைந்தைத் தொட்டிருக்கும் என்று தோன்றியது.

ஜூரமா? வைஜயந்திக்கா? நரேந்திரன் அறையை விட்டு அவசரமாக வெளிப்பட்டான். காரிடாரில் முதுகு காட்டி நின்று சுருட்டு புகைத்துக்கொண்டிருந்த ராஜபூபதியை நெருங்கினான்.

"சார்" என்றான்.

தூண்டில் கயிறு

ராஜபூபதி திரும்பினார்.

அவரைப் பார்த்ததும், நரேந்திரனுக்கே மயக்கம் வரும்போல் இருந்தது. திடுக்கிட்டு அவனையறியாமல் ஒரடி பின்வாங்கினான்.

7

ராஜபூபதி முகமா இது?

அந்த முகத்தில் சுத்தமாக சதையே இல்லை. கண்கள் இருக்க வேண்டிய இடத்தில் இரண்டு குழிகள். முகவாய்க்குப் பதில் தாடை எலும்பு. மூக்கு இருக்க வேண்டிய இடத்தில் மறுபடி ஒரு குழி. உதடுகளுக்குப் பதிலாக ஈறுகளற்ற பெரிய ஓட்டைப் பற்கள். ஒரு மண்டையோட்டை அவர் கழுத்துக்கு மேல் நிற்க வைத்தாற்போல இருந்தார். அதனால்தான் நரேந்திரன் சடக்கெனத் திடுக்கிட்டுப் பின்வாங்கினான்.

"சார்..." என்று நரேந்திரன் அந்த எஸ்டேட் முழுக்கக் கேட்கும்படி அலறினான்.

ராஜபூபதி சுருட்டை எகிற விட்டார்.

"என்னப்பா... என்ன?" என்று நரேந்திரனை நெருங்கினார். அவன் தோளைப் பற்றினார்.

நரேந்திரன் அவரை மறுபடி பார்த்தான்.

இப்போது ஒழுங்காகத்தான் இருந்தார். மூக்கு இருந்தது. கண்கள் இருந்தன. நெற்றியில் திருநீறு, குங்குமம், கழுத்தில் ருத்திராட்ச மாலை, ஓம் டாலர் எல்லாம் அப்படியே இருந்தன. நரேந்திரனுக்கு வெட்கமாக இருந்தது. இப்படி ஒரு பிரமையா? வைஜயந்திதான் பயந்திருக்கிறாள் என்றால் நான்கூடவா?

"வைஜயந்திக்கு சரியான காய்ச்சல். உங்கள் கார்களில் ஏதாவது ஒன்றைக் கொடுங்களேன். நான் மெட்ராஸ் ஓடிப்போய் எங்கள் டாக்டரிடம் காட்டிவிட்டு வருகிறேன்."

"அதற்கு ஏன் இந்த அலறு அலறினாய்?"

"ஒன்றுமில்லை. ஜஸ்ட், என் பதற்றம் காரணமாக..."

"நன்றாகப் பதறினாய் போ. என் சுருட்டையே எகிற வைத்துவிட்டாயே! ஷெட்டில் என் ஸ்விஃப்ட் இருக்கிறது. எடுத்துக்கொண்டு போ. சாயங்காலத்திற்குள் வந்துவிடுவாயா?"

"வந்துவிடுவேன்."

"எஸ்டேட் டாக்டரை வேண்டுமானால் வரச் சொல்லட்டுமா?"

"வேண்டாம். வைஜயந்திக்கு அவளுடைய ஃபேமிலி டாக்டர் ஒருவர் இருக்கிறார். அவரிடம் காட்டினால்தான் எனக்குத் திருப்தியாக இருக்கும்."

"ஓ.கே. போய் வா."

*****

டாக்டர் பார்த்தார்.

"எதையோ பார்த்து மிக மிரண்டிருக்கிறாள். பயத்தில் காய்ச்சல் கண்டுவிட்டது."

வைஜயந்தி வெளிறிய முகத்துடன் அவரைப் பார்த்தாள். அவளுக்கு ஊசி போட்டு ஓய்வெடுக்கச் சொல்லி டாக்டர் அனுப்பி வைத்தார். நரேந்திரன் ராம்தாஸிடம் போய் முதல் நாள் இரவு நிகழ்வுகளை விவரித்துவிட்டுப் புறப்படத் தயாரானான்.

"ஜோடியாகப் பேய் வரும் என்று நான்கூட இப்போதுதான் கேள்விப்படுகிறேன்" என்றார் ராம்தாஸ், நக்கல் சிரிப்புடன்.

அவன் மாற்றுடைகளை அள்ளிக்கொண்டு கிளம்பும்போது வைஜயந்தி எழுந்துவிட்டாள்.

'நானும் வருவேன்' என்று குழந்தையைப் போல் பிடிவாதம் பிடிக்கத் தொடங்கினாள்.

"அமராவதி, சுந்தரபூபதிப் பேய்கள் இன்றிரவும் வந்தால்?"

"உன்னைத் தனியாக அனுப்ப பயமாயிருக்கிறது" என்று அவள் அடம்பிடித்தாள்.

பேய்களுக்காகச் சொல்கிறாளா, சுபத்ரா இருக்கும் இடத்துக்கு அவனைத் தனியாக அனுப்ப யோசிக்கிறாளா என்று கேட்டால் பதில் சொல்லும் நிலையில் அவள் இல்லை என்பதால், நரேந்திரன் அவளைச் சீண்டிப் பார்க்கவில்லை.

"ஓ.கே. ஆனால், முதலில் டாக்டரிடம் பர்மிஷன் வாங்கலாம்" என்றான்.

ஜான்சுந்தர், "நானும் வருகிறேனே" என்றான்.

நரேந்திரன் அவனை மறுத்துவிட்டு காரை ஸ்டார்ட் செய்தான். வைஜயந்தியை மறுபடியும் டாக்டரிடம் கூட்டிப் போனான். அவளை ராஜபூபதியின் இடத்துக்குக் கூட்டிக்கொண்டு போகலாமா என்று கேட்டான்.

"யெஸ் என்று சொல்லுங்கள், டாக்டர்" என்று வைஜயந்தி பலவீனமான குரலில் வற்புறுத்தினாள்.

"ஓ.கே." என்று அவளுக்குத் தலையசைத்துவிட்டு, நரேந்திரன் கையில் ரகசியமாக சில மாத்திரைகளைத் திணித்தார் டாக்டர்.

"சூடாக ஆவின் மில்க் ஒரு கப் சாப்பிடுவோமா?" என்று பார்லரில் நிறுத்தினான்.

ஐஸ்க்ரீம்தான் வேண்டும் என்று அடம்பிடிக்கும் வைஜயந்தி, ஒன்றும் சொல்லாமல் அவனைப் பரிதாபமாகப் பார்த்தபோது பாவமாயிருந்தது. அவளுக்காக டாக்டர் கொடுத்த ட்ராங்க்விலைசர்களில் ஒன்றை அவளுக்குத் தெரியாமல் சூடான பாலில் கரைத்துக் கொடுத்தான். வைஜயந்தியின் இமைகள் கனத்து ஒட்டிக்கொண்டதும், காரின் பின்சீட்டில் அவளைச் சாய்வாக உட்கார வைத்தபோது மாலை மணி ஏழு.

* * * * *

எண்ணூரை நோக்கிச்சென்ற கடற்கரைச்சாலை பாலைவனமாக வெறிச்சிட்டிருந்தது. அலைகளின் நடன ஒலி சற்றே அமானுஷ்யமாகக் கேட்டது. 'வுர்ரும்' என்ற ரீங்காரத்துடன் கடல்காற்று ஜில்லென்று ஸ்விம்ப்டினுள் நுழைந்தது. குளிர் நரேந்திரனை எலும்பு வரை தொட்டது.

                                                         தூண்டில் கயிறு

"கண்ணாடியை வேண்டுமானால் ஏற்றிக் கொள் வைஜ்" என்றான்.

பின்சீட்டிலிருந்து பதில் எதுவும் வரவில்லை. சின்னச் சின்னதாய் முனகல் தொடர்ந்து வந்துகொண்டிருந்ததே... அந்த முனகலும் நின்றுவிட்டதே! நரேந்திரனின் இதயத்தில் பய ஊசி ஒன்று குத்தியது. காரை ஓரமாக நிறுத்தினான். உள் விளக்கைப் போட்டான். திரும்பிப் பார்த்தான். வைஜயந்தி பின்சீட்டில் ஏறக்குறைய சரிந்து தூங்கிக்கொண்டிருந்தாள்.

காரை விட்டு இறங்கினான். பின்சீட் கதவைத் திறந்தான். வைஜயந்தியை நன்றாகப் படுக்க வைத்தான். கண்ணாடிகளை மேலே ஏற்றிவிட்டான். முன்னால் வந்து உட்கார்ந்தான். காரைக் கிளப்பினான். ஹெட் லைட்டைப் போட்டான். திடுக்கிட்டான். சற்று தூரத்தில் சாலையில் அவர்கள் இருவரும் உட்கார்ந்திருந்தார்கள். நரேந்திரன் அவர்களை எழுப்புவதற்காக ஒரு முறை ஹாரனைப் பிரயோகித்தான். அவர்கள் எழுந்துகொள்ளும் ஜாதியாகத் தெரியவில்லை. மனிதர்கள்தான்.

கறுப்பாய்த் தெரிந்தார்கள். அவர்கள் எழுந்தால்தான் ஸ்விஃப்ட் போக முடியும் என்ற நிலை. சாலையின் குறுக்கே குரங்குகளாய், அசைபோடும் எருமை மாடுகளாய் உட்கார்ந்திருந்தார்கள். இது என்ன திடீர் போராட்டமா? ஏதாவது ஜாதியைச் சேர்ந்தவர்கள் இந்த மாதிரி கொடி தூக்கி இருக்கிறார்களா? நரேந்திரன் அவர்களுக்குஅருகில்சென்றவுடன்காரைநிறுத்தினான். இரண்டு பேரும் நல்ல திடகாத்திரர்களாக இருந்தார்கள். ஆளுக்கொரு ஜீன்ஸ் அணிந்து இருந்தார்கள். மேல்சட்டை அவர்களுடைய தாத்தாக்களுக்காக அளவெடுத்துத் தைக்கப்பட்டாற்போல் லூசாக இருக்க, அவர்களின் முடி அடர்த்தியாக இருந்தது. அந்த நாள் பாய்ஸ் கம்பெனி நாடக நடிகர்களுக்கு இருக்கிறாற்போல் அலைஅலையாய்க் கூந்தல்.

"என்னப்பா... என்ன விஷயம்?" என்றான் நரேந்திரன்.

"இறங்கு."

"எதற்கு?"

அவர்கள் இரண்டு பேரும் எந்தப் பதிலும் சொல்லவில்லை. அதற்குள் நரேந்திரனின் தலைமுடி பின்னாலிருந்து பற்றப்பட்டது. நரேந்திரன் திரும்புவதற்குள் ஒரு கத்தியின் மிகக் கூரான பிளேடு அவன் கழுத்தைத் தடவியது.

"அசையக் கூடாது."

உட்கார்ந்து இருந்தவர்களில் ஒருவன் எழுந்து வந்தான். காருக்குள் கை விட்டுக் கதவின் லீவரைப் பற்றித் திருப்பிக் கதவைத் திறந்தான். நரேந்திரனை வெளியில் இழுத்தான். கார் கதவை அறைந்து சாத்தினான். நரேந்திரன் கீழே புரண்டான். வாக்கிங் ஸ்டிக் எகிறியது. நிமிர்ந்து பார்த்தான். இப்போதுதான் மூன்றாவது ஆசாமி தென்பட்டான். முன்கதவை ஓட்டி நின்று கொண்டிருந்தான். அவன் கையில் இருந்த கத்தி நிலவின் ஒளியில் நட்சத்திரங்களை விசிறியடித்தது.

"உங்களுக்கு என்ன வேண்டும்?" என்றான் நரேந்திரன்.

"நாங்கள் சொல்வதைக் கேட்காவிட்டால் உன் உயிர்..."

"நீங்கள் என்ன சொல்கிறீர்கள்? என்னிடமிருந்து பணம் எதுவும் எதிர்பார்க்கிறீர்களா? ஸாரி... நான் பர்ஸ் எடுத்து வர மறந்துவிட்டேன். மைனர் ஜாலி, மணிபர்ஸ் காலி ஆசாமி நான்..." காலில் கட்டு போடப்பட்ட இடத்தில் வலி.

"சரியான நட்டாக இருப்பான் போலிருக்கிறதே. இவனா?"

"இவன்தான், இவன்தான்!"

நரேந்திரன் காலைத் தடவிக்கொண்டான்.

அவர்கள் என்ன பேசிக் கொள்கிறார்கள்? புரியவில்லை.

"உன் பணம் யாருக்கு வேண்டும்? நீ உடனே ஓடிப் போய்விடு."

"எங்கே?"

"உன் வீட்டுக்கு. அம்மா இருந்தால் அவள் மடியில் தலையைப் புதைத்துக் கொள்."

தூண்டில் கயிறு

"நான் இங்கே இருக்கும் தங்கச்சி மலை எஸ்டேட்டுக்குப் போகிறேன். நீங்கள் என்னை வேறு யாரோ என்று நினைத்துக்கொண்டு..."

"என் மச்சானே... உன்னை நீ என்று நினைத்துக்கொண்டுதான் சொல்கிறோம். எஸ்டேட் விவகாரத்தில் உன் மூக்கை நுழைக்காதே. அநாவசியமாக அடிபடாதே."

புது விதமான மிரட்டல்.

"நீங்கள் யார்?"

"அப்படியென்றால்?"

"உங்களை அனுப்பி வைத்த பார்ட்டி யார்?"

"என்ன கொழுப்பு பாருங்கடா இவனுக்கு? நாங்கள் உங்கள் கொள்ளுத் தாத்தாக்கள். டேய்... இனிமேல் ஒரு வார்த்தை பேசினாயோ... உனக்கு ரத்தம் என்ன டேஸ்ட் என்று தெரிந்துவிடும்."

ராஜபூபதி, எஸ்டேட் வந்து பேயை ஓட்டு என்கிறார். இங்கே யாரோ மூன்று பெயர் தெரியாத ஆசாமிகள் எஸ்டேட் விவகாரத்தில் மூக்கை நீட்டாதே என்கிறார்கள். நரேந்திரன் திடீரென்று செயல்பட்டான். கீழே இருந்த பீச் மணல் சிதறலை உள்ளங்கையில் வாரி வீசினான். மணல் இரண்டு பேர் கண்களைத் தொட்டது. அவர்கள் கண்களை மூடினார்கள். காட்டுத்தனமான தாக்குதலில் இறங்கினார்கள்.

நரேந்திரன் புரண்டு அவர்களிடமிருந்து விலகினான். கத்தி பிடித்திருந்த ஆசாமியைக் குறி வைத்து காலால் ஓர் அப்பர் கிக் செலுத்தினான். கால் ஆச்சரியமாகப் பாய்ந்தது. அந்த ஆசாமியின் கத்தி எகிறியது. அவன் அடி வயிற்றைப் பற்றிக்கொண்டு என்றைக்கோ பெற்றுப்போட்டவளை அழைத்தான். நரேந்திரனின் கால் சுளுக்கு சரியாகிவிட்டது.

நரேந்திரன் சான்ஸை விட்டுவிட விருப்பமின்றி இன்னும் இரண்டு உதைகளைச் செலுத்தினான். உதைபட்டவன் இதற்கு

மேல் தாங்காது என்ற எண்ணத்துடன் அங்கிருந்து விலகினான். மணலால் தாக்கப்பட்டவர்கள் இதற்குள் நரேந்திரனை நெருங்கிக் குனிய, நரேந்திரன் பூமியைப் பிளந்து மேலே பீய்ச்சியடிக்கும் நீருற்றுபோல் குபீரென்று எழுந்தான். அவன் உச்சந்தலை இருவருடைய முகவாய்களையும் பதம் பார்த்தது. நரேந்திரன் இரண்டு கைகளிலும் தன் முழு பலத்தையும் பிரயோகித்து, இருவர் வயிறுகளிலும் இடைவிடாத தாக்குதலைச் செலுத்த அவர்கள் அந்த ஸ்தலத்திலிருந்து உடனே விலகினார்கள். ஓடினார்கள். நரேந்திரன் தாவிப் பற்றியதில் ஒருவனின் சட்டை காலர் சிக்கியது.

சற்று தூரத்தில் இருந்த ஏதோ ஒரு மோட்டார் பைக் ஸ்டார்ட் ஆகும் சத்தம் கேட்டது. கியரை சபக் என்று மாற்றிக்கொண்டு மோட்டார் பைக் அடர்த்தியான பெட்ரோல் புகையைக் கக்கிக்கொண்டு சென்னை திசையில் பறந்தது. எதிரில் வந்த ஏதோ ஒரு வாகனத்தின் ஹெட் லைட் வெளிச்சத்தில் மோட்டார் பைக்கில் மூவரும் உட்கார்ந்திருந்தது அவுட் லைனாகத் தெரிந்தது. சண்டைப் பயிற்சியே இல்லாமல் புதிதாகத் தொழிலில் இறங்கியவர்கள் போலும். நரேந்திரன் காலில் இருந்த கட்டை அவிழ்த்து எறிந்தான். காலை ஒரு முறை நீட்டி மடக்கினான். சண்டை போட்டால் இப்படி ஒரு லாபமும் கிடைக்கும் என்று இப்போதுதான் புரிந்தது.

"ஹூர்ரே" என்று கத்தினான்.

வைஜயந்தி இன்னும் தூக்கம் கலையாமல் சீரான மூச்சுடன் பின்சீட்டில் கிடந்தாள்.

நரேந்திரன் கையை 'ஃப்பூ' என்று ஊதினான். காரைக் கிளப்பினான். எஸ்டேட் நோக்கி விரைந்தான்.

* * * * *

நரேந்திரன் எஸ்டேட்டை அடைந்தபோது இரவு மணி எட்டரை. கூர்க்கா வாசல் கதவை நகர்த்தினான். நரேந்திரன் எஸ்டேட் உள்ளே நுழைந்ததும் அங்கங்கே இதுவரை மெளனமாக இருந்த சுவர்க்கோழிகள் திடீரென்று ஞாபகத்திற்கு வந்த மாதிரி

ரீங்காரமிடத் தொடங்கின. தூங்கி விழித்த ஓர் ஆந்தை, 'கெளச்,
கெளச்' என்று அலறியது.

எஸ்டேட் போர்ட்டிக்கோவில் இருள் மண்டியிருந்த
இடத்திலிருந்து வெள்ளையாக ஓர் உருவம் மெல்ல நகரத்
தொடங்கியது.

8

நரேந்திரன் யோசனையுடன் காரை போர்ட்டிகோவில் நுழைத்து நிறுத்தினான். போர்ட்டிகோவின் இருளில் மெல்ல நகர்ந்துகொண்டிருந்த அந்த உருவம் இப்போது வெளிச்சத்துக்கு வந்தது. சுபத்ரா! எதற்கு வெள்ளையுடை அணிந்து இவள் வேறு பயமுறுத்துகிறாள்?

"ஹலோவ்" என்றான் நரேந்திரன். "வெள்ளை உடையில் சட்டென்று பார்த்தால்..."

"பேய் போல் தெரிந்தேனா?" என்று சுபத்ரா சிரித்தாள்.

"நோ... நோ. தேவதைபோல் இருக்கிறீர்கள் என்று சொல்ல வந்தேன்."

"பட், நீங்கள் திரும்பி வர மாட்டீர்கள் என்று நினைத்தேன். வந்துவிட்டீர்கள்?"

"ஏன் அப்படி நினைத்தீர்கள்? நாங்கள் திரும்பி வர மாட்டோம் என்று அப்பா சொல்லியிருக்க முடியாது. ஏனென்றால் அவருடைய காரைத்தான் எடுத்துக்கொண்டு போனோம். வேலைக்காரர்கள் யாரும் சொல்லியிருக்க முடியாது. ஏனெனில் பெரும்பாலான வேலைக்காரர்களுக்கு நாங்கள் இங்கே வந்திருப்பதே தெரியாது. பின் நீங்கள் ஏன் அப்படி நினைக்க வேண்டும்?" என்று சற்றே வியப்பான குரலில் நரேந்திரன் கேட்டான்.

"உங்கள் ஃபியான்ஸிக்கு உடம்பு சரியில்லை என்று அப்பா சொன்னார். அவர்களுடைய உடம்பு சரியாகப் போகும் வரை நீங்கள் இங்கே வருவீர்களோ, மாட்டீர்களோ என்று நினைத்தேன். என்ன இருந்தாலும் ஃபியான்ஸியை விட்டு வர மனம் வருமா?"

"ஃபியான்ஸியையும் கூட்டிக்கொண்டே வந்துவிட்டேன்."

சுபத்ரா விழிகளை வியப்பில் விரித்தாள்.

"எங்கே?" என்றாள்.

நரேந்திரன் காரின் பின்சீட்டைக் காட்டினான்.

"தூங்குகிறாள்" என்றான்.

"உங்கள் வைஜயந்தி ரொம்ப அழகு."

"உங்களை விடவா?" என்றான் நரேந்திரன்.

அவன் சட்டைக் காலரை பின்னாலிருந்து ஒரு கை பற்றியது. நரேந்திரன் திடுக்கிட்டுத் திரும்பினான்.

"நீ எஸ்டேட்டுக்குள் நுழையும்போதே நான் விழித்துக் கொண்டுவிட்டேன் நரேன்" என்றாள் வைஜயந்தி. சுத்தமாகத் தெளிந்திருந்தாள். களைப்பாகத் தெரிந்தாலும் சிரித்தாள்.

"ஹப்பா... சரியான ஆள்தான் உங்கள் ஃபியான்ஸி" என்றாள் சுபத்ரா, கைகள் இரண்டையும் கன்னத்தில் வைத்துக்கொண்டு. "அவளை எழுப்பத்தானே என்னை அவளைவிட அழகு என்று புகழ்ந்தீர்கள்?"

நரேந்திரன் ஏன் பதில் சொல்லப் போகிறான்?

"வெல்கம், வெல்கம். யுவர் டின்னர் இஸ் ரெடி."

மீண்டும் அந்த மாளிகைக்குள் நுழைந்தார்கள்.

* * * * *

நரேந்திரன்தான் திருப்தியாகச் சாப்பிட்டான். வைஜயந்தி ஒரு டம்ளர் ரசத்தை மட்டும் குடித்துவிட்டு எழுந்துகொண்டாள். இருவரும் அறைக்கு வந்தவுடன் நரேந்திரன் சாலையில் நடந்த சண்டையைப் பற்றி வைஜயந்தியிடம் சொன்னான்.

"யார் நரேன் அவர்கள்?"

"ஓடிவிட்டார்களே. மாட்டியிருந்தால் பேய் விவகாரம் எல்லாம் வெளியே வந்திருக்குமே. பைக்கில்தான் போனார்கள். என்னால் நம்பர் எதுவும் பார்க்க முடியவில்லை."

"ஸோ... பேயோடு சேர்ந்து மனிதர்களும் இந்த விவகாரத்தில் சம்பந்தப்பட்டிருக்கலாம் என்கிறாய்!"

"அப்படித்தானே இருக்க வேண்டும்? இன்றைக்கு இரவு பேய் வந்தால் நான் அந்தப் பழைய பில்டிங்கிற்கே போய்விடப் போகிறேன். செய் அல்லது செத்து மடி. பேயா இல்லை நானா? இரண்டில் ஒன்று பார்த்துவிடுவது இன்றைக்கு..."

"ஜாக்கிரதை நரேன்" என்றாள் வைஜயந்தி.

"உன் தாலி பாக்கியத்தின் மகிமை உனக்குத் தெரியாது வைஜ். எனக்குத் தெரியும். அது நிச்சயம் என்னைக் காப்பாற்றும்."

"அய்ய... லிட்டர் லிட்டராய் வழிகிறது."

"கொஞ்ச நேரம் சீட்டாடலாமா?"

"ஓ.கே. ஆனால் தோற்றால் கிஸ், ஜெயித்தால் கிஸ் என்று நோ பந்தயம்."

"அய்ய... கிலோ கிலோவா ஆசையைப் பாரு..." என்று சொல்லிவிட்டு, அவன் மீது வீசப்பட்ட தலையணையிலிருந்து நகர்ந்துகொண்டான் நரேந்திரன்.

இரவு ஒரு மணி வரை விளையாடியபடி விழித்திருந்தார்கள். வீணாகப் பேசிக்கொண்டிருந்தார்கள். பேய் வரும் அறிகுறி எதுவுமில்லை. இனிமேல் பேய் வரப் போவதில்லை என்று தீர்மானம் செய்துகொண்டு நைட் லாம்பைப் போட்டுக்கொண்டு நரேந்திரன் "குட் - நைட்" என்று கொட்டாவி விட்டான். கட்டிலில் மல்லாந்தான். தூக்கம் வரவில்லை. ஆரம்பம் முதல் நினைத்துப் பார்த்தான். எதிலுமே படம் தெளிவாகக் கிடைக்கவில்லை. சுந்தரபூபதியும் அமராவதியும் ஏன் வருகிறார்கள்? இதெல்லாம் நியாயமா என்று ஏன் கேட்கிறார்கள்?

தூண்டில் கயிறு

அப்படிக் கேட்கும்படி பெரியவர் என்ன செய்தார்? ரொம்பவும் சாதுவான பேய்களோ? தூரத்திலேயே நின்று மிரட்ட வேண்டிய அவசியம் என்ன? பெரியவர் பயந்திருக்கிறார். தெரிகிறது. ஏதோ ஒரு விஷயத்தைச் சொல்லாமல் மறைக்கிறார். அதுவும் தெரிகிறது. சுபத்ரா மேல் உயிரையே வைத்திருக்கிறார். பேய் விவகாரம் அவளுக்குத் தெரியக் கூடாது என்பதில் அக்கறையாக இருக்கிறார். ஏன்?

சுபத்ரா மீது உண்மையான பாசமா? பெரியவருக்கு எதிரிகள் யாராவது இருக்கிறார்களா? தங்கச் சிலை பிரைவேட் லிமிடெட் கம்பெனியில் என்ன எக்ஸ்போர்ட் செய்கிறார்கள்? அதைத் தெரிந்துகொள். தெரிந்துகொண்டால் ராஜபூபதிக்குத் தொழில்ரீதியான எதிரிகள் யாராவது இருக்கிறார்களா என்று தெரிய வரலாம். திடீரென்றுதான் அந்தச் சத்தம் கேட்டது. ஆந்தை ஒன்று, 'கௌச் கௌச்' என்று அலறும் சத்தம். நரேந்திரன் திடுக்கிட்டான். எங்கோ ஒரு நாய் ஊளையிடும் சத்தம் கேட்டது. இன்றைக்கும் பேய் வரப் போகிறதா? நரேந்திரன் கட்டிலில் எழுந்து உட்கார்ந்தான்.

'ஸ்... ஸ்...' என்று காற்று வீசும் சத்தம் கேட்டது. ஜன்னல் கண்ணாடி மூடி இருந்தது. திரைச்சீலை இழுத்துவிடப்பட்டிருந்தது. அறைக்குள் எப்படி காற்று புகுந்த சத்தம் கேட்கிறது?

'டிக்... டாக்...', 'டிக்... டாக்...' என்று சுவர்க் கடிகாரம் தன் கடமையை ஒழுங்காக செய்வதைச் சொல்லிக்கொண்டிருந்தது.

வைஜயந்தி சோபாவில் எழுந்து உட்கார்ந்தாள்.

"நரேன்..." என்றாள், திகில் குரலில்.

"ஷ்..." என்றான் நரேந்திரன்.

"நரேந்திரா..." திடீரென்று ஒரு குரல்.

"என்னையா? நானா?" நரேந்திரன் ஆச்சரியப்பட்டான்.

"நரேந்திரா... என்னைப் பார்!"

நரேந்திரன் சுற்றிலும் பார்த்தான். அந்தக் குரல் ஆண் குரலாகவும் தெரியவில்லை. பெண் குரல் என்றும் சொல்ல முடியவில்லை. ஏதோ ஓர் இடைப்பட்ட குரல்.

"கட்டிலுக்குக் கீழே பார்..."

நரேந்திரன் கட்டிலிலிருந்து துள்ளி இறங்கினான். வைஜயந்தி ஓடிவந்து நரேந்திரனை ஒட்டிக்கொண்டு நின்றாள்.

நைட் லாம்ப் வெளிச்சத்தில் கட்டிலுக்குக் கீழே ஒன்றும் தெரியவில்லை.

"வைஜ்... ஸ்விட்சை ஆன் செய்யேன்."

"ம்ஹூஹூம். நான் மாட்டேன்."

நரேந்திரன் தலையணைக்கடியில் வைத்திருந்த பென் டார்ச்சை எடுத்தான். கட்டிலுக்குக் கீழே ஒளிக் கதிரைச் செலுத்தினான். வெறுமையாக இருந்தது. வெளிச்சத்தில் சின்னச் சின்ன தூசித் துகள்கள் பறந்தது தெரிந்தது.

"நரேந்திரா... என்னைப் பார். கட்டிலுக்குக் கீழே தரையில் பார்."

நரேந்திரன் தடக் தடக் தடக் என்ற இதயத் துடிப்புடன் கட்டிலுக்குக் கீழே இருந்த பிரதேசத்தில் டார்ச்சை அடித்தான். தூசிப் படலத்தில் சுண்டுவிரல் நீளத்திற்கு, சுண்டுவிரலில் பாதி தடிமனுக்கு ஒரு நரம்பு இருந்தது. துள்ளித் துள்ளி ஆடியது.

"நரேந்திரா... போய்விடு. இந்த வீட்டு விவகாரத்தில் தலையிடாதே. தலையிட்டால் நீயும் உன் வைஜயந்தியும் அவ்வளவுதான்."

நரம்பு இன்னும் மெலிதாக மேலெழுந்து மேலெழுந்து அடங்க, வைஜயந்தி அலறினாள். நரேந்திரன் அவள் வாயைப் பொத்தினான். நரேந்திரன் கட்டிலுக்குக் கீழே குனிந்து அந்த நரம்பை எடுக்க முனைய...

"நோ... நோ... நோ..." என்று வைஜயந்தி திமிறிக் கத்தக் கத்த...

அதைத் துணிந்து கையில் எடுத்தான். 'டப்' என்று ஒரு சின்னச் சத்தம் கேட்டது. நரம்பின் ஒரு புறத்திலிருந்து கொழகொழவென்று பச்சையாக, கரும்பச்சையாக, சிவப்பாக, வெளிர் சிவப்பாக கடைசியாக சீழ் மாதிரி ஏதோ வடிய, வைஜயந்தி விடாமல் அலறினாள். நரேந்திரன் அந்த நரம்பை

                                             தூண்டில் கயிறு

விசிறியடித்தான். அன்றைக்கு இரவு முழுக்க அவர்களால் நிம்மதியாகத் தூங்க முடியவில்லை.

* * * * *

மறுநாள் காலை ஆறு மணிக்கு அறைக் கதவு தட்டப்பட்டு நரேந்திரன் கதவைத் திறந்தான். அந்த அபார வளர்த்தியான வேலைக்காரன் கையில், ட்ரேயில் ஆவி பறக்கும் காப்பிக் கோப்பைகளுடன் இருக்க... அவனுக்குப் பின்னால் ராஜபூபதி. திருநீறு, குங்குமம். அதிகாலையிலேயே குளித்திருந்தார்.

"என்ன நரேந்திரன், நல்ல தூக்கமா?" என்றார்.

நரேந்திரன் காபியைக் கையில் வாங்கிக்கொண்டு சைகையால் அந்த பேரரைப் போகச் சொன்னான். இரவு நடந்ததைச் சொல்லலாமா என்று ஒரே ஒரு செகண்ட் யோசித்தான். வேண்டாம்.

"இன்றைக்கு உங்கள் எக்ஸ்போர்ட் கம்பெனியை விசிட் செய்ய வேண்டும்" என்றான்.

"எதற்கு?" என்றார் ராஜபூபதி, நெற்றியில் சுருக்கங்களுடன்.

"என்னை ஷிப்பிங் ஏஜண்ட் கம்பெனி ஆள் என்று உங்கள் டாட்டரிடம் அறிமுகப்படுத்தி இருக்கிறீர்கள். நான் வந்து பார்க்காவிட்டால் அவ்வளவு நன்றாகவா இருக்கும்? அதுவுமில்லாமல் உங்கள் தங்கச்சிலை பிரைவேட் லிமிடெட் கம்பெனியில் வேலை செய்பவர்களையும் நான் பார்க்க வேண்டும். எனக்கென்னவோ இந்தப் பேய் விவகாரத்திற்கும், அந்தக் கம்பெனிக்கும் என்னவோ தொடர்பு இருக்க வேண்டும் என்று தெரிகிறது."

ராஜபூபதி ஒரு முறை தோள்களைக் குலுக்கிக்கொண்டார்.

"ஓ... யெஸ். அதற்கென்ன, பார்த்தால் போயிற்று" என்றார்.

* * * * *

தங்கச்சிலை எஸ்டேட்டின் வடக்குக் கோடியில் தங்கச்சிலை பிரைவேட் லிமிடெட் இருந்தது. கம்பெனியைச் சுற்றி

காம்பவுண்ட் சுவர். அந்த உயரமான சுவர் நெடுக அடர்த்தியாக அப்பிப்படர்ந்திருந்த ஏதோ ஒரு இங்கிலீஷ்குரோட்டன் தாவரம். காம்பவுண்ட் சுவரே அந்தத் தாவரத்தால் உருவாக்கப்பட்ட ஒரு பிரமையைக் கொடுத்தது.

சின்ன போர்ட்டிகோ. போர்ட்டிகோவில் கார் சொருகி நின்றதும் நரேந்திரன் இறங்கினான். வைஜயந்தி இறங்கினாள். ராஜபூபதி டிரைவரிடம் காரை ஷெட்டில் கொண்டுபோய் நிறுத்தச் சொல்லிவிட்டு இறங்கினார். முகப்பில் ஒரு பெரிய பித்தளை போர்டில் தங்கச்சிலை பிரைவேட் லிமிடெட் என்று கம்பெனியின் பெயர் ஆங்கிலத்திலும் தமிழிலும் செதுக்கப்பட்டிருந்தது.

உள்ளே நுழைந்தவுடன் ரிசப்ஷன். கம்பளம் விரிக்கப்பட்டிருந்தது. தரையில் கால் அழுத்தினாலே சொய்யாவென்று உள்ளே போவது போலிருந்தது. ரிசப்ஷன் கவுண்டரில் இருந்த பெண்ணுக்கு இருபத்துசொச்ச வயது இருக்கலாம். நெற்றியில் சிக்சிக்சிக் என்று முடியைக் கொண்டு வந்து படரவிட்டு வெட்டிவிட்டிருந்தாள். மீதி முடி ஷாம்பூவால் கழுவப்பட்டு லேசாக அலைந்துகொண்டிருந்தது. ஸ்லீவ்லெஸ். புடவை. லிப்ஸ்டிக்.

ராஜபூபதியைப் பார்த்ததும் எழுந்துகொண்டாள். ராஜபூபதி அவள் இருப்பதையே மதிக்காமல் ரிசப்ஷன் டெஸ்க்கை ஒட்டி இருந்த கதவைத் திறக்க, நரேந்திரன் ரிசப்ஷனிஸ்ட்டின் பெயர் தெரியவில்லையே என்று வருத்தப்பட்டான். உள்ளே ஆபீஸ் விஸ்தாரமாக இருந்தது. நுழைந்தவுடன் ஒரு பீடம் அமைக்கப்பட்டு அமராவதியின் உருவம் சிலையாக நிறுத்தப்பட்டு முழுக்க முழுக்க தங்க வர்ணம் பூசப்பட்டிருந்தது. அமராவதி சிலையாகக்கூட சிரித்தாள். பீடத்தில் மறுபடி தங்க எழுத்துகளில், 'தங்கச்சிலை பிரைவேட் லிமிடெட்.'

"இதுதான் எங்கள் அட்மினிஸ்ட்ரேஷன் ஆஃபீஸ்" என்றார் ராஜபூபதி.

ஹால் அமெரிக்கன் பாணியில் இருட்டடிக்கப்பட்டிருந்தது. சுவரில் மெரூன் நிறக் கம்பளம் பொருத்தப்பட்டிருந்தது. நான்கு சுவர்களும் அப்படியே அலங்காரம் செய்யப்பட்டிருக்க,

போடப்பட்டிருந்த பத்து மேஜைகளில் விளக்குகள் நேராகத் தொங்கிக்கொண்டிருந்தன, மேஜைகளுக்கு மட்டும் வெளிச்சம் தந்துகொண்டு. மேஜைக்கு அந்தப் பக்கம் இருந்த நாற்காலிகளில் இருந்த அத்தனை பேரும் பெண்கள். இளம் வயது. ராஜபூபதி உள்ளே வந்ததைப் பார்த்ததும் அவர்கள் அனைவரும் எழுந்து நின்றார்கள்.

"ஒருநாள் இல்லாவிட்டால் ஒருநாள் ஈகிள்ஸ் ஐ ஆஃப்பீஸ் இப்படி மாற வேண்டும், இல்லை வைஜ்?" என்றான் நரேந்திரன், அந்தப் பெண்களைப் பார்வையால் வருடிக்கொண்டே.

வைஜயந்தி நரேந்திரனின் புஜத்தில் கிள்ளினாள்.

"உன் ஜோடிக்குக் கோபம் வருகிறது பார்" என்று சிரித்தார் ராஜபூபதி.

"இந்தக் கம்பெனியில் என்னதான் எக்ஸ்போர்ட் செய்கிறீர்கள்?"

"தூண்டில்கள்" என்றார் ராஜபூபதி.

நரேந்திரன் அதிர்ந்தான்.

அவனது மூளையில் மின்னல் வெட்டியதுபோல் பளிச்சென்று ஒரு விஷயம் தெளிவாகியது. முந்தின நாள் இரவு கட்டிலுக்குக் கீழே மந்திரம் போட்டதுபோல் நடனம் ஆடிய அந்த விநோதமான நரம்பு, ராஜபூபதி சொல்லும் தூண்டிலின் ஒரு பகுதிதான்!

⊷⊶

9

"**எ**ன்னது?" என்று அதிர்ந்து போய்க் கேட்டான் நரேந்திரன்.

ராஜபூபதி தொடர்ந்தார்:

"யெஸ்... நாங்கள் தூண்டில்கள் தயாரிக்கிறோம். இங்கிலீஷ் படத்தில் எல்லாம் பார்த்திருப்பீர்களே? உள்ளங்கையில் அடங்குகிற மாதிரி ஒரு சின்ன மெட்டல் பாக்ஸில் தூண்டில் கயிற்றை ஸ்பிரிங் ஸிஸ்டத்தில் சுற்றி வைத்திருப்பார்கள். படகில் உட்கார்ந்துகொண்டு தூண்டில் கயிற்றை ரிலீஸ் செய்துவிட்டு, மீனுக்காகக் காத்திருக்கும் நேரத்தில் முத்தமிட்டுக் கொள்வார்களே. மீன் கிடைத்ததும் ஸ்பிரிங்கைச் சுற்றி, கயிற்றை உள்ளுக்குள் இழுத்து மீனையெடுத்து வலைப்பைக்குள் போட்டுக் கொள்வார்களே..."

அப்படி இப்படி என்று தட்டுத் தடுமாறி ஏதோ ஒரு விடையை நோக்கி நகர்ந்துகொண்டிருப்பதாக நரேந்திரனுக்குத் தோன்றியது.

"இவ்வளவு விரிவாக, இவ்வளவு ஆக்ஷன்களுடன் சொல்லியே ஆக வேண்டுமா?" என்றான்.

"யெஸ்... இல்லையென்றால் நீ பாட்டுக்கு மூங்கில் கழி, நுனியில் தூண்டில் கயிறு என்று கற்பனை செய்து கொள்வாய். இது மூங்கில் கழி சமாச்சாரம் இல்லை. ஃபைபர் கம்பு, ஃபைபர் பாக்ஸ், ஃபைபர் கயிறு எல்லாம் மாடர்ன்."

"ஜமீன்தார் காலத்து ஆசாமியாக இருந்தாலும் இந்த மாதிரி விஷயங்களில் எல்லாம் மாடர்னாகத்தான் இருக்கிறீர்கள். இங்கே என் தூண்டிலில் சிக்கக்கூடிய ஒரு மீன்கூட இல்லையே. போட்டுப் பார்க்கலாமே. ஏதாவது ஒரு மீன் மாட்டாமலா போய்விடப் போகிறது?"

"இந்த தடவை உன் ஜோடி கிள்ளினால் உனக்கு ரத்தமே வந்துவிடும்! இது வெறும் அட்மினிஸ்ட்ரேஷன் ஆஃபீஸ். எவ்வளவு தூண்டில் தயாராகி இருக்கிறது? யார் யார் கேட்டிருக்கிறார்கள்? யார் யாருக்கு அனுப்பப்பட்டிருக்கிறது? அந்த விவரங்கள்தான் மெயினாக இங்கே. தூண்டில் தயாரிப்பது, ஸ்டாக் செய்வது எல்லாம் பின்னால் இருக்கும் ஃபாக்டரியிலும் கோடவுனிலும். வா, அங்கே போய்ப் பார்க்கலாம்."

ஃபாக்டரியில் ஆண்கள் இருந்தார்கள். சிறு தொழிற்சாலைதான். ஒரு பக்கம் ஃபைபரில் ஆன தூண்டில் கயிறுகள் குவிக்கப்பட்டிருக்க, இன்னொரு பக்கம் ஃபைபர் பெட்டிகள் உள்ளங்கை சைஸில் கொட்டப்பட்டிருந்தன.

"இறக்குமதி செய்யப்பட்ட மிஷின்கள்தான் ஃபைபர் வயரையும் பெட்டியையும் பிளாஸ்டிக் கழியையும் தயாரிக்கின்றன. நாங்கள் அவற்றை அஸெம்பிள் செய்து அனுப்புகிறோம்."

நரேந்திரன் தூண்டில் கயிற்றில் கையை அளைந்து ஒரு கொத்தைத் தூக்கினான். "ஸம் பிஸினஸ்" என்றான்.

"வயிறு என்று ஒன்று இருக்கிறதில்லையா? எஸ்டேட்டில் கிடைக்கும் தேக்கும் மிளகும் ரப்பரும் எந்த மூலைக்கு? அதனால்தான் இந்த பிஸினஸ்..."

"இந்த வயரெல்லாம் திக்காக இருக்கிறதே. நம்ம ஊர் தூண்டில்களில் எல்லாம் இந்தக் கயிறு மிகவும் மெல்லியதாக இருக்குமே" என்றான் நரேந்திரன்.

"உனக்கு அபாரமான பொது அறிவு. எங்களுக்கு இந்த மாதிரி திக்னஸில்தான் ஒயர் வேண்டுமென்று ஆர்டர் வருகிறது. நாங்கள் தயாரித்து அனுப்புகிறோம். ஒருவேளை இவற்றை வாங்கும் ஃபாரின் கஸ்டமர்கள் பெரிய, பெரிய மீன்களைப் பிடிக்க உபயோகிக்கிறார்களோ என்னவோ?" என்றார் ராஜபூபதி.

"அவ்வளவுதானா?" என்று கேட்டபடி அங்கு வேலை செய்கிறவர்களைப் பார்த்தான் நரேந்திரன். முதல் நாள் கடற்கரைச் சாலையில் அவனை மடக்கியவர்களில் யாராவது ஒருவராவது இருக்கிறார்களா என்று பார்த்தான். ஊஹும். அங்கே வேலை செய்தவர்கள் அத்தனை பேரும்

சாதுப் பசுக்களாகத் தெரிந்தார்கள். நெருக்கமாக முடி வெட்டியிருந்தார்கள். ஷேவ் செய்திருந்தார்கள். க்ரே கலரில் யூனிஃபார்ம் அணிந்திருந்தார்கள்.

"அவ்வளவுதானா என்றால்?"

"ஃபாக்டரி?"

"கோடவுன் இருக்கிறதே! மாடசாமி! கோடவுனைத் திற!"

கோடவுன் அந்தத் தொழிற்சாலையின் மூலையில் இருந்தது. அதன் கதவைத் திறந்து உள்ளே நுழைந்தவுடன் குப்பென்று பிளாஸ்டிக் வாசனை அடித்தது. வெப்பமாக இருந்தது. ராஜபூபதி சுவரில் தடவி ஸ்விட்ச் போட, விளக்கு ஒன்று மங்கலாக எரிந்தது. நிறைய கள்ளிப் பெட்டிகள் இருந்தன.

"கோடவுனில் யாரும் காவல் இல்லையா?" என்றான் நரேந்திரன்.

"இந்த பிளாஸ்டிக் வயரை எல்லாம் யார் தூக்கிக்கொண்டு போகப் போகிறார்கள்? அப்படியே தூக்கிக்கொண்டு போனாலும் அவற்றை யார் வாங்கிக்கொள்ளப் போகிறார்கள். 'செத்த கிளிக்குக் கூண்டு எதற்கு?' என்ற பழமொழியைக் கேட்டிருப்பாய். அது வேறு ஒரு முக்கியமான விஷயத்தைக் குறிப்பிடுவதற்காகச் சொல்லப்பட்டது. பிளாஸ்டிக் வயரும் ஏறக்குறைய செத்த கிளி போலத்தான்."

ராஜபூபதி எதைக் குறிப்பிடுகிறார் என்று நரேந்திரனுக்குத் தெரிந்தே இருந்தது. நல்லவேளை வைஜயந்திக்கு அதன் பொருள் தெரியாது. அதனால் ராஜபூபதியும் தப்பித்தார், தானும் தப்பித்தோம் என்று நினைத்துக்கொண்டான் நரேந்திரன். கோடவுனின் பூட்டைத் திறக்கும்போதே அவனுக்கு உள்ளே யாரும் இருப்பார்கள் என்று தோன்றவில்லை. அதுவே சற்று ஏமாற்றமாக இருந்தது. வெளியே இருக்கும் முகங்களில்தான் சந்தேக முகம் எது என்று தேட வேண்டும்.

"மிஸ்டர் ராஜபூபதி."

"என்ன?"

                                        தூண்டில் கயிறு

"உங்கள் ஃபாக்டரியில் வேலை செய்பவர்கள், அட்மினிஸ்ட்ரேஷன் ஆஃபீஸில் வேலை செய்பவர்கள் அத்தனை பேர்ஃபைல்களையும் பார்க்க வேண்டும். முடியுமா?"

"ஏன் அவர்களில் யாரையாவது சந்தேகிக்கிறாயா?"

"எனக்கே தெரியவில்லை. சந்தேகிக்கிறேன். சந்தேகிக்கவில்லை. இருந்தாலும் ஒரு சின்ன வெரிஃபிகேஷன். யாராவது சந்தேகப்படும் சாத்தியங்களுடன் இருக்கிறார்களா என்று பார்க்க வேண்டும்."

"ஓ... யெஸ். இன்றைக்கு ராத்திரி தரச் சொல்லுகிறேன்! ஆஃபீஸ் மூடியதும் என் பர்சனல் வேலைக்காரனை விட்டு அத்தனை ஃபைல்களையும் எடுத்து வரச் சொல்கிறேன்" என்று சொல்லிவிட்டுத் திரும்ப இருந்தவர் சற்றே தயங்கினார். அவர் பார்வை ஒரிடத்தில் நிலைத்தது.

"அட, கொஞ்சம் இரு... அது என்ன பார்?"

ராஜபூபதி சுட்டிக்காட்டிய இடத்தில் கள்ளிப்பெட்டி ஒன்று இருந்தது. அதன் மேல் ஒரே ஒரு தூண்டில் மட்டும் தனியாக இருந்தது. பிளாஸ்டிக் கழியின் முனையில் கயிறு நீண்டு பக்கத்தில் இருந்த பள்ளத்தில் இறங்கி இருந்தது. ஆளில்லாமல் தண்ணீரில் இறக்கிய தூண்டில் முனைபோல் தூண்டில் கொக்கி அந்தப் பள்ளத்துக்குள் மறைந்திருந்தது.

"என்ன இது? ஒரே ஒரு தூண்டில் மட்டும் ஏன் தனியாக இருக்கிறது?" ராஜபூபதி தனது சந்தேகத்தை உரத்த குரலிலேயே வெளியிட்டார்.

"கயிறு ஏதோ பள்ளத்தில் இறங்குகிறது" என்றான் நரேந்திரன்.

"அது ட்ரெயினேஜுக்காகப் போடப்பட்ட பள்ளம். யாரோ மூடியைத் திறந்திருக்கிறார்கள்" என்றார் ராஜபூபதி.

அதன் அருகில் சென்று தூண்டில் கயிற்றை ஸ்ப்ரிங் சக்கரத்தைச் சுழற்றி மேலே இழுத்தார். கயிறு பள்ளத்தின் விளிம்பைத் தாண்டி பாம்புபோல் சரசரவென வெளியே வந்தது. அதன் முனை விளிம்பை மீறி வெளியே வந்ததும்

ராஜபூபதி ஆச்சரியப்பட்டார். தூண்டில் கயிற்றின் நுனியில் ஸ்டீல் கொக்கியில் ஒரு பரிசுப் பெட்டி இருந்தது. ஓரடி நீளப் பரிசுப்பெட்டி!

"வாட் இஸ் திஸ்? இது எப்படி இங்கே வந்தது? யார் மாட்டி வைத்திருக்கிறார்கள்? யாருக்காக?" என்று பதில்களற்ற கேள்விகளை உதிர்த்துக் கொண்டே குழம்பினார்.

"என்ன கிஃப்ட் பாக்ஸ் இது?"

"இரு, திறக்கிறேன்."

ராஜபூபதி அந்தப் பரிசுப் பெட்டியின் மேலே சுற்றப்பட்டிருந்த அலங்காரமான கிப்ட் ராப்பரைக் கிழித்தார். பெட்டியைத் திறந்தார். "ஏ..." என்று இனந் தெரியாத ஒரு கூச்சல் போட்டு பெட்டியைத் தூர எறிந்தார். அப்படியே சரிந்தார். மயங்கி விழுந்தார்.

பெட்டியிலிருந்து, துண்டிக்கப்பட்ட அழுகிய கை ஒன்று கோடவுனின் சிமெண்ட் தரையில் விழுந்தது. குப்பென்று தீப்பற்றிக்கொண்டது. வைஜயந்தி அலறாமல், வாயைப் பிளந்த வண்ணம், கண்களை அகல விரித்த வண்ணம் அப்படியே கீழே சரிந்தாள். நரேந்திரன் அவளை தாங்கிப் பிடித்தான். படுக்க வைத்தான்.

என்ன வினோதமானதொரு நிகழ்வு இது? சற்றுத் தொலைவில் ஜ்வாலையுடன் எரிந்துகொண்டிருந்த மனிதக் கையை அகன்ற விழிகளுடன் பார்த்தான். கோடவுன் முழுக்க வினோதமான, குடலைப் புரட்டும் நாற்றம் பரவியது. நரேந்திரன் பேண்ட் பாக்கெட்டில் இருந்த பென் டார்ச்சை எடுத்துக்கொண்டு சாக்கடைக்காகத் தோண்டப்பட்டிருந்த பள்ளத்தை நோக்கி எச்சரிக்கையுடன் மெல்ல நடந்து சென்று அதன் விளிம்பில் நின்றான்.

பள்ளத்தில் ஒளியைப் பாய்ச்சினான். ஆறடி ஆழத்தில் பள்ளம் நின்றது. சாக்கடை எதுவும் ஓடவில்லை. கீழே கறுப்பாக மண்தான் இருந்தது. அந்த மண்ணில் முந்தின இரவு அவன் அறைக் கட்டிலின் கீழே பார்த்த நரம்பைப் போல ஏராளமான நரம்புகள், சுண்டுவிரல் நீளத்திற்கு, புழுக்களைப் போல

                                தூண்டில் கயிறு

நெளிந்துகொண்டிருந்தன. அந்த நரம்புகள் அனைத்தும் தன்னைக் கேலி செய்வது போலவே நடனமாடியதாகத் தோன்றியது அவனுக்கு.

நரேந்திரன் திகைத்துப் போய் ராஜபூபதியைப் பார்த்தான். அவர் இன்னும் மயங்கி இருந்தார். அந்த அழுகிய கை மட்டும் இன்னும் தீவிரமாக மேலும் மேலும் நாற்றமான புகையைக் கக்கிக்கொண்டு எரிந்தது. நரேந்திரன் முதல் வேலையாக கோடவுன்கதவை மூடி, உள்ளிருந்து தாழ் போட்டான். வெளியே ஃபாக்டரியில் வேலை செய்பவர்கள் உள்ளே வந்து என்ன ஏது என்று நோண்டத் தொடங்கினால் விஷயம் அநாவசியத்திற்குப் பரவும். பிறகு ஃபாக்டரி ஆட்களுக்குள் யாராவது குற்றவாளிகளாக இருந்தால் சுதாரித்துக் கொள்வார்கள்.

அந்த கோடவுனில் ஃபாக்டரி சட்டப்படி ஒரு மர ஸ்டாண்டில் தீ அணைக்கும் கருவி ஒன்று மாட்டப்பட்டிருக்க, நரேந்திரன் அந்த எஸ்டிங்க்விஷரை எடுத்தான். அதைத் தலைகீழாய்ப் பிடித்துத் தரையில் மோதினான். அதிலிருந்து 'புஸ்' என்ற சத்தத்துடன் நீர்த் திவலைகளுடன், திரவ நிலையில் அடைத்து வைக்கப்பட்ட கார்பன் டை ஆக்ஸைடு வாயு வெளிப்பட்டது. பற்றி எரிந்துகொண்டிருந்த கையின் மீது அந்த வாயுவைச் செலுத்தியதும், அது ஆக்சிஜன் பற்றாக்குறையால் அணைந்தது.

தீயணைக்கும் கருவியை ஓர் ஓரமாக வைத்தான். சுற்றுமுற்றும் பார்த்தான். பேக் செய்வதற்காக அடுக்கப்பட்டிருந்த பாலிதீன் பேப்பர்களில், ப்ரவுன் பேப்பர்களில் ஒன்றை எடுத்தான். பாலிதீன் பேப்பரில் பாதி எரிந்து முடிந்திருந்த அந்தக் கையை, காலால் உருட்டினான். சுற்றினான். மேலே காக்கி பேப்பரை வைத்து சுற்றிக்கொண்டான்.

ராஜபூபதியின் அருகில் சென்றான். அவரைத் தட்டி உலுக்கி எழுப்பினான். எழுந்தார். பேயால் அறையப்பட்டவர்போல் மிரண்ட பார்வை பார்த்தார். நரேந்திரன் உதட்டில் கை வைத்தான்.

"அநாவசியமாகக் கத்தி இங்கே கலாட்டா செய்ய வேண்டாம். விஷயம் வெளியில் லீக்காகும். நாம் வைஜயந்தியுடன் திரும்பி

எஸ்டேட் வீட்டுக்குப் போய்விடுவோம். எதுவாக இருந்தாலும் அங்கே பேசிக் கொள்வோம்.''

ராஜபூபதி திகிலுடன், பரிதாபமாகத் தலையை அசைத்தார்.

நரேந்திரன் வைஜயந்தியை நோக்கிப் போனான். இரு கரங்களையும் அவளது உடலுக்கு அடியில் கொடுத்து அவளை அப்படியே உயர்த்தினான். வைஜயந்தியின் நெருக்கமான அந்த ஸ்பரிசம் அவனுக்குள் அப்போது எந்தக் கிளர்ச்சியையும் அளிக்கவில்லை. ஃபாக்டரி கூடத்தின் ஊடே நடந்தபோது அவனை நோக்கிய கேள்விக்குறிகள் நிறைந்த பார்வைகளை உதாசீனப்படுத்திவிட்டு அவன் தனது அறையை நோக்கிச் சென்றான்.

—◦—

10

அன்றிரவு.

பழைய எஸ்டேட் வீட்டுக்குப் போய்ப் பார்த்துவிடுவது என்ற நரேந்திரனின் கருத்து பொதுவாக அந்தச் சபையில் வைக்கப்பட்டிருந்தது. ஒற்றை விரலைக் காட்டிவிட்டு ராஜபூபதி பாத்ரூமுக்குள் நுழைந்தார். நரேந்திரன் ஏறக்குறைய மண்டி போட்டு வைஜயந்தியிடம் கெஞ்ச ஆரம்பித்தான்.

"வைஜ், சொன்னால் கேளேன். ப்ளீஸ், சும்மா ராணிபோல் இந்த அறையிலேயே ஜாலியாகத் தூங்கிக்கொண்டிரு. அதை விட்டு நீ எதற்காக உடம்பை அலட்டிக் கொள்ள வேண்டும்? நீ ஒன்றும் வர வேண்டியதில்லை. இந்தக் கதையில் இதுவரை நீ எத்தனை தடவை மயக்கம் போட்டு விழுந்திருக்கிறாய் என்பதற்கு ஒரு போட்டியே வைக்கலாம் போலிருக்கிறது."

"ப்ளீஸ் நரேன். என்ன இருந்தாலும் நான் ஒரு பெண் இல்லையா? அதனால் இயல்பாகப் பயந்து போய் மயங்கி விழுந்துவிடுகிறேன். ப்ராமிஸ் என்றால் ப்ராமிஸாக இன்றிரவு பயப்பட மாட்டேன். நீ பழைய எஸ்டேட் வீட்டுக்குப் போகும்போது என்னையும் கூட்டிக்கொண்டு போ. ப்ளீஸ்... ப்ளீஸ்..."

வைஜயந்தியைப் பழைய எஸ்டேட் வீட்டுக்குக் கூட்டிச் செல்லாமல் இருக்க இன்னும் ஏதாவது நல்ல காரணம் கிடைக்குமாவென்றுநரேந்திரன்யோசித்தநேரத்தில்பாத்ரூமுக்குச் சென்றிருந்த ராஜபூபதி தனது வேலையை முடித்துக்கொண்டு கதவைத் திறந்து வெளிப்பட்டார். அவருக்குத் தெரியாமல் வைஜயந்தி, நரேனின் கன்னத்தைப் பற்றி, "ப்ளீஸ் நரேன்..." என்று இன்னொரு கெஞ்சலைச் செல்லக் குரலில் உதிர்க்க,

நரேந்திரன் அரைமனதுடன் சம்மதித்து, தலையைக் கொஞ்சமாக ஆட்டினான்.

வைஜயந்தி அவனது முகத்துக்கு நேரே தனது கட்டைவிரலை உயர்த்திக் காட்டி, 'ஈ' என்று இளித்தாள். சில நிமிடங்களுக்கு முன்தான் சுபத்ரா 'குட் நைட்' சொல்லிவிட்டு அவளுடைய அறைக்குள் நுழைந்து கதவைச் சாத்திக்கொண்டிருந்தாள்.

"இன்றைக்கும் சுபத்ராவிற்குத் தூக்க மாத்திரை ட்ரீட்மெண்ட் கொடுத்திருக்கிறீர்களா, மிஸ்டர் ராஜபூபதி?"

"ஆம்..." என்றார் ராஜபூபதி, அவர்கள் பக்கம் திரும்பாமலேயே! அவர் பார்வை ஜன்னலில் பதிந்திருந்தது. ஜன்னலில் பழைய எஸ்டேட் வீடு, இருபதடி தூரத்தில் தெரிந்தது.

"இன்றிரவு உங்களைப் பயமுறுத்தும் பேய்களின் முழு பயோடேட்டாவைத் தெரிந்துகொண்டு வரப் போகிறேன். அநேகமாக நாளையிலிருந்து நீங்கள் சுதந்திரப் பறவை" என்றான் நரேந்திரன், ராஜபூபதியை உற்சாகப்படுத்தும் விதமாக.

அப்போதும் ராஜபூபதி பழைய எஸ்டேட் வீட்டின் மீது இருந்த தனது பார்வையை விலக்கவில்லை. நரேந்திரன் தயாராக இருந்தான். ஒரு பாக்கெட்டில் டார்ச், ஒரு பாக்கெட்டில் எதற்கும் இருக்கட்டுமே என்று பாதுகாப்பிற்காக ஒரு கத்தி. கத்தி மடக்கப்பட்டு சாதுவாக இருந்தது. ஈகிள்ஸ் ஐ ஆஃபீஸிலிருந்து துப்பாக்கி கொண்டுவந்திருக்கலாம். கொண்டுவராமல் விட்டது லேசான முட்டாள்தனம்.

"உங்களிடம் ரிவால்வர் ஏதாவது இருக்கிறதா, மிஸ்டர் ராஜபூபதி?"

"ம்ஹூஹூம்... லைசென்ஸ் வாங்க வேண்டும். தப்பித் தவறி ஆசைக்கு ஒரு குண்டை வெடித்துவிட்டால்கூடக் கணக்குச் சொல்ல வேண்டும். எதற்கு வம்பு? அது சரி, துப்பாக்கி எதற்கு உனக்கு?"

"அமராவதி பேயையாவது, சுந்தரபூபதி பேயையாவது சுட்டுப் பார்க்கலாமே என்றுதான்..."

                                        தூண்டில் கயிறு

ராஜபூபதி சிரித்தார். "பேயைச் சுடப் போகிறாயா? உனக்கு ஏதாவது பைத்தியம் பிடித்திருக்கிறதா என்ன? துப்பாக்கிக் குண்டு பேயை என்ன செய்துவிட முடியும்?"

அவர்கள் காத்திருந்தார்கள். அறையில் இருந்த வால் க்ளாக் 'டிக் டாக்', 'டிக் டாக்', 'டிக் டாக்' என்று சுருதி மாறாமல் டிக்டாக்கிக்கொண்டிருந்தது.

"இந்த மாதிரி பயங்கரமான விஷயம் என்றாலே கடிகாரத்தின் டிக் டாக் மட்டும் ஆம்ப்ளிஃபை செய்யப்பட்ட மாதிரி கேட்க ஆரம்பித்துவிடுகிறது பார்த்தாயா வைஜ்?" என்றான்.

வைஜயந்தி பதில் சொல்லவில்லை. சட்டென்று அறையில் ஓர் அமானுஷ்யமான மௌனம் நிலவியது. ஜன்னல் வழியே தெரிந்த ஆகாயத்தில் இருந்த நிலா மேகங்களுக்கிடையே தன்னை மறைத்துக்கொண்டது. சட்டென்று எஸ்டேட் முழுவதையும் ஓர் இருட்டு நிழல் போர்த்திவிட, 'கௌச் கௌச்' என்று ஆந்தையின் அலறல் கேட்டது, துல்லியமாக.

நரேந்திரன் எழுந்துகொண்டான். வைஜயந்தி அவன் கையைப் பற்றி எழுந்துகொண்டாள். நாயின் ஊளைச் சத்தம் எங்கோ தூரத்தில் கேட்டது. ராஜபூபதியின் அறைக் கதவைத் திறந்தான் நரேந்திரன். குப்பென்று ஜில்லென்ற காற்று முகத்தைத் தாக்கியது. நரேந்திரன் தான் அணிந்திருந்த ஜெர்கினின் ஜிப்பை நன்றாக மேலே இழுத்துக்கொண்டான்.

காரிடாருக்கு வந்தான். வைஜயந்தி அவனை ஒட்டி வந்து நின்றுகொண்டாள். தூரத்தில் எஸ்டேட்டின் உயர்ந்த மரங்கள் இருட்டில் வேறு வேறு உருவங்களை எடுத்துக்கொண்டு பயமுறுத்தின. சுவர்க்கோழிகள் விடாமல் சுருதி போட்டுக்கொண்டிருந்தன. வைஜயந்தியுடன் நரேந்திரன் அந்தக் காரிடாரில் நடந்தான். கொஞ்சம் அவசரமாக மாடிப்படிகளில் இறங்கும்போது அவர்களுக்கு மூச்சிரைத்தது. மூச்சு விடும் சப்தம் அவர்களுக்கே ஒரு மாதிரி 'ஹெஹெ' என்று கேட்டது, இரண்டு வேட்டை நாய்களின் மூச்சிரைப்புபோல!

நரேந்திரன் காரிடாரிலிருந்து போர்ட்டிகோவில் இறங்கினான். வைஜயந்தியின் கையைப் பற்றி வீட்டுக்குப் பின்னால்

கொண்டுபோனான். வீட்டின் பின்சுவரிலிருந்து இருபதடி தூரத்தில் அந்தப் பழைய வீடு தெரிந்தது. சோகையான நிலா வெளிச்சத்தில் அங்கங்கே காரை பெயர்ந்து இருந்தது.

நரேந்திரன் பேண்ட்டின் ஹிப் பாக்கெட்டைத் தொட்டான். பழைய வீட்டின் சாவி பத்திரமாக இருந்தது. மேலே பார்த்தான். மொட்டை மாடியில் அமராவதி லேசாகத் தெரிந்தாள். சிரித்துக்கொண்டிருந்தாள். அமராவதியின் உடல் எங்கும் வெள்ளியால் இழைத்துவிட்ட மாதிரி ஓர் ஒளி தோன்றியது. அமராவதி, நரேந்திரனையும் வைஜயந்தியையும் பார்க்கவில்லை என்றுதான் தோன்றியது.

நரேந்திரன் அந்தப் பழைய வீட்டை நெருங்கினான். வீட்டு வாசலின் முகப்பில் 'தங்கச்சிலை மாளிகை' என்று எழுதப்பட்ட போர்டு ஒன்று தொங்கிக்கொண்டு இருந்தது. கறையானால் மூலைகள் அரிக்கப்பட்டு சிதிலமாகத் தெரிந்த போர்டு. நரேந்திரன் வீட்டின் கதவில் தொங்கிக்கொண்டிருந்த பூட்டைப் பார்த்தான். பிரிட்டிஷ் காலத்துப் பூட்டு. இரண்டு உள்ளங்கைகளையும் சேர்த்து வைத்தால் எவ்வளவு அகலம் இருக்குமோ அவ்வளவு அகலம் இருந்தது. திண்டுக்கல்லில் தயாரானதா இல்லை, லண்டனிலேயே தயாரானதா என்பது தெரியவில்லை.

சாவியை எடுத்தான். ஆறு அங்குல நீளச் சாவி. பூட்டில் பொருத்தினான். திருப்பினான். எளிதில் திறக்க மறுத்தது. எத்தனை வருடங்களாகப் பூட்டிக்கிடக்கும் வீடோ! துருப்பிடித்துக்கொண்டிருந்தது போலும். நரேந்திரன் சாவியை நன்றாகப் பற்றி பளிச்சென்று ஒரு திருகு திருகினான். 'டக்'கென்று பூட்டு திறந்துகொண்டது. கதவை மெதுவாக உள்ளே தள்ளினான். எண்ணெய் போடப்படாத கீல்களுடன் இருந்த கதவு 'க்ரீய்ச்ச்' என்று முனகியது.

நரேந்திரன் உள்ளே அடி எடுத்து வைத்தான். சிலந்தி வலை அவன் தலையில் மூக்கில் வாயில் என்று சகல இடங்களிலும் படர, அதைக் கைகளால் கலைத்தான். டார்ச்சை எழுப்பினான். சின்ன ஒளி வட்டத்தில் அவர்கள் இருந்த இடம் வீட்டின் ஹால் என்று தெரிந்தது. எங்கும் தூசி பறந்துகொண்டிருந்தது. அங்கங்கே சிலந்தி வலைகள். ஏதோ ஓர் இனம் புரியாத நாற்றம்.

                                                  தூண்டில் கயிறு

சுவரில் காரை பெயர்ந்து உள்ளே வைத்துக் கட்டப்பட்டிருந்த செங்கற்களைக் காட்டிக்கொண்டிருந்தன.

சுவர்க்கோழியா அல்லது வேறு ஏதாவதா என்று தெரியவில்லை. ஒரு மாதிரியான சத்தமொன்று ஹாலின் மௌனத்தைக் கலைத்திருந்தது. மனிதனின் அடித் தொண்டையிலிருந்து ஏற்படும் இடைவிடாத 'ம்' என்ற பேஸ் ஒலி. நரேந்திரன் மீது பசை போட்டாற்போல் வைஜயந்தி ஒட்டிக்கொண்டாள். நரேந்திரன் மாடிக்குப் போகும் வழியைத் தேடி டார்ச்சின் ஒளி வட்டத்தை அலையவிட்டான் மெல்ல, மெல்ல. அவ்வளவுதான். சக் சக் சக் என்ற ஏதோ ஒரு சத்தம் கேட்டது. நரேந்திரன் முகத்தில் ஏதோ ஒன்று வந்து மோதியது.

"ம்ஹ்ம்..." என்றாள் வைஜயந்தி, பயத்தில்.

"கத்தாதே. அது வெறும் வெளவால். பயப்படாதே" என்றான் நரேந்திரன், ரகசியக் குரலில்.

டார்ச்சின் வெளிச்சத்தில் மாடிப்படி தெரிந்தது. அதன் கீழே இருந்த ஒரு துண்டுப் பிரதேசத்தை ஆக்கிரமித்துக்கொண்டு தொங்கிக்கொண்டிருந்த வெளவால்கள் தெரிந்தன. நரேந்திரன் மாடிப் படிகளை நோக்கி முன்னேறினான். மரத்தால் ஆன படிகள். ஷ சத்தம் கேட்காமல் இருக்க நரேந்திரன் மிகவும் சிரமப்பட வேண்டியிருந்தது. படிகள் அவனை முதல் மாடி ஹாலில் கொண்டு போய்விட்டன.

அந்த வீட்டில் வசித்தவர்கள் யாராக இருந்தாலும் முதல் மாடியின் அந்த ஹாலைத்தான் நிறைய உபயோகித்திருக்க வேண்டும். சோபாக்கள், நாற்காலிகள், கருங்காலி ஊஞ்சல் பலகை, சுவரில் இருந்த சித்திரங்கள். அப்புறம் வேட்டையாடப்பட்டு, பதப்படுத்தப்பட்ட எருமையின் தலை, கண்களில் சிவப்பான கண்ணாடிக் குண்டுகள் பொருத்தப்பட்டிருக்க... டார்ச்சின் வெளிச்சத்தில் அந்த எருமையின் தலையிலேயே எமன் வந்து உட்கார்ந்திருக்கிற மாதிரியான ஒரு பிரமையை ஏற்படுத்தியது.

பால்கனி இருந்தது. பால்கனியிலிருந்து புது வீடு தெரிந்தது. வரிசையாக ஜன்னல்கள் தெரிந்தன. ஜன்னல்களின் மேல் ஒரு விதமான வெள்ளி வெளிச்சம் படர்ந்திருக்க, திரைச்சீலை விலகிய ஒரு ஜன்னலின் மையத்தில் ராஜபூபதி தெரிந்தார்.

பயந்திருந்தார். கண்கள் அப்படியே விரிந்திருந்தன. நரேந்திரன் முதல் மாடியிலிருந்து மேலே போவதற்கான மாடிப்படிகள் எங்கே என்று தேடினான். ஹாலின் மூலையில் இரும்புப் படிக்கட்டுகள் வளைந்து வளைந்து ஏறின.

நரேந்திரன் அந்தச் சுழல் படிக்கட்டுகளை நெருங்கினான். மறுபடி சிலந்தி வலைகள். பொருத்தப்பட்ட புதிதில் பெயிண்ட் அடிக்கப்பட்டு இருந்ததோ என்னவோ. இப்போது துருப்பிடித்து காணப்பட்டது. அந்த இரும்புப் படிக்கட்டுகளின் முதல் படியில் நரேந்திரன் காலை எடுத்து வைத்தான்.

'வீல்' என்ற பெண் அலறல் கேட்டது.

அது வைஜயந்தியின் அலறல்.

நரேந்திரன் தனது முதுகுத்தண்டில் ஒரு பனிக்கட்டி இறங்கியதுபோல் உணர்ந்தான். தனக்குப் பின்னால் வந்த வைஜயந்தியின் அந்த அலறலைக் கேட்டதும் நரேந்திரன் தேள்போல் திரும்பினான். அவனோடு சேர்ந்து டார்ச் லைட்டின் ஒளிவட்டமும் திரும்பியது. அந்த வெளிச்சத்தில் ஒரு சுண்டெலியின் வால் வைஜயந்தியின் வலதுகால் செருப்புக்குக் கீழே மாட்டியிருந்தது புலப்பட்டது. சுண்டெலி அதன் வாலை விடுவித்துக் கொள்ளும் போராட்டத்தில் புரண்டுகொண்டிருந்தது. அதன் உடல் வைஜயந்தியின் பாதத்தில் பட்டுப் பட்டு விலகிக்கொண்டிருந்தது. என்னவோ ஏதோ என்று வைஜயந்தி அலறிக்கொண்டிருப்பது புரிந்தது.

வைஜயந்தியின் வலது காலைப் பற்றி உயர்த்தினான் நரேந்திரன். சுண்டெலி தப்பித்தோம், பிழைத்தோம் என்று விழுந்து புரண்டு இருட்டு மூலையைத் தேடி ஓடியது.

வைஜயந்தி, "ஸாரி..." என்றாள்.

நரேந்திரன் தோள்களைக் குலுக்கிவிட்டு, அந்தத் தேனிரும்புச் சுழல் படிகளில், தான் எதிர்கொள்ளவிருந்த பேராபத்து பற்றி எதுவும் அறியாமல் மெல்ல ஏறத் தொடங்கினான்.

❦

                              தூண்டில் கயிறு

11

வைஜயந்தி மேலே பார்த்துக்கொண்டே நரேந்திரனைப் பின்தொடர்ந்து அந்தச் சுழல் படிகளில் சுற்றிச் சுற்றி ஏறினாள். படிகளின் முடிவில் ஓர் இரும்புக் கதவு தெரிந்தது. மூடி இருந்தது. கதவுக்கு அந்தப் பக்கம் மொட்டை மாடி. லேசாக ஏதோ சத்தம் கேட்டது. யாரோ நாட்டியமாடுகிற மாதிரி, யாரோ பாட்டு பாடுகிற மாதிரி, யாரோ வாத்தியம் இசைக்கிற மாதிரி.

'தகஜும், தகஜும்... தத்தித் தரிகிட தோம்...'

"நரேன்! எனக்கு பயமாக இருக்கிறது நரேன்" என்றாள் வைஜயந்தி, கிசுகிசுப்பாக.

"பயப்படாதே. நான்தான் முதலில் போகப் போகிறேன்."

"ஊஹூம்... நானும் உன்னுடன் வருகிறேன்."

"எனக்கு ஏதாவது நேர்ந்தால் நீதான் தாஸுக்கு விஷயத்தைச் சொல்ல வேண்டும். நீ இங்கேயே இரு" என்றான் நரேந்திரன்.

"நோ... நோ... நான் உன் பின்னாலேயே வருவேன்."

நரேந்திரன் இரும்புப் படிகளின் முடிவில் சென்று டார்ச் அடித்துப் பார்த்தான். கதவு தாழ் போடப்பட்டிருந்தது. பூட்டு எதுவும் போடப்படாத தாழ். ஒரு கையில் டார்ச் இருக்க தாழை மறுகையால், மெல்ல சத்தமெழுப்பக் கூடாது என்று சென்டிமீட்டர் சென்டிமீட்டராக நீக்கினான். தாழ் விலகியதும் கதவை மில்லிமீட்டர், மில்லிமீட்டராகத் திறந்தான். மெதுவாக, மெதுவாக, மிக மெதுவாக.

கிடைத்த இடைவெளியில் காற்று ஜில்லென்று உள்ளே புகுந்து நரேந்திரனின் முகத்தைத் தாக்கியது. அந்தக் காற்றில் இருந்த வாடை! அது என்ன வாடை என்றே அவனால் யூகிக்க

முடியவில்லை. ஏதோ வாசனை திரவியத்தின் நறுமணம் போலவும் இருந்தது. ஒரு வாரமாகக் காயாமல் அப்படியே போடப்பட்ட ஈர உடையின் வாடை போலவும் தோன்றியது. பிண வாடையையும் நினைவுபடுத்தியது.

நரேந்திரன் கதவை இன்னும் கொஞ்சம் திறந்தான். இரும்புக் கதவு மொட்டை மாடிப் பக்கம் போகுமாறு பொருத்தப்படாமல் மாடிப்படி பக்கமே உள்புறமாகத் திறக்கும் வண்ணம் பொருத்தப்பட்டிருந்தது. அதனால் அந்தக் கதவைத் திறப்பதற்கு வசதியாக நரேந்திரன் இரண்டு படிகள் கீழே இறங்க வேண்டியிருந்தது.

மொட்டை மாடியில் தெரிந்த காட்சியில் நரேந்திரன் அதிர்ந்தான். அமராவதி மிதந்தாள். சுந்தரபூபதியும் அவளுடன் மிதந்தான். மிதந்தார்கள் என்றால், இரண்டு பேரும் பாதிப் பாதிதான் இருந்தார்கள். எதிரே இருந்த புது வீட்டைப் பார்த்து டூயட் பாட்டுபோல ஏதோ பாடிக் கொண்டிருந்தார்கள். அவர்களின் அசைவே மிக விநோதமாக இருந்தது. டூயட் போல அவர்கள் பாடியது பாரதியாரின், "ஒளி படைத்த கண்ணினாய் வா... வா... உறுதிகொண்ட நெஞ்சினாய் வா... வா..."

நரேந்திரனுக்கு சவால் விடுவது போன்ற வரிகள். நரேந்திரன் அந்தப் பாடலால், அந்த இரண்டு வெள்ளி வெளிச்ச உருவங்களின் ஆடலால் அதிரவில்லை. அவன் அதிர்ந்தது, இன்னொன்றைப் பார்த்து. அந்த இரண்டு உருவங்களுக்கும் சற்று தள்ளி ஒரு முண்டம் இருந்தது. முண்டம் என்றால் நிஜமாகவே முண்டம். தலை இல்லை. கழுத்து வரைதான் இருந்தது. கழுத்தைச் சுற்றி ரத்தக் கோடு. ரத்தக் கோட்டிலிருந்து ரத்தம் வழிந்திருந்தது. அங்கங்கே ஒழுங்கற்ற கோடுகளாய், அந்த ரத்தக் கோடுகள் வெள்ளி வெளிச்சத்தில் பளிச் என்று தெரிந்தன. முண்டம் ஜெர்கின் அணிந்து, கைகளில் கறுப்புக் கிளவுஸ் மாட்டிக்கொண்டிருந்தது. காலில் ஷூ. அந்த முண்டத்திற்கு முழுதாகக் கால்கள் இருந்ததுதான் ஆச்சரியம்!

நரேந்திரனுடன் ஒன்றி ஒட்டிக்கொண்டாள் வைஜயந்தி. அவள் உடலில் ஓடிய நடுக்கத்தை அவனால் நேரடியாக உணர முடிந்தது. முண்டமும் எதிர் ஜன்னல் பக்கம் திரும்பி இருந்தது.

தூண்டில் கயிறு

திடீரென்று அமராவதி, சுந்தரபூபதி இருவருடைய ஆட்டமும் நின்று போக, அமானுஷ்யமான அந்த ஆண் குரல் ஒலித்தது.

"ராஜபூபதி... இந்த ரஞ்சிதைக் கொன்றுவிட்டாய் இல்லை? நீ மட்டும் நிம்மதியாக இருந்துவிடவா போகிறாய்? பார்த்துக்கொண்டே இரு. இதுதான் உன் முடிவுக்கு ஆரம்பம்."

முண்டம்தான். முண்டம்தான் பேசியது. வாயே இல்லாமல் அதன் உடலிலிருந்து எப்படிக் குரல் வருகிறது? அச்சத்தில் நரேந்திரனின் இதயம் வாய்க்கு வந்துவிடும்போல் இருந்தது. தன் அச்சத்தைக் குறைத்துக் கொள்ள வைஜயந்திக்கு ஆதரவாக இருப்பதுபோல் அவளைப் பற்றிக் கொள்ள முனைந்தான். ஆனால், அவன் பின்கழுத்திலேயே மூச்சு விட்டுக்கொண்டிருந்த வைஜயந்தி அவனிடமிருந்து நழுவி விலகுவதுபோல் இருந்தது.

நரேந்திரன் சடக்கெனத் திரும்பிப் பார்த்தான். வைஜயந்தி வாடிக்கையான விஷயம்போல் கண்கள் சொருகி, மயக்கமாகி, இரும்புச் சுழற்படிகளில் சரிந்துகொண்டிருந்தாள். அவளைத் தாங்கிப் பிடிக்க அவன் தயாராகும் முன்பே, வளைந்த படிகளில், ஓர் இயலாத கோணத்தில் அவள் சரிந்திருந்தாள். ஐயோ, இப்போது அவளுக்கு முதலுதவி செய்ய வேண்டுமா அல்லது இந்தத் தலையில்லாத முண்டத்தையும், கால்கள் அற்ற அமராவதியையும் சுந்தரபூபதியையும் என்னவென்று கவனிக்க வேண்டுமா?

நரேந்திரனுக்குச் சில நொடிகள் குழப்பமாயிருந்தது. தவறு செய்துவிட்டோமோ? தவறு செய்துவிட்டோமோ? நிஜமாகவே இவை உயிரற்ற பேய்கள்தானா? அந்தக் குளிர்க் காற்றிலும் நரேந்திரனுக்கு உடல் வியர்த்துவிட்டது. உடம்புக்குள் எலும்புகள் உதறுவதை உணர்ந்தான். தடக், தடக், தடக், தடக் என்று இதயம் ஃபவுண்டேஷன் பில்லர் மீது மோதும் ராட்சசச் சுத்தியல்போல் அடித்துக் கொள்ள ஆரம்பித்தது. மனதைக் கல்லாக்கிக்கொண்டு, அவன் மறுபடி மொட்டை மாடிப் பக்கம் திரும்பினான்.

அமராவதியின் முகம் இப்போது நரேந்திரனைப் பார்த்துத் திரும்பியிருந்தது. சுந்தரபூபதியின் முகமும்! அவர்கள் கால்களற்ற மனித உருவங்களைப் போல் தெரிந்தார்கள்.

மிதந்து வந்த அமராவதி விநோதமான ஒலியில் சிரித்தாள். அந்தச் சிரிப்பு நரேந்திரனின் முதுகுத்தண்டு வடத்தில் ஒரு ஐஸ் கத்தியை இறக்கியது. அமராவதி மெல்ல மெல்ல மிதந்து, நரேந்திரன் இருந்த பக்கம் நகர்ந்தாள். இருவருக்குமான இடைவெளி குறையக் குறைய... இன்னும் இன்னும் என்று நெருங்கி நெருங்கி வந்தாள்.

'அமராவதி என்னை நெருங்கி வருகிறாள். அமராவதி வந்துவிட்டாள்... வந்துவிட்டாள்... என்ன செய்ய வேண்டும் நான்? ஓட வேண்டுமா? எங்கே ஓட வேண்டும்? வைஜயந்தியை என்ன செய்வது?'

நரேந்திரன் மண்டைக்குள் ஊசிப்பட்டாசுகள் போல் படபடவென்று கேள்விகள் அடுத்தடுத்து வெடித்தன. நரேந்திரன் பாக்கெட்டில் கையை நுழைத்து மடக்குக் கத்தியை எடுத்தான். பட்டனை அழுத்தினான். பட்டன் அழுந்த மறுத்தது. கத்தி விரிய மறுத்தது.

ச்சே... நரேந்திரன் இன்னொரு முறை பட்டனை அழுத்தினான். ம்ஹ்ஹூம். இந்தக் கத்திகூடப் பேயைப் பார்த்து தன்னைச் சுருக்கிக் கொண்டுவிட்டதா? ஏன் விரிய மறுக்கிறது? பதற்றத்துடன் கத்தியை மறுபடியும் பார்த்தான். அவசரத்தில் கத்தியைத் திருப்பிப் பிடித்து பட்டன் இல்லாத இடத்தில் பட்டன் இருப்பதாக நினைத்து கை அழுத்திக் கொண்டிருப்பது அப்போதுதான் தெரிந்தது. அமராவதி சிரித்தாள். இந்த முறை கொஞ்சம் அகலமான சிரிப்பு.

"நரேந்திரா..." என்றாள்.

கிசுகிசுப்பான ஹஸ்கியான குரல். ரகசியமான குரல். அந்தக் குரல் நரேந்திரனின் இதயத்தில் ஒரு கூர் ஊசியைச் சொருகித் திருகியது. அவன் படபடப்பைத் தாண்டி, பட்டன் அழுத்தப்பட்டு, ஒரு வழியாகக் கத்தி 'ஸர்க்' என்று நீண்டது. நரேந்திரன் கத்தியை நீட்டினான். அவன் கை நடுங்கியது. உடலெங்கும் அந்த நடுக்கம் பரவியது. மனிதர்களுடன் மோதும்போது அவன் நெஞ்சுக்கூட்டில் தோன்றாத பயம் இப்போது முதல் முறையாகத் தோன்றியது. இருந்தாலும் தைரியத்தை வரவழைத்துக்கொண்டு ஓர் அடி முன்னால் வைத்தான்.

                    தூண்டில் கயிறு

'க்ளுக்... க்ளுக்...'

அமராவதி இப்போது அதிக ஒலியுடன் சிரித்தாள். அவளுக்கு அப்பால் இருந்த சுந்தரபூபதியும் நரேந்திரனின் திசை நோக்கி நகர்ந்து வரத் தொடங்க, நரேந்திரன் செயலற்றுப் போய் ஒரு கணம் நின்றான். உடலே இல்லாத உடல்கள்போல் மிதந்தவற்றைக் கத்தி என்ன செய்துவிட முடியும் என்றுகூட யோசிக்காமல்... கத்தியைப் பற்றியிருந்த கையை ஓங்கினான். அமராவதியின் சிரிப்பு அப்படியே உறைந்து போயிற்று. அமராவதியின் கை அசைவுதான் நரேந்திரனுக்குத் தெரிந்தது.

அவ்வளவுதான்.

அடுத்த கணத்தில், நரேந்திரனை எதுவோ தாக்கியது. என்ன தாக்கியது? எப்படித் தாக்கியது?

கிர்ர்ர்ர்ர்ர்.

நரேந்திரன் மண்டையில் என்னவோ ஊடுருவியது. அதை என்னவென்று சொல்வது? உடலெங்கும் அந்த விர்ர் மின்னலாய் இறங்கிப் பரவ... நரேந்திரன் வாயைத் திறக்க முடியாமல், 'அம்மா' என்று அலற முடியாமல், நின்ற இடத்திலிருந்து அப்படியே தரையில் சாய்ந்தான். மேலே கருநீல ஆகாயம். சோகையான நிலா. கண்ணீர் சிந்திய நட்சத்திரங்கள். காற்றில் அசைவில்லை. ஆந்தை எதையோ ஜெயித்துவிட்ட மாதிரி, 'கெளச் கெளச் கெளச்' என்று இடைவிடாமல் அலறியது. நாயோ, தான் எதிர்பார்த்தது நடந்துவிட்ட மாதிரி மறுபடி ஒரு நீண்ட ஊளையிட்டது.

'அமராவதி, அறைந்துவிட்டாயா அமராவதி?'

'தாஸ்... ஸாரி தாஸ். தோற்றுவிட்டேன் தாஸ். ஜான் எனக்கு உன்னைப் பார்க்க வேண்டும்போல் இருக்கிறது. வைஜயந்தியையாவது யாராவது வந்து காப்பாற்றிப் போங்களேன்... ஜான், மீரா, அனிதா, ஜூனியர் குட் - பை டு எவ்ரிபடி!'

'வைஜயந்தி! உனக்கு மட்டும் தனியாகச் சொல்ல வேண்டும். இந்த அதிர்ச்சியை நீ எப்படி தாங்கிக் கொள்ளப்

போகிறாய் வைஜயந்தி? ஸாரி வைஜயந்தி! என்னை மாதிரி ஆட்களுக்கெல்லாம் ஆறிலும் சாவு, நூறிலும் சாவு என்று தெரிந்துதானே என் பார்ட்னராக வந்து சேர்ந்தாய்? ப்ளீஸ்... அழாதே. வாழ்க்கையை நேசி. யாருடனும் சண்டை போடாதே. தாஸுக்கு இனிமேல் நீதான் நரேந்திரன், நீதான் வைஜயந்தி இரண்டுமே...'

'ஈகிள்ஸ் ஜயில் நான் விட்டுப்போகும் இடத்தை நீதான் நிரப்ப வேண்டும். நான் போகிறேன். இந்தா என் கடைசி முத்தம். ப்ச்ச்ச். காலமெல்லாம் நீ நினைவில் வைத்துக்கொள்ள என் கடைசி விநாடிப் பரிசு. குட் - பை வைஜயந்தி... குட் - பை...'

நரேந்திரனின் சிந்தனை செயலற்றுப் போன அந்தக் கடைசி கணத்தில் வைஜயந்தியை மானசீகமாக முத்தமிட்டான். குட்-பை சொன்னான். வைஜயந்தியைத் தொடும் முயற்சியில் கையை நீட்டிப் பார்த்து முடியாமல் சரிந்தான். அவன் கழுத்து 'விலுக்' என்று இழுத்துக்கொண்டது. அவ்வளவுதான். அடங்கிப் போனான்.

அமராவதி, 'ஹெ ஹெ ஹெ' என்று சிரித்தாள்.

சுந்தரபூபதி சுருக்கமாகச் சிரித்தான். இருவரும் பாடத் தொடங்கினார்கள்.

"ஒளி படைத்த கண்ணினாய் வா... வா... வா...

உறுதிகொண்ட நெஞ்சினாய் வா... வா... வா...

ஜல்... ஜல்... ஜல்...

ஜல்... ஜல்... ஜல்..."

நடந்தது எதுவுமே அறியாமல் வைஜயந்தி இரண்டு படிகளுக்குக் கீழே மயங்கிக் கிடந்தாள்.

⸺◦◦◦⸺

    தூண்டில் கயிறு

12

சுத்தமாக விடிந்திருந்தது.

உடல் ஆரோக்கியத்திற்காக ஜாகிங் போயிருந்தவர்கள் தத்தமது வீடு நோக்கித் திரும்பிக்கொண்டிருந்தார்கள். சைக்கிளில் பேப்பர் பையன் தீயணைக்கப் போகிற மாதிரி விரைந்து கொண்டிருந்தான். பால் பாக்கெட்டுகளைச் சுமந்த ஹோண்டா ஆக்டிவா வுர்ரும் ரீங்காரத்துடன் வீடு வீடாகப் போய்க்கொண்டிருந்தது. வேட்டி கட்டிய, லுங்கி கட்டிய, தூக்கம் அகலாத கணவன்மார்கள் பாக்கெட் பாலுக்காகக் க்யூவில் நின்றார்கள். ஹெட் லாம்ப்பை அணைக்காமல் பனியை ஊடுருவிக்கொண்டு ஒரு பஸ் காய்கறி மூட்டைகளைச் சுமந்து விரைந்தது.

எண்ணூர் தொழிற்சாலைகளை நோக்கி, காக்கிச் சட்டைத் தொழிலாளர்கள் மனைவிகள் கட்டிக் கொடுத்த சூடான டிம்பன் பாக்ஸ்களுடன் சைக்கிளில், பஸ்களில் விரைந்தார்கள். வைஜயந்திக்கு விழிப்பு வந்தது. அவள் உடல் ஓர் இயலாத கோணத்தில் இரும்புப் படிகளில் படிந்திருக்க, உருண்டு புரண்டு மல்லாந்தாள். எஸ்டேட்டில் இருந்த மரங்களில் இருந்த பட்சிகள் எல்லாம் கீச் கீச் என்று விடிந்ததைப் பக்கத்தில் சொல்லி சந்தோஷப்பட்டுக் கொண்டிருக்க, வெள்ளை விளிசங்கின் பேரரவம் (நன்றி: திருப்பாவை அருளிய ஆண்டாள்) எங்கிருந்தோ ஒலித்தது.

வைஜயந்தி தடக் என்று எழுந்து அமர்ந்தாள். நிமிர்ந்து பார்த்தாள். மொட்டை மாடிக் கதவு திறந்திருந்தது. திறந்த கதவின் வழியாக நீல ஆகாயம். அங்கங்கே பஞ்சு மேக ஒத்தடங்கள், தூரத்தில் ஆடிய ஒரே ஒரு தென்னையின் தலை. இரை தேடி எங்கேயோ இடம்பெயர்ந்து கொண்டிருந்த ஒரு கொக்குக்

கூட்டம். அமராவதி இல்லை. சுந்தரபூபதி இல்லை. தலையற்ற முண்டம் இல்லை. எதுவுமே இல்லை. மொட்டை மாடியில் பாதி உடலும், மொட்டை மாடிக் கதவுக்கு இந்தப் பக்கம் பாதி உடலுமாக நரேந்திரன் விழுந்து கிடந்தான். வைஜயந்தி தடால் என்று எழுந்தாள். நரேந்திரனை நெருங்கினாள்.

"நரேன்…" என்று திகிலுடன், பரபரப்புடன் கூவினாள்.

நரேந்திரன் அசைந்து கொடுக்கவில்லை. மூக்கருகே கை வைத்துப் பார்த்தாள். மூச்சு இல்லை.

"ஐயோ… ஐயோ… நான் என்னன்னு சொல்வேன்? அம்மா… நீங்க இங்கயா இருக்கீங்க? அவருக்கு என்ன ஆச்சு? அவரும் போய்ட்டாரா?"

திடீரென்று பின்னால் அவலமான குரல் கேட்டு மிரண்டுபோய்த் திரும்பிப் பார்த்தாள். நான்கு படிகளுக்குக் கீழே ராஜபூபதியின் வேலைக்காரன் நின்றிருந்தான். புலம்பிக் கொண்டிருந்தான்.

"அம்மா… உங்களுக்கு ஒண்ணும் ஆகலையே?"

வைஜயந்திக்குப் பதில் சொல்லத் தோன்றவில்லை. நரேந்திரனுக்கு என்ன ஆயிற்று? இந்த வேலைக்காரன் ஏன் இப்படிக் கத்துகிறான்?

"நம்ப ஐயா ரூமுக்குப் போனேங்க. ஐயா கட்டிலில் விழுந்திருக்காரு. எழுப்பிப் பார்த்தேன். எழுந்துக்கல. பயமா இருந்ததுங்க. அதான் உங்க ரெண்டு பேரையும் தேடினேன். இந்த வீட்டுக் கதவு திறந்திருந்தது. பக்னு இருந்தது. பேய் வீடாச்சே. இங்கே யாரு வந்திருக்க முடியும்னு வந்தா நீங்க ரெண்டு பேரும் இங்க இப்படிக் கிடக்கறீங்க."

வைஜயந்தி மொட்டை மாடியிலிருந்து எதிரே தெரிந்த ராஜபூபதியின் அறை ஜன்னலைப் பார்த்தாள். ஜன்னல் திரை விலகியிருந்தது. கட்டிலில் பாதியும் தரையில் பாதியுமாக ராஜபூபதி தெரிந்தார். வைஜயந்திக்கு மறுபடியும் மயக்கம் வரும்போல் இருந்தது. நரேந்திரனுக்கு என்ன ஆயிற்று? ஏன் இப்படி விழுந்து கிடக்கிறான்? கட்டிலில் ராஜபூபதி ஏன்

     தூண்டில் கயிறு

இப்படிக் கிடக்க வேண்டும்? இப்போது நான் என்ன செய்ய வேண்டும்? சுபத்ரா என்ன ஆனாள்?

"சுபத்ராவை எழுப்பவில்லையா?" என்று கேட்டாள் வைஜயந்தி.

"நான் அந்த ரூமுக்குப் போக மாட்டேங்க. அம்மா என்னைக் கோபிச்சுப்பாங்க. ஏழரை மணிக்கு முன்னாலே எழுந்திருக்க மாட்டாங்க. வாங்க! ஐயாவுக்கு என்னவோ ஏதோன்னு தோணுது."

"ஃபோன் எங்கே இருக்கிறது?"

"அந்த வீட்லதாம்மா."

வைஜயந்தி ஓடினாள்.

* * * * *

ஜான்சுந்தர் ஒரு கொட்டாவியுடன் படுக்கையில் எழுந்து அமர்ந்தான். அவசரமாய் மணிக்கட்டில் இருந்த வாட்சில் நேரம் பார்த்தான். ஆறு பத்து. எழுந்தான். ஓட்ட இயந்திரத்தில் சற்று நேரம் ஜாகிங் செய்தான். பஸ்கி எடுத்தான். கண்ணாடியில் தெரிந்த ஜான்சுந்தரைப் பார்த்து, 'எண்ணிக் கொள்' என்று சொல்லிவிட்டு, தண்டால் எடுத்தபோது ஃபோன் மணி ஒலித்தது.

இவ்வளவு விடியற்காலையில் யாராக இருக்கும்? யாராக இருந்தாலும் நிச்சயம் நரேந்திரனைத்தான் அழைக்கிறார்கள். நரேந்திரன் இல்லாததால் அவன் கட்டிலில் படுத்துத் தூங்கினால் எப்படி இருக்கும் என்று யோசனை செய்து, கட்டிலில் படுத்துத் தூங்கி, கண்ட கனவுகளால் அலைக்கழிக்கப்பட்டு... ஏன் என்று தெரியாமல் அவன் மனது தவித்துக்கொண்டிருக்க, ஃபோன் பிடிவாதமாக ஒலித்தது.

"யோவ் நரேன் இல்லை அய்யா" என்று முணுமுணுத்தபடியே ஜான்சுந்தர் ரிஸீவரை எடுத்து, "அன்னை தெரசா அனாதை ஆசிரமம்" என்றான்.

"ஜான்... வைஜயந்தி பேசுகிறேன் ஜான்" என்று எதிர்முனையில் வைஜயந்தியின் குரல் அழுகையினூடே வெடித்தது.

"வைஜ், என்ன இவ்வளவு காலையில்?"

"நரேன்... நரேன்..."

"ஏய்... அழாமல் சொல்."

"ஜான்... நரேனுக்கு உயிர் இருக்கிறதா என்றே எனக்குப் புரியவில்லை."

"முட்டாள். அழாமல் பேசு என்கிறேனே. எங்கே இருக்கிறீர்கள்?"

* * * * *

ஜான்சுந்தர் ஃபியட்டின் இடப்பக்கம் மகா டென்ஷனுடன் உட்கார்ந்திருந்தான். அனிதாதான் காரைச் செலுத்தினாள். அவள் ஸ்பீடை சோழவரம் கார் ரேஸில் கலந்து கொள்பவர்கள் யாராவது தொட்டிருந்தால் நிச்சயம் அவர்களுக்குத்தான் முதல் பரிசு. வைஜயந்தி சொல்லிய எதுவுமே அவனது மூளையில் பதிவாகவில்லை. நரேந்திரனாவது பேயால் அறையப்பட்டு... யோசிக்காதே... அப்படி எதுவும் ஆகியிருக்காது. வைஜயந்தி ஏதோ உளறுகிறாள்.

ஆனால் கூடவே ராஜபூபதியைப் பற்றி அவள் சொன்னது மூளையின் ஓர் ஓரத்தில் உறுத்திக்கொண்டே இருந்தது. ஜஸ்ட் டயலுக்கு ஃபோன் செய்து பாரிஸ் கார்னரில் ஒரு டாக்டரின் முகவரியை அறிந்துகொண்டு அவர் வீட்டை அடைந்து தூங்கிக்கொண்டிருந்த அவரது முகத்தில் ஒரு டம்ளர் தண்ணீரை ஊற்றி, அவரைக் கதற கதறப் பரபரவென்று இழுத்துக்கொண்டு வந்து காரின் பின்சீட்டில் தள்ளினான். அனிதா அவரது மெடிக்கல் கிட்டை அதே பரபரப்புடன் பொறுக்கி வந்து அவருக்குப் பக்கத்தில் வீசினாள். காரின் பின்சீட்டில் சரிந்திருந்த டாக்டர் தண்ணீர்மலை, கார் ஒவ்வொரு முறை எதிரில் வந்த லாரிக்கோ பஸ்ஸுக்கோ காருக்கோ வழி விடாமல் வேகத்தைக் குறைக்காமல் அப்படியே ஓரம் ஒதுக்கி விரைந்தபோது 'பழனி முருகா' என்று உரக்கக் கத்திக்கொண்டு கண்களை மூடிக்கொண்டார். அவருக்குப் பக்கத்தில் இருந்த 'மெடிக்கல் கிட்' காரின் ஆட்டத்தால் தண்ணீர்மலையுடன் சேர்ந்து ஊஞ்சல் ஆடியது.

வைஜயந்தி ரிஸீவரைக் கீழே வைத்த இருபத்தியைந்தாவது நிமிடம் அனிதாவின் ஃபியட், தங்கச்சிலை எஸ்டேட்டின் போர்ட்டிகோவில் சொருகி நின்றது.

* * * * *

ராஜபூபதியைப் பரிசோதித்த டாக்டர், "மைல்டு ஹார்ட் அட்டாக்.." என்றார். ஸிரிஞ்சில் ஏதோ மருந்தை உறிஞ்சி எடுத்து, பிஸ்டனை அழுத்தி சிலிண்டரில் இருந்த மருந்தை லேசாகப் பீய்ச்சிப் பார்த்தார்.

"இவரை எனக்கு நன்றாகவே தெரியும். இவருக்கு நான்தான் ஃபேமிலி டாக்டர். நீங்கள் என்னைக் கூட்டி வரும்போதே தங்கச்சிலை எஸ்டேட்டுக்குப் போகிறோம் என்று ஏன் சொல்லவில்லை?" என்றார், ஊசியை ராஜபூபதியின் புஜத்தில் சொருகிக்கொண்டே.

"ஜான், நரேன்... நரேனுக்கு என்ன ஆயிற்று என்று பார்க்கவில்லையே."

டாக்டர் தண்ணீர்மலை பதற்றமாய்க் குரல் கொடுத்த வைஜயந்தியைத் திரும்பிப் பார்த்தார்.

"உன்னை அரைலிட்டர் தண்ணீரைக் கொதிக்க வைத்துக்கொண்டு வரச் சொன்னேன்" என்றார்.

வைஜயந்தி ஆவி மேலெழுந்த ஒரு தண்ணீர்ப் பாத்திரத்தை அவருக்கு முன்னால் இருந்த டீப்பாயில் டொக் என்று வைத்தாள்.

"ஸ்டெரிலைஸ் பண்ணத்தானே? மினரல் வாட்டரையே கொதிக்க வைத்து எடுத்து வந்திருக்கிறேன். நரேனைப் பார்க்கவில்லையே இன்னும்..." என்று கிறீச் குரலில் கத்தினாள் வைஜயந்தி.

"ஸ்டெரிலைஸ் பண்ணுவதெல்லாம் போன நூற்றாண்டோடு முடிந்து போய்விட்டது. நான் தண்ணீர் கேட்டது எனக்காக..." என்று சொல்லிவிட்டு டாக்டர் மெடிக்கல் கிட்டிலிருந்து ஒரு தகர டப்பாவை எடுத்துத் திறந்து அதில் இருந்த பொடியை

இரண்டு டீஸ்பூன் எடுத்துத் தண்ணீரில் போட்டுக் கலந்து அதை அப்படியே தொண்டையில் சரித்துக்கொண்டார்.

"சுக்குக் காப்பி... இல்லாவிட்டால் காலைக்கடனையே கழிக்க முடியாது" என்று அதற்கு ஒரு விளக்கமும் கொடுத்தார்.

"டாக்டர்! நீங்கள் இன்னும் நான் சொன்ன பேஷண்டைக் கவனிக்கவே இல்லை."

"அந்த நரேனா?"

"ஆமாம்."

"ஏன் பதறுகிறீர்கள் எல்லோரும்? அவனை நான் பார்க்கவில்லை என்று யார் சொன்னது? நீங்கள் காரை பார்க் செய்யப் போயிருந்தீர்கள். இவளைச் சுடுதண்ணீர் கொண்டுவரச் சொல்லி அனுப்பிவிட்டு முதல் அறையில் கட்டிலில் உருண்டிருந்த அந்த இளைஞனைப் பரிசோதித்துப் பார்த்தேன். அவன் நிம்மதியாகத் தூங்குகிறான். இரவு கொஞ்சம் ஸ்லீப்பிங் டோஸேஜ் சாப்பிட்டிருப்பான் போலிருக்கிறது."

"நான் பார்த்தபோது அவனுக்கு மூச்சு நின்றுபோயிருந்ததே?" என்று வைஜயந்தி பதறினாள்.

"நீ மூக்கு என்று நினைத்து முகவாயில் வைத்துப் பார்த்திருப்பாய். மூக்கு அதாவது நாசி துவாரங்கள் இங்கே இருக்கின்றன."

"ஜான் எங்கேயிருந்து பிடித்தாய், இந்த டாக்டரை?" என்றாள் வைஜயந்தி, குரலில் கோபத்தோடு பதற்றத்தைக் குறைக்காமல்.

"வழியில்... ஏறக்குறைய கடத்திக்கொண்டு வந்திருக்கிறேன்."

"டாக்டர்!"

"ஓ.கே. ஓ.கே. காலை நடை உடலுக்கு நல்லது, காலைக்கடி மனதுக்கு நல்லது. அதீத அதிர்ச்சியில் மூச்சு சில செகண்டுகள் நின்று போயிருக்கலாம். இப்போது அவன் பல்ஸ் ஓ.கே. மூச்சு வெகு சீராய் வந்துகொண்டிருந்தது. அவனுக்கு ஒரு ட்ரீட்மெண்டும் தேவையில்லை. ஹீ ஈஸ் ஆல்ரைட்."

                                          தூண்டில் கயிறு

வைஜயந்தி மறுபடி அங்கிருந்து பிய்த்துக்கொண்டு நரேந்திரன் படுத்திருந்த அறையை நெருங்கினாள். அறையில் நுழைந்தாள். கட்டிலில் நரேந்திரன் இல்லை. வைஜயந்தியின் இதயம் ஒரு முறை துடிப்பை விட்டது.

"நரேன்..."

பதிலில்லை. வைஜயந்தி அந்த அறையைச் சுற்றிலும் நோக்கினாள். ம்ஹூம். நரேந்திரன் இல்லை. வைஜயந்தி அந்த அறையிலிருந்து வெளிப்படும் முன் ஜன்னலின் வழியே எதிரில் இருந்த பழைய எஸ்டேட் வீட்டின் மொட்டை மாடி தெரிந்தது. மொட்டை மாடியைப் பார்த்ததும் வைஜயந்தி பதறினாள். ஐயோ, இந்த முட்டாள் நரேன் ஏன் மறுபடியும் அங்கே போனான்? அதுவும் அவள் கண்ட காட்சி! ஜான்சுந்தர் இருந்த இடத்திற்கு ஓடி வந்தாள்.

"ஜான்... ஜான்... நரேன்... நரேன்..." என்று மூச்சிரைத்தாள்.

"என்ன ஆயிற்று?" என்றான் ஜான்சுந்தர், வைஜயந்தியின் குரலில் இருந்த புதிருக்கு அர்த்தம் தெரியாமல்.

"அங்கே பார்... அங்கே பார்" என்று வைஜயந்தி, ராஜபூபதியின் அறை வழியே தெரிந்த பழைய எஸ்டேட் வீட்டின் மொட்டை மாடியைக் காண்பித்தாள்.

நரேந்திரன் அங்கே தலைகீழாக நின்றிருந்தான்.

✦

13

"ச்சே..." என்றான் ஜான்சுந்தர்.

"என்ன ஜான், நரேன் தலைகீழாக நிற்கிறானே என்று நான் இப்படிக் கிடந்து துடிக்கிறேன். நீ என்னடாவென்றால்..." என்றாள் வைஜயந்தி, ஆதங்கத்துடன்.

"உன்னை யார் துடிக்கச் சொன்னது? நரேந்திரன் சிரசாசனம் செய்துகொண்டிருக்கிறான். அநாவசியமாக ஃபோனில் என்னைக் கலவரப்படுத்திவிட்டாய். நரேனுக்கு மூச்சில்லை, பேச்சில்லை என்றாய். டாக்டரோ, நரேந்திரன் அட் எ டைம் நூறு பெண்களைக் கல்யாணம் செய்து கொள்கிற அளவு ஸ்ட்ராங்காக இருக்கிறான் என்று சொல்கிறார். நரேந்திரன் உயிர் ஒன்றும் அவ்வளவு சீப்பான சமாச்சாரம் இல்லை, பட்டென்று போய் விடுவதற்கு. மார்க்கண்டேயன் மாதிரி, ஆஞ்சநேயன் மாதிரி நரேந்திரனும் ஒரு சிரஞ்சீவி. போ... போய் அவனைக் கூட்டிக்கொண்டு வா."

வைஜயந்தி மூச்சிரைக்க பழைய எஸ்டேட் வீட்டை நோக்கி ஓடினாள். மொட்டை மாடியை அடைந்தாள். நரேந்திரன் ஷார்ட்ஸ் மட்டும் அணிந்துகொண்டு தலையைத் தரையில் ஊன்றியிருந்தான். கால்கள் இரண்டையும் ஆகாயம் பார்த்து உயர்த்தியிருந்தான்.

வைஜயந்தி மெல்ல அவனைப் பின்னாலிருந்து நெருங்கினாள். அவனுடைய வெற்று முதுகில் 'பளார்' என்று ஓர் அறை விட்டாள்.

"ஐயோ... அமராவதி மறுபடியும் அறைந்துவிட்டாள்... அமராவதி மறுபடியும் அறைந்துவிட்டாள்..." என்று சொல்லிக்கொண்டே நரேந்திரன் தரையில் சாய்ந்தான்.

"யூ ஸ்டிங்க்கிங் ஸ்வைன்... கொஞ்ச நேரத்தில் என்னை எப்படி எல்லாம் தவிக்க விட்டுவிட்டாய்? ராஜபூபதிக்கு ஹார்ட் அட்டாக்காம். நான் அதைக்கூட மதிக்காமல் உனக்காகத் தவித்து, ஜான்சுந்தருக்கு ஃபோன் செய்து, டாக்டருடன் அவனை வரவழைத்து, உன்னை டெஸ்ட் செய்யச் சொல்லி... நான் உன் மூக்கில் கை வைத்துப் பார்த்தேனே நரேன். மூச்சே இல்லையே."

நரேந்திரன் இரண்டு கைகளையும் உயர்த்தி, "வெயிட்... வெயிட். மூச்சுவிடாமல் நீ பேசுவதைப் பார்த்தால், தடால் என்று உன் மூச்சே நின்றுவிடும் போலிருக்கிறது. பொறுமையாகக் கேள். பொறுமையாகப் பதில் சொல்லப்படும்." என்றான்.

"அமராவதி வந்தவுடன் நான் மயக்கமாகிவிட்டேன். அப்புறம் என்ன நடந்தது?"

"என்னை அறைந்தாள். நான் விழுந்துவிட்டேன். செத்துப் போய்விட்டேன் என்றுதான் நினைத்தேன். எமதர்மன், எமகிங்கரர்கள், தேவலோகம், ஊர்வசி, ரம்பை, திலோத்தமை, மேனகா எல்லோரையும் பார்த்தேன். யாரும் அழகில் உன் பக்கத்தில்கூட வர முடியாது, வைஜ்... தேவேந்திரனைப் பார்த்த பிறகுதான் அத்தனையும் கனவு என்று தெரிந்தது. யூ நோ ஓய்? தேவேந்திரன் நம் தாஸேதான். இந்திரலோகத்தில்கூட பைப்பைப் பற்ற வைக்க மிகச் சிரமப்பட்டார். நான் உதவி செய்யப் போனபோது ரம்பா நடனமாடிக் கொண்டிருந்தாளா, அவள் கால் தடுக்கி விழுந்தேனா, விழிப்பு வந்துவிட்டது.

பார்த்தால் நீ என்னைத் தட்டித் தட்டி நரேன், நரேன் என்று கூப்பிட்டுக்கொண்டிருந்தாய். உனக்குக் கொஞ்சம் ஷாக் ட்ரீட்மென்ட் கொடுத்தால் என்ன என்று தோன்றியது. சடாரென்று மூச்சை அடக்கிக்கொண்டேன். எனக்கு என்னவோ ஆகிவிட்டது. நான் செத்துப் போய்விட்டேன் என்று நினைத்து, ஜான்சுந்தருக்கு ஃபோன் செய்து டாக்டரை வரவழைத்து ஏகக் களேபரம் செய்துவிட்டாய்."

"பொய் சொல்லாதே. பயத்தில் மூச்சு நின்றுவிட்டது உனக்கு என்று டாக்டர் உண்மையைச் சொல்லிவிட்டார்."

"உண்மை என்னவென்றால், அமராவதிதான் உன் குரலில் வந்து எழுப்புகிறாளோ என்று செத்த மாதிரி நடித்தேன். இன்னோர் அடி வாங்கும் தெம்பு இல்லாததால்..."

"ஓ.கே. என்னை அழ வைத்துப் பார்த்துவிட்டாய் அல்லவா? வா. அங்கே ஜான்சுந்தர் காத்திருக்கிறான். அனிதா காத்திருக்கிறாள். ராஜபூபதிக்கு லேசான மாரடைப்பாம். மேலே என்ன செய்வது என்று பார்க்க வேண்டும். இத்தனை வேலைகளை வைத்துக்கொண்டு நீ யோகாசனம் செய்வதற்கு இங்கே வந்திருக்கிறாய்."

நரேந்திரன் படுத்திருந்த நிலையிலிருந்து புரண்டு எழுந்தான். கையைக் கீழே ஊன்றி எழ முயன்றான். உள்ளங்கையை ஊன்றியபோது ஏதோ உறுத்தியது. கையை எடுத்து உறுத்திய விஷயம் என்ன என்று பார்த்தான் நரேந்திரன். மூக்குத்தி ஒன்றின் மேல்பாகம் கீழே இருந்தது. திருகாணி அற்ற மூக்குத்தியின் மேல்பாகம்.

நரேந்திரன் ஆச்சரியப்பட்டான். இது எப்படி இங்கே வந்தது? வைஜயந்திக்கு மூக்குத்தி அணியும் பழக்கமே இல்லை. நரேந்திரன் அந்த மூக்குத்தியை எடுத்துப் பாக்கெட்டில் போட்டான்.

"என்ன நரேன் அது? காலையில் தரையை எல்லாம் பொறுக்க ஆரம்பித்துவிட்டாய்?"

"நான் இங்கே வந்ததே இந்த மாதிரி ஏதாவது கிடைக்கும் என்றுதானே? என்ன கிடைத்தது என்று சொல்கிறேன், சொல்கிறேன்..." என்றான். வைஜயந்தியுடன் அந்த வீட்டிலிருந்து வெளிப்பட்டான்.

அவர்கள் இருவரும் புது வீட்டின் ஹாலில் நுழைந்தபோது சுபத்ரா எதிர்ப்பட்டாள்.

நைட்கவுனில் இருந்தாள். மெல்லிய நைட்கவுன் நரேந்திரனைத் தொந்தரவு செய்தது. சுபத்ராவின் கண்களில் இன்னமும் தூக்கம் மிச்சமிருந்தது.

"குட்மார்னிங்" என்றாள்.

   தூண்டில் கயிறு

"ஸ்வீட்ரூ மார்னிங்" என்றான் நரேந்திரன்.

சுபத்ராவிற்குத் தெரியாமல் நரேந்திரனின் பின்னந்தொடையை வைஜயந்தி நிமிண்ட, நரேந்திரன் 'ஆ' வென்று போலியாக அலறினான்.

'ஸ்வீட்ரூ மார்னிங்' என்றவுடன் அதன் அர்த்தத்தைப் புரிந்துகொண்ட சுபத்ரா போலிக் கோபத்துடன் நரேந்திரனைப் பார்த்தாள். அவன் அலறியவுடன் சிரித்தாள்.

"ஆண்களுக்கு இந்த மாதிரி ஒரு வாட்ச் டாக் இருந்தே ஆக வேண்டும்" என்றாள், வைஜயந்தியைச் சுட்டிக் காட்டி. "இல்லாவிட்டால் நீங்கள் எல்லாரும் எல்லா வேலிகளையும் தாண்டி மேய வந்துவிடுவீர்கள்."

"இப்போதுதான் ரம்பை, ஊர்வசி, திலோத்தமை எல்லாம் ஒன்றுமில்லை என்று என்னிடம் புருடா விட்டாய். ஆனால் இவளைப் பார்த்ததும் நாக்கு நாய் போல் வெளியே வந்து தொங்குகிறது" என்று வைஜயந்தி அவன் காதில் கோபமாகக் கிசுகிசுத்தாள்.

"கனவுக்கும் நிஜத்துக்கும் நிறைய வித்தியாசம் இருக்கிறது, வைஜ்..." என்று அசட்டுச் சிரிப்பு சிரித்தான் நரேந்திரன்.

"இவ்வளவு காலையில் எங்கே போய் வருகிறீர்கள்? வாக்கிங்கா... ஜாகிங்கா?"

"சரிதான், உங்களுக்கு விஷயமே தெரியாதா?"

"என்ன விஷயம்?" சுபத்ராவின் கண்கள் சுருங்கின.

"உங்கள் ஃபாதருக்கு..."

சுபத்ரா, வைஜயந்தியையும் நரேந்திரனையும் மாறி மாறிப் பார்த்தாள்.

"டாடிக்கு என்ன... என் டாடிக்கு என்ன ஆயிற்று?"

"ப்ளீஸ்... டாடிக்கு ஒன்றுமில்லை. மேலே போய்ப் பார்க்கலாம் வாருங்கள்."

மாடிப்படிகளில் காலை வைக்கும்போது நரேந்திரன் ஹாலில் மாட்டப்பட்டிருந்த அமராவதியின் படத்தைப் பார்த்தான்.

அந்தப் படத்தில் அமராவதி மூக்குத்தி அணிந்திருந்தாள். நரேந்திரன் பாக்கெட்டில் பத்திரப்படுத்தியிருந்த அதே மூக்குத்தி.

ராஜபூபதியின் அறையில் நுழைந்தவுடன், டாக்டர் தண்ணீர்மலை ஸ்டெதாஸ்கோப்பைக் காதிலிருந்து அகற்றி கழுத்தில் மாலையாகப் போட்டுக்கொண்டு சுபத்ராவைப் பார்த்தார்.

"என்னம்மா... சுபத்ரா... இப்போதுதான் எழுந்து வருகிறாயா? வா, வா... உன் டாடியை ஏதோ ஓர் அதிர்ச்சி தாக்கியிருக்கிறது. அப்பாவுக்குத்தான் ஹார்ட் கொஞ்சம் வீக் என்று உனக்குத் தெரியுமே. நீ பாட்டுக்கு ஜமீன் வம்சத்தில் பிறக்காத ஒரு பையனைக் காட்டி 'லவ் பண்ணுகிறேன்' என்று சொல்லிவிட்டாயா?" என்றார், சுபத்ராவிடம் சிரித்துக்கொண்டே. "மைல்டு ஹார்ட் அட்டாக்."

"ஐயோ டாக்டர்! முதலில் டாடியைக் கவனியுங்கள். ராத்திரி படுக்கைக்குப் போகும்போது நன்றாகத்தான் இருந்தார். காலையில் இவர்கள் சொல்லித்தான் அப்பா பெட்ரூமில் ஏதோ ஆகிக் கிடக்கிறார் என்பதே எனக்குத் தெரிய வந்தது. பை தி பை இவர் நரேந்திரன். இது வைஜயந்தி. அவருடைய ஃபியான்ஸி. எங்கள் எஸ்டேட்டில் தங்கி இருக்கிறார்கள்."

"நீ கொஞ்சம் லேட். ஏற்கெனவே அறிமுகம் ஆகிவிட்டது. இது நரேந்திரனின் ஃப்ரண்ட் ஜான்சுந்தர். இது அனிதா. ஜான்சுந்தரின் ஃபியான்ஸி. இவர்தான் என்னை இவ்வளவு காலையில் என் வீட்டிலிருந்து கிட்நாப்... ஸாரி. பிக்கப் செய்து இங்கே கூட்டி வந்தார்."

"தாங்க்ஸ்" என்றாள் சுபத்ரா.

ஜான்சுந்தரைப் பார்த்து, "உங்களுக்கு எப்படி டாடிக்கு உடம்பு சரியில்லை என்ற விவரம் தெரியும்?" என்று கேட்டாள்.

"வைஜயந்தி ஃபோன் செய்தாள்" என்றான் ஜான்சுந்தர்.

   தூண்டில் கயிறு

"நரேந்திரன் வைஜயந்தியுடன் ஃப்ரீ ஹனிமூன் கொண்டாடுகிறான் போல் இருக்கிறது. ராத்திரி மிகவும் களைத்துவிட்டானோ என்னவோ? காலையில் எழுந்து கொள்ளவில்லை. ஐயாவுக்கு என்னவோ ஏதோ என்று அம்மாவுக்குப் பயம் பற்றிக்கொண்டது. ஃபோனில் ஜான்சுந்தரைக் கூப்பிட்டுச் சொல்ல, ஜான்சுந்தர் என்னை அள்ளி வர, இங்கே வந்தால் உன் டாடிக்குத்தான் ட்ரீட்மெண்ட் தேவைப்பட்டது."

நரேந்திரன் இரவு நடந்த பேய்ச் சம்பவம் பற்றிச் சொல்லலாமா என்று யோசித்தான். வேண்டாம், டாக்டர் சிரிப்பார்.

"ஹவ் டு யூ ஃபீல் நௌ?" என்று டாக்டர், ராஜபூபதியைப் பார்த்துக் கேட்டார்.

எழுந்துவிட்டாரா என்ன? நரேந்திரன் நின்ற கோணத்திலிருந்து ராஜபூபதியின் முகத்தைப் பார்க்க முடியவில்லை. டாக்டரின் முதுகுதான் தெரிந்தது.

நரேந்திரன் கொஞ்சம் எட்டி ராஜபூபதியைப் பார்த்தான். விழித்திருந்தார். கண்களைப் பெரிதாக்கி, 'நான் எங்கே இருக்கிறேன்' பாணியில் சுற்றும்முற்றும் பார்த்தார்.

"டாடி... டாடி..." என்றாள் சுபத்ரா. அழத் தொடங்கினாள்.

டாக்டர் தன் வயது கொடுத்த சௌகரியத்தில், சுபத்ராவின் தோளில் கையைப் போட்டு வளைத்து, "நீ முதலில் வெளியே வா. உன் டாடிக்கு ஒன்றுமில்லை. இப்போது உன் அழுகையை ஆரம்பித்தால்தான் ஏதாவது ஆகும்" என்றார்.

அறையை விட்டு சுபத்ராவை வலுக்கட்டாயமாக வெளியே அழைத்துச் சென்றார். சுபத்ரா திரும்பித் திரும்பிப் பார்த்துக்கொண்டே சென்றாள்.

நரேந்திரன் கட்டிலை நெருங்கினான். ராஜபூபதியின் அருகில் உட்கார்ந்தான்.

"என்ன ஆயிற்று?" என்றான்.

ராஜபூபதி, ஜான்சுந்தரையும் அனிதாவையும் பார்த்தார்.

நரேந்திரன் அந்தக் குறிப்பை உணர்ந்து, "ஜான்! நீ என் ரூமுக்கு அனிதாவுடன் போ. அட்டகாசமான பாத்ரூம் இருக்கிறது. குளி. நான் வந்து உங்களைக் கூப்பிடுகிறேன். பிரேக் ஃபாஸ்டை ஒன்றாகச் சாப்பிடலாம்" என்றான்.

ஜான்சுந்தர் தோள்களைக் குலுக்கிக்கொண்டான். அனிதாவுடன் வெளியேறினான்.

"என்ன ஆயிற்று?" என்றான் நரேந்திரன், மறுபடி.

ராஜபூபதி மெல்லிய குரலில், "நேற்று ராத்திரி நீ பார்த்தாயா?" என்று கேட்டார்.

"பார்த்தேன். பேயால் அறைபட்டேன். நல்ல வேளை சாகவில்லை. எழுந்து வந்துவிட்டேன்."

"உனக்கு இள ரத்தம். அதனால்தான்" என்றார் ராஜபூபதி. அவர் கை விரல்கள் கழுத்தில் இருந்த ருத்திராட்சக் கொட்டையைப் பற்றி இருந்தன.

"உங்களுக்கு என்ன ஆயிற்று?"

"அந்த முண்டம்..."

"யெஸ். முண்டம் ஒன்று வந்தது. கழுத்தருகே ரத்தக் கோடுகள்..."

"சொல்லாதே" என்று கத்தினார் ராஜபூபதி.

"சொல்லவில்லை! ஸாரி..."

"அந்த முண்டம் பேசியதைக் கேட்டாயா?"

"ம்..."

"முண்டம் பேசியதால் நிறைய பயந்து போனேன். சுரீர் என்று நடுமார்பில் ஊசியால் குத்திய மாதிரி இருந்தது. கீழே விழுந்தேன். அவ்வளவுதான் தெரியும்."

"உங்களுக்கு ரஞ்சித் என்று யாரையாவது தெரியுமா?"

"ஏன் கேட்கிறாய்?"

"முண்டம் ரஞ்சித் என்று என்னவோ பெயர் சொல்லியதே..."

    தூண்டில் கயிறு

"தெரியும்."

"யார் அது?"

"ரஞ்சித் டேனியல் வீரேந்திரகுமார். தங்கச்சிலை பிரைவேட் லிமிடெட்டில் சூப்பர்வைசராக வேலை பார்த்தான்."

"அவனை நீங்கள் கொன்றுவிட்டதாக..."

"யார் சொன்னது?"

"அதே முண்டம்தான்" என்றான், நரேந்திரன்.

ராஜபூபதியின் ஒரு கண் துடித்தது.

"உண்மையைச் சொல்லட்டுமா?" என்றார்.

—◦—

14

நரேந்திரன் ராஜபூபதியைப் பார்த்தான்.

"உண்மையை மட்டும்தான் உங்களிடம் எதிர்பார்க்கிறேன்" என்றான்.

அவன் வாக்கியத்தை முடிக்கவில்லை, அதற்குள் அவர் சோகையாகச் சிரித்தார்.

"நீ சொல்லும் ரஞ்சித் ஒரு பைக் விபத்தில் இறந்து போனான். ஏதோ ஒரு லாரிக்காரன் மோதிவிட்டான். பிறகு போலீஸ்காரர்கள் சொல்லித்தான் எனக்கு விஷயமே தெரியும்."

"ஐ ஸீ... இது எப்போது நடந்தது?"

"பதினைந்து நாட்களுக்கு முன்..."

சற்று யோசித்துவிட்டு நரேந்திரன் நிமிர்ந்தான்.

"பயப்படாதீர்கள் ராஜபூபதி. இப்போதுதான் கொஞ்சம் கொஞ்சமாகப் புரிகிறது இது நிச்சயம் பேய் வேலை இல்லை. மனிதர்கள் வேலைதான். கண்டுபிடிக்கிறேன். கண்டுபிடித்து அவர்களை உங்கள் காலடியில் கொண்டுவந்து உருட்டுகிறேன். நீங்கள் ஓய்வு எடுத்துக் கொள்ளுங்கள். எதைப் பற்றியும் நினைக்க வேண்டாம். அநாவசியமாக அலட்டிக் கொள்ள வேண்டாம்."

ராஜபூபதி பரிதாபமாகத் தலையை அசைத்தார். நரேந்திரன் எழுந்துகொண்டான்.

* * * * *

அந்த மூக்குத்தியின் ஒரு பாதியை மேஜை மேல் வைத்தான் நரேந்திரன்.

இடம்: ஈகிள்ஸ் ஐ அலுவலகம்.

நேரம்: ராஜபூபதியை ஓய்வு எடுக்கச் சொல்லிவிட்டு வந்ததிலிருந்து மூன்றாவது மணி நேரம்.

மீரா வழக்கம்போல் கம்ப்யூட்டரில் இருந்தாள். ஈகிள்ஸ் ஐ அலுவலகத்தின் செல்ல நாய் ஜூனியர், நரேந்திரன் அறைக்கும் வாசலுக்குமாய் ஸ்ரீஹரிகோட்டா ராக்கெட்போல அலைந்துகொண்டிருக்க...

நரேந்திரன் எதிரே ஜான்சுந்தரும் அனிதாவும் அருகருகே அமர்ந்திருந்தார்கள். நரேந்திரனின் தோளுக்குப் பின்னால் நின்றுகொண்டிருந்தாள் வைஜயந்தி. அவன் தோளில் ஆதுரத்தோடு கை வைத்திருந்தாள்.

அமராவதியிடம் நரேந்திரன் அடிபட்டு விழுந்து, மறுபடி கண் விழித்ததிலிருந்து வைஜயந்திக்கு நரேந்திரன் மீது அன்பு அதிகமாகிவிட்டது என்று சொல்லலாம்.

"ஜான்! பேய்களின் மொட்டை மாடியில் இந்த மூக்குத்தி இருந்தது" என்றான் நரேந்திரன்.

ஜான்சுந்தர் அதை ஆராய்ந்தான்.

"இந்த விவகாரத்தில் பேய் இல்லை. மனிதர்கள்தான் இருக்கிறார்கள் என்பதற்கு இது ஓர் ஆதாரம்" என்றான் நரேந்திரன்.

"எப்படிச் சொல்கிறாய்?"

"தங்கச்சிலை எஸ்டேட் வீட்டில் இருக்கும் அமராவதி படத்தைப் பார்த்திருக்கிறாயா?"

"இல்லை!"

"அந்தப் படத்தில் அமராவதி இதேபோல் ஒரு மூக்குத்தி அணிந்திருப்பாள். பேயும் இந்த மூக்குத்தியை அணிந்திருந்தது! மூக்குத்தியை பேய் விட்டுவிட்டது என்று சொன்னால் ங்க்கா,

ங்கா என்று இப்போதுதான் பேசத் தொடங்கியிருக்கும் மூன்று மாதக் குழந்தைகூட நம்பாது.”

“ஸோ...”

“பேய் இல்லை, மனிதர்கள்தான்.”

“ஓ. கே. யார்?”

“அதைத்தான் கண்டுபிடிக்க வேண்டும். அமராவதி அறைந்தாள் என்று சொன்னேனே, அப்போது எனக்கு எப்படி இருந்தது என்று சொல்லவில்லையே. மனிதக் கை தீண்டிய மாதிரிதான் இருந்தது. வெகு மிருதுவான பெண்விரல். அந்த விரலில் மருதாணி தடவப்பட்டிருந்தது, டிசைன் டிசைனாக. முதலில் மென்மையாகப் பட்டது. பிறகு திடீரென்று அந்த ஷாக் கிடைத்தது. அது நிச்சயம் எலக்ட்ரிக் ஷாக்காகத்தான் இருக்க முடியும். ஜிவ்வென்று உடலை மொத்தமாய் உருவிவிட்டு ஒரு ‘விர்’ ஓடியது.”

“ஷாக் அடித்துதான்...?”

“யெஸ். அதனால்தான் மயங்கி விழுந்துவிட்டேன். நிஜமாகவே பேய் அடிக்கிறதென்றால் உயிரோடு மறுபடி எழுந்துகொள்ள முடியாது. நான் எழுந்து கொண்டிருக்கிறேன். அமராவதியைப் பார்த்தால்சுபத்ராவைப்பார்க்க வேண்டியதில்லை.சுபத்ராவைப் பார்த்தால் அமராவதியைப் பார்க்க வேண்டியதில்லை. இருவருக்கும் அவ்வளவு உருவ ஒற்றுமை. இரண்டு ப்ளஸ் இரண்டு நான்கு. நான் சுபத்ராவைச் சந்தேகப்படுகிறேன்.”

“பட், நரேன்... பேய்க்குக் கால் இல்லை. அங்கே அமராவதி பேய் மட்டும் இல்லையே. சுந்தரபூபதி இருந்தான். தலையில்லாத ஒரு முண்டமும் இருந்தது. அமராவதிதான் சுபத்ரா என்றால் சுந்தரபூபதி யார்? அந்த முண்டம் என்ன? சுந்தரபூபதி செத்துப் போனபோது, எப்படி இருந்தானோ அப்படியேதான் இப்போது பேயாக வரும்போதும் இருக்கிறான் என்று ராஜபூபதியே சொல்லியிருக்கிறார். இதெல்லாம் எப்படி முடியும்?

அவ்வளவு ஏன்? எனக்குத் தைரியசாலி என்று பெயர். ஓரளவு சண்டைப் பயிற்சிகூடப் பெற்றிருக்கிறேன். அவ்வளவு

தூரம் பயிற்சி பெற்ற நானே பேய், நரம்பு, கை எறிவது என்று பார்த்தவுடன் பயந்து போகிறேன், அலறுகிறேன், மயங்கி விழுகிறேன். இந்தப் பயிற்சி எல்லாம் இல்லாத சுபத்ரா எப்படி இவ்வளவு தூரம் செய்ய முடியும்?” என்று கேட்டாள் வைஜயந்தி.

“பாயிண்ட் நரேன்” என்றான் ஜான்சுந்தர்; என்றாள் அனிதா.

“இன்னொரு பாயிண்ட்டும் இருக்கிறது” என்றாள் வைஜயந்தி.

“என்ன?”

“ராஜபூபதி சுபத்ராவுக்குப் பேய் விவகாரம் தெரியக் கூடாது என்பதற்காகவே மயக்க மாத்திரையைப் பாலில் கலந்து சுபத்ராவிற்குக் கொடுப்பதாகச் சொன்னார். பேய் வருகிற நேரம் சுபத்ரா நிச்சயம் நல்ல தூக்கத்தில் இருக்க வேண்டும். அப்படியென்றால் சுபத்ரா எப்படி அமராவதியாக நடமாட முடியும்?”

“அனதர் பாயிண்ட்” என்றான் ஜான்சுந்தர்; என்றாள் அனிதா.

“வெறுப்பேற்றுவதற்கென்றே என் எதிரில் உட்கார்ந்திருக்கிறீர்களா என்ன?” என்று கேட்டான் நரேந்திரன்.

“இன்னொரு பாயிண்ட்டும் இருக்கிறது நரேன்.”

“சொல்லித் தொலை.”

“சுபத்ரா அந்த மாதிரி பேயாட்டம் ஆடி, ராஜபூபதியைப் பயமுறுத்தி என்ன சாதிக்கப் போகிறாள்?”

“பாயிண்ட் நம்பர் த்ரீ?” என்றான் ஜான்சுந்தர்; என்றாள் அனிதா.

நரேந்திரன் மேஜை மேல் இருந்த ஃப்ளவர் வாஸைத் தூக்கி ஜான்சுந்தர் மீது வீசினான்.

“ஸாரி” என்றான் ஜான்சுந்தர்.

“எனக்கென்னவோ சுபத்ரா மேல் சந்தேகமாக இருக்கிறது என்றேன். வைஜயந்தி கேட்டிருக்கும் கேள்விகளுக்கும் பதில்

தேடியாக வேண்டும். இன்னொரு வினோத விஷயம், இந்தக் கேஸில் என்னவென்றால் அமராவதியும் சுந்தரபூபதியும் பழைய வீட்டின் மொட்டைமாடிக்கே வருவதுதான். அவர்கள் வேறெங்கும் வந்து, 'ஒளி படைத்த கண்ணினாய்' பாடக் கூடாதா என்ன? ஏன் அந்த மொட்டை மாடி?''

''அந்த வீட்டில்தானே அமராவதியும் சுந்தரபூபதியும் வாழ்ந்தார்கள்? அதனால் பேய்களுக்கு அந்த வீட்டின் மீது ஒரு கவர்ச்சி இருக்கலாம்.''

''மொட்டை மாடி மீதா? ஏன் பால்கனியில்தானே ஷாக் அடித்துச் செத்துப் போனார்கள்? அங்கே ஆடக் கூடாதா? மொட்டை மாடிக்கு ஏன் வர வேண்டும்? எஸ்டேட்டின் மற்ற இடங்களுக்கு எல்லாம் அவர்கள் போகவே இல்லையா என்ன? அங்கெல்லாம் ஆடக் கூடாதா? அதேபோல், ராஜபூபதியை மட்டும் ஏன் மிரட்ட வேண்டும்? நம்மை ஏன் துரத்த வேண்டும்? பேய்க்கு ராஜபூபதியும் ஒன்றுதான்; நரேந்திரனும் ஒன்றுதான். நேரடியாக நரேந்திரனை ஒழித்துக் கட்டுவதற்குப் பதில் சாலையை மறித்தெல்லாம் ஏன் துரத்திப் பார்க்க வேண்டும்? நான் அங்கே போயிருப்பது யாருக்கோ இடைஞ்சலாக இருக்கிறது. யாருக்கோ என்றால் பேய் வேஷம் கட்டுபவர்களுக்கு. அந்த யாரோ யார்? ஏன் பேய் வேஷம் போட வேண்டும்? இந்தக் கேள்விகளுக்கெல்லாம் நாம் வடை... ஸாரி... விடை கண்டுபிடிக்க வேண்டும்.''

''நிறைய குழம்பி இருக்கிறாய் நரேன். இப்போது எங்கேயிருந்து தொடங்குவது?''

''ஒரு லீட் இருக்கிறது. ரஞ்சித் டேனியல் வீரேந்திரகுமார். அவனைப் பற்றி ஆராயத் தொடங்கலாம். ரஞ்சித்தை, ராஜபூபதி கொன்றுவிட்டதாக முண்டம் சொல்கிறது. ரஞ்சித் ஆக்ஸிடென்டில் செத்துப் போனான் என்று ராஜபூபதி சொல்கிறார். யார் சொல்வது உண்மை?''

''யார் அந்த ரஞ்சித் டேனியல் வீரேந்திரகுமார்? ஆக்ஸிடென்டில் இறந்தான் என்றால் போலீசில் கேஸ் பதிவாகி இருக்குமே? அவர்கள் என்ன சொல்கிறார்கள்?''

"எக்ஸாட்லி... ஜான் நீ என்ன செய்கிறாயென்றால், இந்த மூக்குத்தியை வைத்துக் கொள்கிறாய். இதன் சொந்தக்காரரைக் கண்டுபிடிக்கிறாய். மூக்குத்தியின் சொந்தக்காரர் தங்கச்சிலை எஸ்டேட்டில்தான் இருக்க வேண்டும். அநேகமாக அது சுபத்ராவாகத்தான் இருக்க வேண்டும். அவள் கை விரல்களில் மருதாணி இருக்க வேண்டும். அதையும் பார். மூக்குத்தி அவளுடையதுதானா என்று கண்டுபிடித்துவிட்டால் அப்புறம் கேஸே சுலபமாக முடிந்துவிடும். என்ன சொல்கிறாய்?"

"தங்கச்சிலை எஸ்டேட்டுக்கு நான் போக வேண்டும். அப்படித்தானே?"

"யெஸ்..."

"அந்த அமராவதியிடம் நான் அடிபட வேண்டும், அப்படித்தானே?"

"டபிள் யெஸ்..."

"தாங்காது நரேன், நான் வருங்காலக் குழந்தைக் குட்டிக்காரன். கொஞ்சம் கருணை வையேன். நான் செத்துப் போய்விட்டால் அனிதா..."

"அனாதையாக மாட்டாள் ஜான்."

"எப்படிச் சொல்கிறாய்?"

"அவளும் உயிரோடு இருக்கப் போவதில்லையே. உன்னை அடிக்கும் அமராவதி அவளையும் அடித்துவிடுவாள். போ, ஜான்... ஒர்க் வொயில் யூ ஒர்க். ப்ளே வொயில் யூ ப்ளே!"

"அடப்பாவி!"

"வைஜயந்தி, உனக்கு இன்னொரு வேலை வைத்திருக்கிறேன். சுபத்ரா பிரசிடென்சியில் பப்ளிக் அட்மினிஸ்ட்ரேஷன் படிப்பதாகச் சொன்னாள். நீ பிரசிடென்சி போகிறாய். சுபத்ரா, சுபத்ராவின் ஃப்ரண்ட்ஸ், காலேஜில் சுபத்ரா எப்படி? சுபத்ராவிற்கு பாய்ஃப்ரெண்ட் இருக்கிறானா, இருக்கிறான் என்றால் அவன் எப்படி இருக்கிறான்? சுந்தரபூபதி போலவா, என்ன செய்கிறான் எல்லாவற்றையும் ஆராய்ந்துகொண்டு

வரப் போகிறாய். நீ போகும்போது இதே முகத்துடன் போகாதே. முகத்தை மாற்றிக்கொள். ஸ்டைலை மாற்றிக் கொள். ஜூனியரையும் கூடவே அழைத்துக்கொண்டு போ. சுபத்ரா காலேஜில் உன்னை நேருக்கு நேர் பார்த்தாலும் நீதான் வைஜயந்தி என்று அடையாளம் கண்டுகொள்ளக் கூடாது.”

“ஓ. கே. ” என்றாள் வைஜயந்தி, சுறுசுறுப்பாக.

“ஜூனியர் வரை எங்களையெல்லாம் வேலைக்கு அனுப்பிவிட்டு, நீ ஜாலியாகப் படுத்துத் தூங்கப்போகிறாயா?” அனிதா கடுப்புடன் கேட்டாள்.

“நோ... எனக்கு போலீஸில் கொஞ்சம் வேலை இருக்கிறது.”

* * * * *

நரேந்திரனைப் பார்த்தார், சப் - இன்ஸ்பெக்டர்.

“இன்ஸ்பெக்டர் பால்ராஜுக்கு நீங்கள் மிகவும் வேண்டப்பட்டவரா?”

“யெஸ்...” என்றான், நரேந்திரன். “அவரிடமிருந்து ஃபோன் வந்திருக்குமே?”

சப் – இன்ஸ்பெக்டர் தலையசைத்து ஆமோதித்தார்.

ஓரங்களில் துருப்பிடிக்கத் தொடங்கியிருந்த ஒரு கோத்ரேஜ் பீரோவை அணுகித் திறந்தார். வவ்வால்களாகத் தொங்கிக்கொண்டிருந்த ஃபைல்களின் இடையில் விரலை ஓட்டி, ஒரு ஃபைலை எடுத்துக்கொண்டு வந்தார். மேஜையில் வைத்துப் புரட்டினார்.

பேப்பர்கள் சலசலத்தன.

“ரஞ்சித் டேனியல் வீரேந்திரகுமார் என்றுதானே கேட்டீர்கள்?”

“யெஸ். லாரி மோதி...”

சப்-இன்ஸ்பெக்டர் கோப்பிலிருந்து படிக்க ஆரம்பித்தார்.

“ரஞ்சித்துக்கு இருபத்து மூன்று வயது. நூற்று எண்பது செண்டி மீட்டர் உயரம். அறுபத்தைந்து கிலோ. எண்ணூரிலிருந்து

தூண்டில் கயிறு

மெட்ராஸ் வரும் வழியில் ஒரு லாரி ஆக்ஸிடெண்டில் ஸ்பாட்டிலேயே இறந்து போனார். போஸ்ட்மார்ட்டம் ரிப்போர்ட்டில் அவர் ஆல்கஹால் எதுவும் அருந்தவில்லை என்று தெரிகிறது. வண்டியை நிறுத்தாமல் போய்விட்ட லாரி டிரைவரை ட்ரேஸ் செய்ய முடியவில்லை. மெட்ராஸிலிருந்து லோடு ஏற்றிக்கொண்டு போன எல்லா லாரிகளையும் செக் பண்ணியாகிவிட்டது. இட் வாஸ் எ ப்யூர் ஆக்ஸிடெண்ட். ஹிட் அண்ட் ரன் கேஸ்."

சப்-இன்ஸ்பெக்டர் ஃபைலை மூடினார்.

"பாடியை யார் க்ளெய்ம் செய்தார்கள்?" என்று கேட்டான் நரேந்திரன், லேசான ஏமாற்றத்துடன்.

"தோகைமயில் கிராமத்தில் இருக்கும் அவருடைய ஃபாதரும் தங்கையும்! அட்ரஸ் வேண்டுமா?"

"ஆம். கிராமத்தின் அட்ரஸ், அதேபோல லோக்கல் அட்ரஸ் இரண்டுமே வேண்டும் எனக்கு" என்றான் நரேந்திரன்.

"ஏன்... ஏதாவது பிரச்சினையா?"

"இருக்கலாம்போல் தோன்றுகிறது."

"கிராம அட்ரஸ் கொடுக்கிறேன். லோக்கல் அட்ரஸ் வேண்டாம்."

"ஏன்?" என்றான் நரேந்திரன், அவரைச் சந்தேகத்துடன் பார்த்து.

அதற்கு அவர் சொன்ன பதில் ஆச்சரியமாயிருந்தது.

<hr>

15

"சொல்லுங்கள், சார். ஏன் லோக்கல் அட்ரஸ் வேண்டாம்?"

நரேந்திரன் பிடிவாதமாகக் கேட்டான்.

சப்-இன்ஸ்பெக்டர் தடுமாற்றத்துடன் சொன்னார்:

"அந்த ஆள் இருந்தது, பெசன்ட் நகரில் ஒரு சின்ன வீட்டில். அந்த வீட்டிற்குப் போயிருந்தேன். இந்தக் கேஸூக்கு உதவுவதுபோல் அங்கே எதுவும் இல்லை. அவனுடைய அப்பாவும் இன்னும் அந்த பெசன்ட் நகர் வீட்டுக்கு வரவே இல்லை. சும்மாதான் பூட்டிக் கிடக்கிறது" என்று கண்களைத் தழைத்துக்கொண்டு தயக்கத்துடன் பேசினார், சப்-இன்ஸ்பெக்டர்.

"அந்த வீட்டுக்கு நான் போவதை நீங்கள் விரும்பவில்லை என்பதுபோல் இருக்கிறது உங்கள் பேச்சு..." என்றான் நரேந்திரன், குற்றம் சாட்டும் குரலில்.

சப்-இன்ஸ்பெக்டர் திடீரென்று ஆவேசமானார்.

ஓங்கிய குரலில், "தாராளமாகப் போங்க சார். அந்த வீட்டில் சாவு வாசனை இருக்கிறது. உள்ளே நுழைந்தால் விசித்திரமான சப்தம் எல்லாம் கேட்கிறது. என்னவோ அமானுஷ்யமாக உள்ளது. முதுகுத்தண்டில் குறுகுறுக்கிறது. உங்கள் நல்லதுக்குச் சொன்னேன். பின்னால் எச்சரிக்கவில்லை என்று நீங்கள் என்னைக் குறை சொல்லக் கூடாது" என்று கூறி நிறுத்தினார்.

அவர் தனது கரங்களின் நடுக்கத்தை மறைக்க, அவசரம் அவசரமாக ஒரு சிகரெட்டை எடுத்துப் பற்ற வைத்துக்கொண்டார். ரஞ்சித் டேனியல் வீரேந்திரகுமாரின் பெசன்ட் நகர் வீட்டைப் பற்றிக் கூறியபோது இன்ஸ்பெக்டர்

முகத்தில் திடீரென்று அதிதமான பயம் எழுந்ததையும், சிகரெட் பற்ற வைக்க முயன்ற அவரது கரங்கள் நடுங்கியதையும் நரேந்திரன் கவனித்தான். அவனது ஆர்வம் அதிகரித்தது.

'பெசன்ட் நகரிலும் பேய் உலவுகிறதா? கண்டுபிடி, நரேன்!'

"இன்ட்ரெஸ்டிங்" என்றான் நரேந்திரன். "எனக்கு அந்த லோக்கல் அட்ரஸ் நிச்சயம் வேண்டுமே..." என்றான்.

'அப்புறம் உன் தலையெழுத்து' என்பதுபோல் சப்-இன்ஸ்பெக்டர் ஒரு காகிதத்தை எடுத்துக் கிறுக்கி நீட்டினார்.

* * * * *

கோபித்துக்கொண்ட குழந்தையைப் போல் பெசன்ட் நகரில் தனியாக இருந்தது அந்த வீடு. நரேந்திரன் புல்லட்டை நிறுத்தினான். இறங்கினான். சுற்றிலும் பார்த்தான். பிற்பகல் ஒரு மணிக்கு அவனை வியப்புக் கண்களால் பார்க்கக்கூட யாருமே இல்லை. முகமூடி அணியாமலேயே கொள்ளைக்காரர்கள் வந்து வீடுகளில் சுவாதீனமாகப் புகுந்து, என்ன வேண்டுமோ, அவற்றை எடுத்துக்கொண்டு போகலாம் போல் தோன்றியது அந்த ஒதுக்குப்புறமான பிரதேசம்.

காம்பவுண்ட் சுவர் முழங்கால் உயரம். இடையில் இருந்த மரக்கதவு மார்பு உயரம். மர கேட்டில் ஒரு போர்டு. 'நாய்கள் இல்லை. தைரியமாக உள்ளே வரலாம்.' நரேந்திரன் புன்னகைத்துக்கொண்டான். கேட்டைத் தள்ளித் திறந்தான். வீட்டின் கதவு அலங்காரமாக இருந்தது. நீளவாக்கில் வரிசையாகத் தேக்குப் பலகைகளை வைத்து அடுக்கி குறுக்கில் இரும்புப் பட்டைகளை வைத்துத் தைத்திருந்தார்கள்.

'ரஞ்சித் டேனியல் வீரேந்திரகுமார். ப்ளே பாய். தங்கச்சிலை பிரைவேட் லிமிடெட்' என்ற எழுத்துகளைக் கொண்ட பெயர்ப்பலகை கதவின் உச்சியில் வலப்புற ஓரத்தில் ஒட்டப்பட்டிருந்தது. ரசனையுள்ளவன். நகைச்சுவை உணர்வு கொண்டவன். பெயர்ப் பலகைக்குப் பக்கத்தில் ஒரு சிவப்பு வட்டம். அதன் நடுவே வெண் பொத்தான். அழுத்தினான். உள்ளே விரயமாக பஸ்ஸர் ஒலித்தது. நரேந்திரன் எப்போதும்

கொண்டுவரும் மாஸ்டர் சாவிக்கொத்தை எடுத்தான். சாவியைத் தேர்ந்தெடுத்து, கதவின் நவீனப் பூட்டில் பொருத்தினான்.

க்ளிக்.

திறந்துகொண்டது. உள்ளே நுழைந்தான். யாராவது திடீர் என்று முளைத்து தன் மண்டை மேல் ஒரே போடாகப் போட்டு தனக்கு சிவலோகப் பதவி கொடுப்பார்கள் என்று எதிர்பார்த்தான். ம்ஹூ்ஹூ்ஹூம். யாருமே இல்லை. ஹால் பதினைந்து நாள் தூசியுடன் வெறுமையாக இருந்தது. சோ்ம்பா. நீலச்சுவரில் ஒரே ஒரு போஸ்டர். ஹாலில் இருந்து படுக்கையறை தெரிந்தது. அதில் தெரிந்த படுக்கை ஓர் ஆளுக்குச் சற்றுப் பெரியது. நரேந்திரன் அந்த அறையில் நுழைந்தான்.

சப்-இன்ஸ்பெக்டர் நுழைந்து பார்த்ததாகச் சொன்ன படுக்கை அறை. கட்டில் மேல் ஏதோ ஒரு ஃபோம் மேல் பெட்ஷீட்டில் அன்னங்கள் ஒன்றை ஒன்று துரத்தின. சுவரில் மறுபடி ஒரு சித்திரம். லைன் ட்ராயிங். இந்தியப் புகழோ, உலகப் புகழோ பெற்ற சித்திரமாக இருக்கலாம். ஒரு தாய் அவளுடைய சிறுவனுக்கு அல்லது சிறுமிக்குப் பால் கொடுக்கும் படம். தாய் வற்றி இருந்தாள். அவளுடைய ஸ்தனம் வற்றி இருந்தது. ச்சே. படத்தை ரசிக்கவா வந்தேன்? சுவர் முழுக்க இளநீல வர்ணம். ஜன்னல் கண்ணாடி. செங்கல் நிறத்தில் திரை. ஓர் ஓரத்தில் டி.வி. அழகிய பெண் சிலை. காலுக்குக் கீழே கார்ப்பெட்.

ரஞ்சித் டேனியல் வீரேந்திரகுமார். என்ன வினோதமான நீளமான பெயர். நரேந்திரன் கட்டிலை அணுகினான். பெட்ஷீட்டைத் தூக்கினான். ஃபோம் மெத்தையைத் தூக்கினான். தலையணைகளைத் தூக்கினான். படுக்கை சுத்தமாக இருந்தது. இந்த வீட்டில் என்ன தேடுகிறேன்? நிச்சயம் ஏதாவது கிடைக்கும் என்று நரேந்திரன் மனதில் மட்டும் ஏதோ தோன்றிக்கொண்டே இருந்தது.

நரேந்திரன் சுவரின் இன்னொரு பக்கத்தில் இருந்த மரத்தால் ஆன, பாலீஷ் செய்யப்பட்ட அலமாரியை நெருங்கினான். அலமாரி சுவரில் பொருத்தப்பட்டிருந்தது. திறந்து பார்த்தான். உள்ளேபுத்தகங்கள். முதுகு காட்டி அடுக்கப்பட்டிருந்தன. புத்தக அறைக்குக் கீழே விதவிதமான பொம்மைகள், கொலுவில்

தூண்டில் கயிறு

வைப்பதற்காக இப்போதிருந்து சேகரம் செய்யப்படுகிற மாதிரி.

யூஸ் அண்ட் த்ரோ ரேஸர்கள். 'க்ரீம் அ பார்ப்' என்று ஃப்ரெஞ்ச் பெயர் தாங்கிய ஷேவிங் நுரையை டைரக்டாகப் பீய்ச்சி அடிக்கும் ஒரு சிலிண்டர், ரூம் ஸ்ப்ரேயர், ஆஃப்டர் ஷேவ் லோஷன், எப்போதோ உபயோகப்படுத்திய அண்டர்வேர், கீழே தரையில் விதவிதமான ஷூக்கள். ஒரு பிரம்மச்சாரி அறையில் என்னென்ன பார்க்க முடியுமோ அவை அத்தனையும் அந்த அறையில் இருந்தன. நரேந்திரன் அந்தப் புத்தகங்களில் ஒன்றை எடுத்தான்.

ஹாஸ்டிங்ஸ் ஹவுஸ் என்ற வெளிநாட்டுப் பதிப்பகத்தார்கள் பதிப்பித்திருந்த ஃபிலிம் ஸ்க்ரிப்ட் ரைட்டிங். திறந்தான். சுவாரசியமின்றிப் புரட்டினான். ஒரு பக்கம் திருப்பியவுடன் 'அட' என்று வியந்தான். காரணம் புத்தகத்தில் சொருகப்பட்டிருந்த ஃபோட்டோ. ஃபோட்டோவில் ரஞ்சித் டேனியல் வீரேந்திரகுமார் ஒரு பெண்ணின் கைவிரல்களைப் பற்றி முத்தமிட்டுக் கொண்டிருந்தான். ஏதோ ஓர் ஆட்டோமேடிக் காமிராவில் சிறைப் பிடிக்கப்பட்டிருந்த அந்தக் காட்சியில் இருந்த பெண்ணின் முகம் தெளிவாகத் தெரிந்தது.

'சுபத்ரா' என்று முணுமுணுத்தான், நரேந்திரன்.

அவசர அவசரமாக மற்ற புத்தகங்களை எடுத்தான். எல்லாப் புத்தகங்களிலும் அதே ஃபோட்டோ ஏதோ ஒரு பக்கத்தில் வைக்கப்பட்டிருந்தது. நரேந்திரன் அறையின் மையத்திற்கு வந்தான். திடீரென்று அவனுக்கு அந்த உணர்வு தோன்றியது. தன்னை யாரோ கவனிக்கிறார்கள். நரேந்திரன் ஒவ்வோர் அடியாக எடுத்து வைத்தான். தூரத்தில் இருந்த கடல் அலைகளின் சத்தம் அறையில் 'சல்' 'சல்' என்று பாம்பு தரையைக் கொத்துகிற சத்தமாகக் கேட்டது. 'ஸ்... ஸ்...' என்று காற்று சுழற்றி அடிக்கும் ஓசை கேட்டது. அந்த அறையில் அமானுஷ்யமாக ஏதோ ஒன்று நடக்கப் போவதுபோல் இருந்தது நரேந்திரனுக்கு.

திடீரென்று யாரோ முனகுகிற ஒலி, மிக மோசமாக அடிபட்ட ஒருவர் முனகுகிற சத்தம். கொஞ்சம் கொஞ்சமாக அதிகமானது.

மனிதக் குரலோடு சேர்த்துக்கொள்ள முடியாத வினோதமான முனகல் சத்தம். எங்கிருந்து வருகிறது? நரேந்திரன் சுற்றுமுற்றும் பார்த்தான். கூரையைப் பார்த்தான். ஒன்றும் புலப்படவில்லை. அந்த இடத்தை விட்டு அறைக்கதவை நோக்கி நகர்ந்தான். சத்தம் தேய ஆரம்பித்துவிட்டது. நின்றது. நரேந்திரன் மறுபடி அறை மையத்திற்கு வந்தான். மறுபடி அந்த அமானுஷ்யம் அவனைத் தொட்டது. யாரோ முனகுகிற ஒலி. அது கொஞ்சம் கொஞ்சமாக அதிகமானது. மனிதக் குரலோடு சேர்த்துக் கொள்ள முடியாத வினோத முனகல் சத்தம்.

நரேந்திரன் இந்த முறை அந்த மையத்தை விட்டு அகலவில்லை. கடைசி வரை பார்த்துவிடுவது என்று தீர்மானித்தான். சப்-இன்ஸ்பெக்டர் இந்தச் சத்தத்தைக் கேட்டுவிட்டுத்தான் வீட்டை மேலே ஆராயாமல் ஓடியிருக்க வேண்டும்.

இப்போது சத்தம் மிக அதிகமாயிற்று. ஏதோ ஒரு காட்டின் நடுவில் மாட்டிக்கொண்ட மாதிரி. நள்ளிரவு பன்னிரண்டு மணிக்கு சுடுகாட்டில் மாட்டிக்கொண்ட மாதிரி விதவிதமான சத்தங்கள். பத்து எக்ஸார்ஸிஸ்ட் படங்களை ஒரே நேரத்தில் உட்கார்ந்து பார்த்தால் என்ன சவுண்ட் எஃபெக்ட் இருக்குமோ? அந்த அளவுக்கு சவுண்ட் எஃபெக்ட் இருந்தது. இது நிச்சயம் எலக்ட்ரானிக் சமாச்சாரம்தான். நரேந்திரன் தான் நின்றிருந்த இடத்தைவிட்டு அசையவில்லை. என்னதான் நடக்கிறது பார்த்துவிடலாம் என்று காத்திருந்தான்.

"ஹலோ..." என்று ஒரு குரல் ஒலித்தது.

அந்த ஹலோவுடன் பத்து ஹலோக்கள் எதிரொலி வளையங்களாகச் சேர்ந்துகொண்டு,

ஹலோ

ஹலோ

ஹலோ

ஹலோ

என்றன.

　　　　　　　　　　தூண்டில் கயிறு

நரேந்திரனுக்கு ஆச்சரியமாய் இருந்தது. மனிதக்குரல்தான். யாரோ முனைந்து ஒரு ரிக்கார்டிங் தியேட்டருக்குச் சென்று இந்த 'ஹலோ'வை எதிரொலி ஹலோக்களுடன் ரெக்கார்ட் செய்திருக்கிறார்கள். இதற்கு முன் கேட்ட விநோதமான முனகல் சத்தங்களும் அப்படித்தான் ரெக்கார்ட் செய்யப்பட்டிருக்க வேண்டும். நரேந்திரன் மேலே அந்த மாயக்குரல் என்ன சொல்லப் போகிறது என்று காத்திருந்தான்.

நீங்கள் தைரியசாலி

நீங்கள் தைரியசாலி

நீங்கள் தைரியசாலி

நீங்கள் தைரியசாலி

'ஆமாய்யா, நான் தைரியசாலிதான். ஏற்கெனவே வாசகர்கள் இது என்ன விட்டலாச்சார்யா படமா? என்று கேள்வி கேட்க ஆரம்பித்துவிட்டார்கள். இதில் நீ வேறு இடைவெளி விட்டு, விட்டு எதிரொலியுடன் பேசுகிறாய். என்ன பேசப் போகிறாய் என்பதை சீக்கிரம் சொல்லித் தொலையேன்' என்று நரேந்திரன் முணுமுணுத்தான்.

அவன் முணுமுணுப்பிற்குப் பதில் இல்லை. பதிலாக அதே எதிரொலிக் குரல் மேலே பேச ஆரம்பித்தது:

'இந்தக் குரலைக் கேட்கும் நேரம் நான் இறந்து போயிருந்தால் உங்களுக்கு ஒரு ரகசியத்தைச் சொல்லியே ஆக வேண்டும். ரகசியத்தை இங்கேயே சொல்லிவிடுவேன். நீங்கள் எனக்கு வேண்டாதவராகப் போய்விட்டால் என்ன செய்வது?

எனவே...

புதைந்திருக்கும் ரகசியம் தெரிய வேண்டுமா?'

குரல் நிறுத்தியது.

'வேண்டும் வேண்டும்' என்றான் நரேந்திரன். குரல் நின்றுவிட்டது. சுத்தமாக நின்றுவிட்டது. நரேந்திரன் மேலே குரல் வரும் வரும் என்று காத்திருந்தான். ஒலியே இல்லை. நரேந்திரன் ஒன்று இரண்டு என்று எண்ணத் தொடங்கினான்.

ஐயாயிரத்து இருநூற்றுப் பதினைந்து என்று அவன் எண்ணியபோது,

'ஸாரி... நீண்ட நேரம் காக்க வைத்துவிட்டேன்.'

என்று அதே குரல் மறுபடி ஒலித்தது. நரேந்திரன் மறுபடி ஆச்சரியப்பட்டான். மறுபடி மௌனம். மறுபடி காத்திருந்தான்.

மேலும் மூன்று நிமிடங்கள் கழிந்த பிறகு,

என் கல்லறைக்கு வா

என் கல்லறைக்கு வா

என் கல்லறைக்கு வா

அவ்வளவுதான், பலத்த ஒலியிலிருந்து மெதுவாகக் குறைந்துகொண்டே வந்தது. பிறகு சுத்தமான மௌனம். வெளியில் கடல் அலைகளின் சத்தம், காற்றின் சத்தம்.

என் கல்லறைக்கு வா.

அப்படியென்றால் என்ன அர்த்தம்? ரஞ்சித் டேனியல் வீரேந்திர குமாரின் கல்லறையில் என்ன ரகசியம் இருக்கிறது?

—◦—

                                                   தூண்டில் கயிறு

16

ரஞ்சித் டேனியல் வீரேந்திர குமாரின் கல்லறை எங்கே இருக்கிறது?

மெட்ராஸிலா? இல்லை, அவனுடைய சொந்த ஊரிலா? எப்படிக் கண்டுபிடிப்பது?

நரேந்திரன் அந்த அசரீரி ஒலி எங்கிருந்து வந்தது என்று ஆராய்ந்தான். அறை மையத்துக்கு வந்தால் ஒலிக்கிறது என்றால், நிச்சயம் அங்கே காலை வைக்கும் இடத்தில்தான் சுவிட்ச் இருக்க வேண்டும்! கீழே குனிந்து பார்த்தான். காலுக்குக் கீழே கார்ப்பெட் இருந்தது. கார்ப்பெட் அறை முழுவதும் பரவி இருந்தது. நரேந்திரன் அந்தக் கார்ப்பெட்டை விலக்கினான். அறையின் மையத்தில் ஒரு செங்கல் அளவு ஸ்விட்ச் போர்டு இருக்க ஸ்விட்ச் போர்டில் இருந்த ஒரு ஸ்விட்ச் வட்டமாக, உள்ளங்கை அகலத்திற்கு இருந்தது. அறை மையத்திற்கு வந்தால் யாரும் அதை மிதிக்காமல் இருக்க முடியாது. ஸ்விட்ச் போர்டு மெல்லியதாய் இருந்தது. அதனிடமிருந்து ஓர் ஒயர் புறப்பட்டு கார்பெட்டுக்குள் புதைந்து, அறையின் ஓரத்தை நோக்கிச் செல்ல, நரேந்திரன் அந்த ஒயரின் பாதையைத் தொட்டுக்கொண்டு போய்...

இறுதியாகக் கண்டுபிடித்தான்.

புக்ஷெல்ஃபின் பின்னால் ரிக்கார்டர் இருந்தது. அதில் இருந்து ஓர் ஒயர் நீண்டு அறையின் மேலே மறைவாய் வைக்கப்பட்டிருந்த ஒரு ஸ்பீக்கரைத் தொட்டது.

'வெரிகுட்' என்று நரேந்திரன் தன் முதுகில் தானே தட்டிக்கொண்டான். ரிக்கார்டரில் இருந்த காசெட்டைக் கவர்ந்துகொண்டான். ரஞ்சித் டேனியல் வீரேந்திரகுமாரும்

சுபத்ராவும் இணைந்து இருந்த ஃபோட்டோவையும், ஃபோட்டோ வைக்கப்பட்டிருந்த ஃபிலிம் ஸ்கிரிப்ட் ரைட்டிங் புத்தகத்தையும் எடுத்துக்கொண்டான்.

இன்னும் என்னென்ன அதிசயங்களைக் கண்டுபிடிக்கப் போகிறோம் என்று எந்தப் புரிதலும் இல்லாமல், அந்த வீட்டிலிருந்து மெல்ல வெளியேறினான்.

* * * * *

ஜான்சுந்தர் அனிதாவுடன் எஸ்டேட் வீட்டின் கெஸ்ட் ரூமில் ஆயுள் தண்டனைக் கைதிபோல் உட்கார்ந்திருந்தான். சுபத்ரா காலேஜுக்குப் போயிருந்தாள். ராஜபூபதி அவருடைய அறையில் மருந்துகளின் ஆதிக்கத்தில் ஆழ்ந்த உறக்கத்தில் இருந்தார்.

"இந்த இடத்திலா நரேந்திரன் கிட்டத்தட்ட ஒரு வாரம் இருந்திருக்கிறான்?" என்று ஜான்சுந்தர் அந்த அறையைச் சுற்றிலும் பார்த்துக்கொண்டு கேட்டான். அந்த அறையில் விசேஷமாக ஆராய்வதற்குத் தகுதியாக ஒன்றுமில்லை.

"வா, சுபத்ரா அறைக்குப் போகலாம். அதை ஆராயலாம். ஏதாவது வித்தியாசமாகக் கிடைக்கிறதா என்று பார்க்கலாம்."

"பொறு! அவசரப்படாதே. வந்தவுடனேயே பூட்டை உடைப்பது அப்படி ஒன்றும் நல்ல காரியம் இல்லை" என்றாள் அனிதா.

"சரி, பேய் உலாவும் மொட்டை மாடியைப் போய்ப் பார்க்கலாம். ஹாலில் இருக்கும் அத்தனைப் படங்களையும் கூர்ந்து பார்க்கலாம்."

"ஊஹூம்."

"வேறு என்ன செய்யலாம் அனிதா?" என்றான், ஜான்சுந்தர் வாயில் சிகரெட்டைப் பொருத்திக்கொண்டு, கைகள் இரண்டையும் கட்டிலின் பின்புறம் ஊன்றிக்கொண்டு.

"சொல்லட்டுமா?"

அனிதா அவனை நெருங்கினாள். சிகரெட்டைப் பிடுங்கி ஆஷ்ட்ரேயில் போட்டுப் பாழாக்கினாள். பின்பக்கமாக ஊன்றி

                                      தூண்டில் கயிறு

இருந்த அவன் கைகளைத் தட்டிவிட்டாள். மல்லாந்த அவன் மார்பில் சாய்ந்தாள். ஜான்சுந்தரின் சட்டை பட்டன்களோடு விளையாடத் தொடங்கினாள்.

"அனிதா, இது நல்லதில்லை" என்றான் ஜான்சுந்தர்.

"என்னைப் பார் ஜான்" என்றாள்.

"உன்னைச் சொல்லித் தப்பில்லை. சுற்றிலும் மரங்கள். குளிர்ச்சி, பட்சிகளின் கானங்கள். கொஞ்சம் ஏமாந்தால் தேவர்கள் பூமாரி பொழிவார்கள்போல் தெரியும் இடம். ஆனால் நாம் வந்திருப்பது ரொமான்ஸ் செய்ய அல்ல" என்று அனிதாவிடமிருந்து ஜான்சுந்தர் சற்றுத் தள்ளி அமர்ந்தான்.

"அப்படியானால், உடனே மோதிரம் மாற்றிக்கொள்வோம், ஜான்! அதற்கப்புறமும் இது நல்லதில்லை, அது நல்லதில்லை என்றெல்லாம் பேச மாட்டாய் பார்..."

அனிதாவின் கை விரல்கள் ஜான்சுந்தரின் மார்பு முடியுடன் விளையாடிக்கொண்டிருக்க, "நீ என்னை டெஸ்ட் பண்ணுகிறாயா? உன்னை டெஸ்ட் பண்ணிக்கொள்கிறாயா என்றே புரியவில்லை" என்று அவள் கையை மெல்ல ஒதுக்கினான் ஜான்சுந்தர்.

"நரேந்திரன் வைஜயந்தியிடம் ஒரு கிஸ்ஸுக்காக ஓராயிரம் வருடங்கள் தவம் இருக்கிறான். அப்புறம்தான் முத்த வரம் கொடுக்கிறாள் வைஜயந்தி. அதேபோல் நான் பிகு செய்ய வேண்டும். பிடிவாதம் பிடிக்க வேண்டும். அதில்தான் த்ரில் இருக்கிறது. கிக் இருக்கிறது என்று நினைக்கிறாயா, ஜான்?"

"அதில்லை டியர்... இப்படி ஒரு தனிமை கிடைத்ததில் ஜாலியாக இருக்கலாம் என்று எனக்கு மட்டும் தோன்றாதா? ஆனால், உன் ஆசை, என் ஆசை எல்லாவற்றுக்கும் மேலே இந்தச் சூழ்நிலையில் ஏதோ தப்பு இருக்கிறது. கம்மான்! வெளியே போய் எஸ்டேட்டைச் சுற்றிப் பார்த்துவிட்டு வருவோம்."

அனிதாவை ஜான்சுந்தர் முழு வேகத்துடன் விலக்கிவிட்டு, அறையிலிருந்து வெளிப்பட்டான். காரிடாரில் வேகமாக நடந்து போர்ட்டிகோவைத் தொட்டான். அனிதா அவன் பின்னால் ஓடி

வந்தாள். "தி மோஸ்ட் சின்ஸியர் வொர்க்கர் என்று தாஸிடம் உனக்கு ஓர் அவார்டு கிடைக்கும், ஜான்" என்று தன் ஏமாற்றத்தை மறைத்துக்கொண்டு புன்னகை சிந்தினாள். ஜான்சுந்தர் சுற்றிலும் பார்த்தான். கொஞ்ச தூரத்தில் செடிகளுக்குப் பூவாளியில் நீர் வார்த்துக்கொண்டிருந்த தோட்டக்காரனை ஜான்சுந்தர் நெருங்கினான்.

தோட்டக்காரன் நிமிர்ந்து பார்த்தான். பூவாளி நீர் சொரிவதை நிறுத்தவில்லை. கண்களில் கேள்விக்குறி! நெற்றியில் சுருக்கங்கள்.

"எஸ்டேட் எவ்வளவு பெரிது? சும்மா சுற்றிப் பார்க்கலாமா?"

அவன் விநோதமாக இவர்களைப் பார்த்துவிட்டுப் பூவாளியைக் கீழே வைத்தான். இரண்டு விரல்களை உதட்டில் ஒட்ட வைத்து 'ப்ளிச்' என்று வாயில் இருந்த சிவப்பான புகையிலைச் சாற்றைத் துப்பினான்.

"புதுசா?"

"ஆமாம்."

"அதான்..."

"என்ன அதான்?"

அவன் சுற்று முற்றும் பார்த்து ஜான்சுந்தரின் முகத்தருகே வந்தான். வெற்றிலை, சுண்ணாம்பு, புகையிலைக் கலவையின் விநோத வாசம் ஜான்சுந்தரைத் தாக்கியது.

"ஜோடியோட வந்திருக்கீங்க... உள்ளேயே இருந்துக்குங்க. எஸ்டேட்ல கண்ட எடத்துல சுத்தாதீங்க. இங்கே பேய் உலாத்துது. அடிச்சிடப்போகுது."

"நீங்கள் பேயைப் பார்த்திருக்கிறீர்களா?"

"இல்ல... ஆனா, அதுகிட்ட அடி வாங்கி மயக்கமாக் கெடந்தவங்களப் பாத்திருக்கேன்."

"நான் பேயைப் பார்க்க வேண்டும். கை குலுக்க வேண்டும். எஸ்டேட் எவ்வளவு தூரம் விரிந்திருக்கிறது என்று கேட்டேன்."

     தூண்டில் கயிறு

"நாசமாய்ப் போங்கள்" என்றான். "கண்ணுக்குத் தெரியும் வரை தங்கச்சிலை எஸ்டேட்தான்" என்றான்.

அனிதாவுடன் ஜான்சுந்தர் அந்த எஸ்டேட் சமுத்திரத்தைக் காலால் அளக்க முயன்றான். காம்பவுண்ட் கேட்டிலிருந்து வீடு வரைதான் தார்ச்சாலை. அப்புறம் வீட்டிலிருந்து தங்கச்சிலை பிரைவேட் லிமிடெட் துண்டில் கயிறு ஃபாக்டரி வரை இன்னொரு துண்டு தார்ச்சாலை. மற்றபடி செடிகள், கொடிகள், மரங்கள், முட்கள், புதர்கள்.

உத்தேசமாகச் சென்ற ஓர் ஒற்றையடிப் பாதையில் ஜான்சுந்தரும் அனிதாவும் நடந்தபோது இயற்கையும், அந்த இயற்கையின் ஊடே எழுந்த பட்சிகளின் கீச்கீச்களும் லேசாக அடிவயிற்றைக் கலக்கின. தங்கச்சிலை பிரைவேட் லிமிடெட் ஃபாக்டரியிலிருந்து வெளிவந்த ஒன்றிரண்டு ஆட்கள் சைக்கிள்களில் கேடையயும், கேட்டுக்கு வெளியே இருந்த நகரத்தையும் நோக்கி விரைந்தார்கள். பின்னால் திரும்பிக்கூடப் பார்க்காமல் அவர்கள் விரைந்ததிலிருந்து அவர்களையும் பேய் பயம் வெகுவாகத் தாக்கியிருப்பது தெரிந்தது. ஜான்சுந்தர் அவர்களிடமிருந்து விலகி எஸ்டேட்டின் மறுகோடியை நோக்கி நடந்தபோது அந்தச் சின்ன ஷெட் அவன் கண்ணில் பட்டது. சுற்றிலும் இயற்கை போர்த்தியிருக்க நடுவே மனிதன் உருவாக்கிய ஒரு செயற்கைக் கட்டிடம்.

"அனிதா! அங்கே பார்..." என்றான்.

"பம்ப் ஷெட்" என்றாள் அனிதா, அந்தச் செங்கல் ஷெட்டின் மேலே போர்த்தி இருந்த ஆஸ்பெஸ்டாஸ் ஷீட்டைப் பார்த்து, "வா அங்கே போகலாம்" என்றான்.

அந்த ஷெட்டை நெருங்க அவர்களுக்கு ஐந்து நிமிடங்கள் பிடித்தன. அது ஒரு பம்ப் ஷெட்தான். பக்கத்தில் முப்பதடி விட்டத்துடன் கூடிய பிரம்மாண்டமான கிணறு. ஜான்சுந்தர் கிணற்றை நெருங்கினான். அதன் விளிம்புச் சுவர் முழங்கால் உயரம்கூட இல்லை. உள்ளே பார்த்தான். கிணற்றினுள் இன்னொரு ஜான்சுந்தர் தெரிந்தான். தண்ணீர் நாற்பதடிக்குக் கீழே இருந்தது. நீரில் சருகுகள். தண்ணீரில் அலைகளைக் கிளப்பிக்கொண்டு ஒரு சிலந்தி ஊர்ந்தது.

ஒரு ட்யூப் நாற்பதடி ஆழத்திலிருந்து மேலே வந்து, தரை மட்டத்தில் பதிக்கப்பட்டு பம்ப் ஷெட்டில் நுழைந்தது. ஜான்சுந்தர் பம்ப் ஷெட்டை நெருங்கினான். அதன் தகரக் கதவைத் தள்ளித் திறந்தான். எண்ணெய் காணாத கதவு 'க்ரீய்ச்' என்று சப்தமிட்டுக்கொண்டு பின்வாங்க, உள்ளே நுழைந்தான். பின்னாலேயே அனிதாவும் உதட்டில் ஓர் இங்கிலீஷ் மெட்டைப் பொருத்திக்கொண்டு நுழைந்தாள். பம்ப் ஷெட் ஒரு பெரிய ஹால்போல் இருந்தது. பதினைந்தடிக்கு இருபதடி. அரையிருட்டில் இருந்தது. ஆஸ்பெஸ்டாஸ் கூரையில் ஒரு சதுரம் வெட்டப்பட்டு அதில் கண்ணாடி பொருத்தப்பட்டிருக்க, கண்ணாடி வழியாக, இலை, கிளைகளை ஊடுருவித் தப்பித்து வந்த சூரிய வெளிச்சம் சோகையாக நுழைந்தது.

பம்ப் ஷெட்டில் வெறும் மோட்டாரைமட்டும் எதிர்பார்த்திருந்த ஜான்சுந்தர் லேசாக ஆச்சரியப்பட்டான். மோட்டார் இருந்தது. ஆனால் அது அந்த ஹாலில் கால் பாகத்தைக்கூட நிரப்பவில்லை. மீதி முக்கால் பாகத்தில் யாரோ ஒருவன் அங்கே தங்கி இருப்பதற்கான அடையாளங்கள் இருந்தன. நைலான் கயிறு கொடி. கொடியில் தொங்கிக்கொண்டிருந்த வேஷ்டி. ஒரு பேண்ட் - சட்டை. ஓரத்தில் ஒரு தகரப் பெட்டி. அதன் ஒரிஜினல் பெயிண்டை இழந்து கறுப்பாக, அங்கங்கே கரும் பச்சையாகத் தெரிந்தது. பெட்டியின் மேல், ரசம் போன கண்ணாடி சாய்த்து நிறுத்தி வைக்கப்பட்டிருந்தது. பெட்டிக்குப் பக்கத்தில் சோப்புப் பெட்டி, பிரஷ், ஒரு அலுமினியத் தட்டு!

யாராக இருக்க முடியும்? ஒருவேளை மோட்டாரை ஆப்பரேட் செய்பவனோ?

"ஹலோ..." என்று ஜான்சுந்தர் குரல் கொடுத்தான்.

பதிலில்லை. ஜான்சுந்தர் தரையில் குத்துக்காலிட்டு அமர்ந்தான். தகரப் பெட்டியின் மீதிருந்த கண்ணாடியை எடுத்து வைத்தான். பெட்டியில் பூட்டு ஒன்று தொங்கிக்கொண்டிருந்தது.

"இதெல்லாம் ஒரு பூட்டு" என்றாள் அனிதா. அதட்டினால் திறந்து கொள்ளும் போலத்தான் இருந்தது.

    தூண்டில் கயிறு

ஜான்சுந்தர் உள்ளங்கையால் பூட்டைப் பலமாகப் பற்றி ஒரே இழுப்பு. பூட்டு 'லொடக்' என்று கிழவியின் வாய்போல் பிளந்துகொண்டது. பெட்டியைத் திறந்தான். செல்லரித்துப் போன பழைய புத்தகங்கள் இருந்தன. அவற்றை எடுத்து மிக ஜாக்கிரதையாகப் பிரித்தான். பேராசிரியர் சுந்தரம்பிள்ளை எழுதிய மனோன்மணீயம், தவத்திரு சங்கரதாஸ் சுவாமிகள் அருளிய பவளக்கொடி, எல்லாம் நாடகம் சம்பந்தப்பட்ட புத்தகங்கள். ஓலைச்சுவடிகள் என்று சொன்னால்கூட நம்பலாம்போல் அவ்வளவு பழையனவாக இருந்தன.

ஜான்சுந்தர் அந்தப் புத்தகங்களைப் பத்திரமாக எடுத்து வைத்தான். புத்தகங்களுக்குக் கீழே ஒரு சால்வை இருந்தது. சோழர்கள், பல்லவர்கள், சேரர்கள் காலத்தில் சீன நாட்டுடன் வர்த்தகப் பரிவர்த்தனை நடத்தியபோது வாங்கி வந்த சீனச் சால்வை என்று மியூஸியத்தில் வைத்தால் யாரும் கேள்வி கேட்காமல் நம்புவார்கள். அங்கங்கே ஓட்டைகள் இருந்தும் பாச்சை உருண்டையின் வாசம் பிரதானமாக இருந்தது. ஜான்சுந்தர் சால்வையை வெளியில் எடுத்தான். பெட்டியில் ஒரு சீப்பும், சில சில்லறைக் காசுகளும், ஒரே ஒரு கைக்குட்டையும், ஆண்கள் அணியும் அண்டர்வேரும்தான் மிச்சமாக இருந்தன. வேறு எதுவும் இல்லை.

ஜான்சுந்தர் சால்வையை உதறினான். அதன் மடிப்பிலிருந்து மவுண்ட் செய்யப்பட்ட போட்டோ ஒன்று கீழே விழுந்தது.

"அனிதா, யாராவது வருகிறார்களா என்று பார்..."

பதில் இல்லை. திரும்பிப் பார்த்தால், அனிதாவைக் காணவில்லை.

ஒருவேளை வாசலில் போய் நிற்கிறாளோ என்று ஜான்சுந்தர் மீண்டும் அந்தப் புகைப்படத்தில் கவனம் பதித்தான். அப்படி அலட்சியமாக நினைத்தது எவ்வளவு தவறு என்று அப்போது அவனுக்குத் தெரியவில்லை.

17

போட்டோவில் ஜான்சுந்தர் மீண்டும் கவனத்தைப் பதித்தான்.

ஃபோட்டோ செல்லரித்து இருந்தது. ஏதோ ஒரு ஸ்டுடியோவில் எடுக்கப்பட்டிருந்தது. அந்த போட்டோவும் மியூஸியம் சமாச்சாரம்தான். ஓர் ஆணும் ஒரு பெண்ணும் காமிராவைப் பார்த்துச் சிரிக்க முயன்று கொண்டிருந்தார்கள். ஆண் முகத்தில் தாடை வரை செல்லரிக்கப்பட்டிருந்தது. பெண் முகம் நன்றாக இருந்தது. ஆண் உட்கார்ந்திருக்க, பெண் அவனருகே ஒரு மனைவிக்கு உண்டான அடிமைத்தனத்தோடு நின்றிருக்க, யார் அவர்கள் என்று ஜான்சுந்தர் ஆச்சரியப்பட்டான்.

அந்த ஆணின் முகத்தை எங்கேயோ பார்த்த மாதிரி இருந்தது. எங்கே பார்த்திருக்கிறோம்? தலையில் பாகவதர் கிராப், நல்ல சட்டையும் பேண்ட்டும் ஷூவும் அணிந்து உட்கார்ந்திருந்த விதத்திலேயே ஒரு கம்பீரம் தெரிந்தது. பக்கத்தில் நின்றிருந்த பெண்ணுக்கு இருபத்திரண்டு வயது சொல்லலாம். நெற்றியை முக்கால் பாகம் மூடி ஒரு குங்குமப் பொட்டு வைத்திருந்தாள். புடவையை நன்றாக இறுகப் போர்த்திக்கொண்டிருந்தாள். இந்தப் பெட்டிக்குச் சொந்தக்காரன் யார்? போட்டோவில் இருக்கும் ஆணும் பெண்ணும் யார்?

"அனிதா! உள்ளே வா... இவர்களைப் பாரேன். இந்த ஆளை எங்கேயோ பார்த்த மாதிரி இருக்கிறது! எங்கே என்று தெரியவில்லை. உனக்காவது தெரிகிறதா, பாரேன்..." என்று போட்டோவைப் பார்த்துக்கொண்டே கொஞ்சம் உரத்த குரலில் சொன்னான் ஜான்சுந்தர்.

அனிதாவிடமிருந்து பதில் இல்லை.

"அனிதா..." என்று சற்று அதட்டலாகக் கத்தியபடி வாசல் பக்கம் திரும்பினான் ஜான்சுந்தர்.

அனிதாவின் நிழல்கூட அங்கே இல்லை.

"ஏய்... எங்கே போய்விட்டாய்?" ஜான்சுந்தர் எழுந்தான்.

பம்ப் ஷெட் அறையிலிருந்து வெளிப்பட்டான். சுற்றிலும் பார்த்தான். 'ஹோ' என்று காற்று, உயரமான மரங்களில் ஊடுருவி வெளிப்பட்டது.

"அனிதா, அனிதா!"

உரக்க அழைத்தபடி, ஜான்சுந்தர் இரண்டு பக்கங்களிலும் திரும்பித் திரும்பிப் பார்த்தான். ம்ஹூஹூம். என்ன இது? எங்கே போயிருப்பாள்? பேய் உலாவுகிற இடம் என்று தெரிந்துதானே வந்தோம்? கொஞ்சம் அஜாக்கிரதையாக இருந்தது நம் தவறோ? ஜான்சுந்தர் ஷெட்டின் முனை வரை நடந்தான். கிணறு அருகே வந்ததும் வலப்பக்கம் திரும்பிப் பார்த்தான். திடுக்கிட்டான்.

அவனுக்குப் பத்தடி தூரத்தில் அனிதா தரையில் கிடந்தாள். சாதாரணமாக இல்லை. கால்கள் கொஞ்சம் அகன்று இருந்தன. அணிந்திருந்த மிடி முழங்கால் வரை மேலேறி இருந்தது. அவள் தலை ஜான்சுந்தர் திசைப்பக்கம் திரும்பியிருந்தது. கண்கள் மூடியிருந்தன.

வாயின் ஓரத்தில் ஒரு ரத்தக்கோடு தெரிந்தது.

* * * * *

ஏறக்குறைய அதே நேரத்தில் மாநிலக் கல்லூரி வாசலருகே அந்த மாருதி வந்து நின்றது. டிரைவிங் ஸீட்டில் ஒரு பெண் உட்கார்ந்து இருந்தாள். கண்ணாடி அணிந்திருந்தாள். ஸால்ட் பெப்பர் தலைமுடி அவள் வயதை சுமார் நாற்பது என அறிவித்தது. கொண்டை போட்டிருந்தாள். காரிலிருந்து இறங்கினாள்.

நல்ல உயரம். ஸாரி கட்டியிருந்தாள். கருநீலம், வெள்ளிச் சரிகை. உதடுகளில் லிப்ஸ்டிக். வட்டமான பொட்டு. உதட்டில்

புன்சிரிப்பை விளையாட விட்டிருந்தாள். காரிலிருந்து அவளுடனேயே ஒரு நாய் கீழே குதித்தது. அதன் கழுத்தில் இணைக்கப்பட்டிருந்த சங்கிலியின் முனையை அவள் ஒரு விரலால் பற்றியிருந்தாள். தோளில் காமிரா தொங்கியது.

கல்லூரியின் உள்ளே நுழைந்தவுடன் பப்ளிக் அட்மினிஸ்ட்ரேஷன் டிபார்ட்மெண்ட் எது என்று கேட்டாள். வழிகாட்டப்பட்டாள். வழிகாட்டிய இளைஞன், நாற்பது வயதிலும் இந்தப் பெண்ணுக்கு இப்படி ஓர் அபாரமான உடற்கட்டு இருக்கிறதே என்று வியந்தான். விசிலடிக்கும் ஆசையை அடக்கிக்கொண்டான்.

பப்ளிக் அட்மினிஸ்ட்ரேஷன் டிபார்ட்மெண்ட் வாசலில் நின்றாள். காரிடாரில் அவள் நின்றிருந்த இடத்திலிருந்து வகுப்பு நடந்து கொண்டிருந்தது தெரிந்தது. வகுப்பில் உட்கார்ந்திருந்த சுபத்ரா தெரிந்தாள். சூயிங்கம்மை மென்று கொண்டிருந்தாள். தலையை டெஸ்க் மேல் சாய்த்து கண்கள் சொருகிய நிலையில் இருக்க ஏறக்குறைய தூங்கிக்கொண்டிருந்தாள். வகுப்புக்கு இரண்டு கதவுகள். பின்கதவின் வழியே தெரிந்த ஒரு பெஞ்சில் உட்கார்ந்திருந்த ஒரு பெண், நாயுடன் வந்து நின்ற அந்தப் பெண்ணை விநோதமாகப் பார்த்தாள்.

"கிளாஸ் போரடிக்கிறதா?" என்று மெல்லிய குரலில் அவள் காதில் மட்டும் விழுகிற மாதிரி கேட்டாள், நாயுடன் வந்த பெண்.

"யெஸ்..." என்றாள் அவள், தலையை அசைத்து.

"வெளியே வா, ஒரு காஃபி சாப்பிடலாம்" என்று இவள் பாதி ஒலியும், பாதி சைகையுமாகச் சொன்னாள்.

அந்தப் பெண் உடனே எழுந்துகொண்டாள்.

"சார்... என் ஆன்ட்டி வந்திருக்கிறார்கள். போக வேண்டும்" என்றாள். சரசரவென்று வெளியே வந்தாள்.

"தாங்க்ஸ் மேடம். படுபோர் அந்தக் கிளாஸ். நீங்கள் வந்தீர்களோ, நான் பிழைத்தேனோ... வாருங்கள், கான்ட்டீன்

தூண்டில் கயிறு

போகலாம். என் செலவிலேயே காஃபி வாங்கித் தருகிறேன். பைதிபை, இந்த நாய் என்னை ஒன்றும் செய்யாதே?"

"நான் நில் என்றால் நிற்கும். உட்கார் என்றால் உட்காரும். கடி என்றால் கடிக்கும். நாய் என்று சொல்லாதே. அதற்குக் கோபம் வந்துவிடும்."

"அதன் பெயர் என்ன?"

"ஜூனியர்" என்றாள், 'நாற்பது' வயது வைஜயந்தி.

காஃபியிலிருந்து பறந்த ஆவியை ஒரு முறை ஊதினாள், அந்தப் பெண்.

"உன் பெயரைச் சொல்லவே இல்லையே."

"கீதா..."

"சின்ன பெயர். கீதா! நான் இந்தக் காலேஜிற்கு எதற்கு வந்தேன் என்று நீ தெரிந்து கொள்ளவில்லையே!"

"சொல்லுங்கள் ஆன்ட்டி..." என்றாள் கீதா. அவளுக்கு வகுப்பிலிருந்து விடுதலையடைந்த உற்சாகம்.

"உன் கிளாஸில் சுபத்ரா என்று ஒரு பெண் இருக்கிறாள் இல்லையா?"

"ஆம்..." அவள் முகம் லேசாக மாறியது.

"அவளைப் பற்றித் தெரிந்து கொள்ள வந்திருக்கிறேன். இரு, அவசரப்படாதே. நான் சொல்லி முடித்துவிடுகிறேன். என் மகன் தங்கமணிக்கு சுபத்ராவைக் கட்டி வைக்கலாம் என்று பார்க்கிறேன். அதனால் சுபத்ராவைப் பற்றி விசாரித்துவிட்டுப் போகலாம் என்று வந்தேன். நீ ஓர் அம்மாவாக இருந்து, உனக்கு ஒரு பையன் இருந்து அவனுக்கு ஒரு பெண்ணைக் கல்யாணம் செய்து கொடுக்க வேண்டிய நிலையில் இருந்தால் என்னை மாதிரி நீயும் பெண்ணைப் பற்றி விசாரிக்க மாட்டாய்?"

"ஒரு ப்ளேட் காராசேவ் வாங்கிக் கொள்ளலாமா ஆன்ட்டி?"

சரியான தீனிப்பண்டாரம்! "வாங்கிக் கொள்..." என்றாள், வைஜயந்தி.

காராசேவ் ப்ளேட் டேபிளுக்கு வந்து, அதில் ஏறக்குறைய பாதி ப்ளேட்டைக் காலி செய்த பின்தான் கீதா தலை நிமிர்ந்து வைஜயந்தியைப் பார்த்தாள்.

"நீங்கள் சுபத்ராவைப் பற்றிக் கேள்வி கேளுங்கள் ஆன்ட்டி. எனக்குத் தெரிந்தவரை அவளைப் பற்றிச் சொல்கிறேன்."

"ஓ. கே. சுபத்ரா எப்படி?"

"நல்ல அழகி..."

"ப்ச்... நான்தான் சுபத்ராவைப் பார்த்திருக்கிறேனே. என்னைக் கேட்டால் என் பையனுக்கு உன்னைத்தான் கல்யாணம் செய்து வைப்பேன். சுபத்ராவைவிட நீ நல்ல அழகி. பட் என்ன செய்வது? என் வீட்டுக்காரர் ஒரு முசுடு. அந்த ஆளிடம் என் தீர்மானத்தைச் சொன்னால் தாம்தூம் என்று குதிப்பார். நான் கேட்பது சுபத்ராவின் அழகைப் பற்றி இல்லை. அவளுடைய காரெக்டர்..."

'நீதான் சுபத்ராவைவிட அழகி' என்று சொன்னவுடன் கடைவாயில் கட்டப்பட்டிருந்த தங்கப்பல் வைஜயந்திக்குத் தெரியும் அளவிற்கு கீதா சிரித்தாள்.

"சுபத்ரா என்னளவுக்கு அழகி இல்லை என்றாலும்கூடத் தங்கமான பெண் ஆன்ட்டி. ஜோவியலாகப் பேசுவாள். அவளுடைய டாடி பெரிய எஸ்டேட் ஓனர். நிறையப் பணம். ஆனால் கொஞ்சம்கூடக் கர்வமே கிடையாது. பெண்களுக்கு எல்லாமே சுயமாகத் தெரிய வேண்டும் என்பாள் ஆன்ட்டி. அதனாலேயே காரை அவளே ஓட்டி வருவாள். அவளுக்கு சைக்கிள் ஓட்டவும் தெரியும். நீச்சல் தெரியும். சோஷியலாகப் பழகுவாள். லேட்டஸ்ட்டாகக் கராத்தே கற்றுக் கொள்கிறாள். வாரத்தில் இரண்டு நாட்கள் காலேஜ் முடிந்தவுடன் நேரே கராத்தே கிளாஸ். அடையாறில் எங்கேயோ கற்றுக் கொள்கிறாள். இன்றைக்குக்கூடப் போவாள் என்று நினைக்கிறேன்..."

"சோஷியலாகப் பழகுவாளா என்ன? பார்த்தால் உம்மணாம் மூஞ்சிபோல் தெரிகிறாள்?"

  தூண்டில் கயிறு

"இப்போது கொஞ்ச நாட்களாகத்தான் உம்மணாம் மூஞ்சி. நாங்கள் ஒரு பத்து பேர் ஃப்ரண்ட்ஸ். எங்கள் எல்லோரையும் சுபத்ரா ஒரு தடவை அவர்கள் எஸ்டேட்டுக்கு கூட்டிப் போயிருந்தாள். அப்புறம் அவள் எஸ்டேட்டிலிருந்து எண்ணூருக்குப் பக்கத்தில் இருக்கும் கந்தன் சாவடி என்ற இடத்திற்குப் பிக்னிக் போயிருந்தோம். கந்தன் சாவடி எவ்வளவு அருமையான இடம் தெரியுமா? கூப்பிடு தூரத்தில் கடல். பிரதான சாலையிலிருந்து கந்தன் சாவடிக்குப் போட்டில்தான் போக வேண்டும். கடல் நீர் கந்தன் சாவடியைச் சுற்றிக்கொண்டு செல்கிறது. அந்த ஊரின் இயற்கையழகு அபாரம். மூங்கில் காடு, சுற்றிலும் தண்ணீர், ஃபன்டாஸ்டிக் ப்ளேஸ். அங்கு போய் வந்த பிறகுதான் சுபத்ரா உம்மணாம்மூஞ்சி ஆகிவிட்டாள்."

"ஏன், கந்தன் சாவடியில் வித்தியாசமாக ஏதாவது நடந்ததா?"

"ஒன்றுமே இல்லையே ஆன்ட்டி. நாங்கள் கட்லெட், லெமன் ரைஸ், கர்ட் ரைஸ் எல்லாம் எடுத்துப் போயிருந்தோம். ஒரு குடிசையில் தண்ணீர் குடித்தோம். சேஞ்சுக்காக இருக்கட்டும் என்று ஒரு கிளி ஜோசியக்காரனிடம் ஜோசியம் கேட்டோம். வித்தியாசமாக எதுவும் நடக்கவில்லையே!"

"சுபத்ரா யாரையாவது லவ் பண்ணியிருப்பாளோ? கிளி ஜோசியம் அதை நிறைவேறாது என்று சொல்லியிருப்பானா?"

"இல்லை ஆன்ட்டி. அவள் ரைட் கொடுத்தால் அவளைக் காதலிக்க ஒரு பட்டாளமே சுற்றிக்கொண்டிருந்தது. அவள் இதுவரை 'லவ்' அது இது என்றெல்லாம் போகவே இல்லையே..."

அதற்கு மேல் சுபத்ராவைப் பற்றிச் சொல்ல கீதாவிடம் மேட்டர் இல்லை.

"உங்கள் மகன் என்ன பண்ணுகிறார் ஆன்ட்டி?"

"டார்ஜிலிங்கில் எங்கள் எஸ்டேட்டைப் பார்த்துக்கொள்கிறான்."

"கல்யாணம் இங்கேயா, டார்ஜிலிங்கிலா, ஆன்ட்டி?"

"ஆஸ்த்ரேலியாவில்! என் மூன்றாவது கணவர் ஆஸ்த்ரேலியாவில் இருக்கிறார். அங்கேதான் நடக்கும்"

என்று சொல்லி, கீதாவின் திடுக்கிடலை அலட்சியம் செய்து, காப்பியைக் குடித்துவிட்டு வைஜயந்தி கான்ட்டீனை விட்டு வெளியேறினாள்.

* * * * *

வைஜயந்தி இங்கே இப்படி பிஸியாக இருப்பதில், ஜான்சுந்தரையும் அனிதாவையும் மறக்கலாமா?

தங்கச்சிலை எஸ்டேட்டில் பம்ப் செட் அருகில் அனிதா வாயில் ரத்தக்கோடுடன் விழுந்து கிடக்க... அனிதாவின் வாயோரம் ரத்தக்கோடு பார்த்ததும், ஜான்சுந்தர் பதறினான். "அனிதா" என்று அலறினான். அவளருகே ஓடினான். அவளை நெருங்கினான். குனிந்து அமர்ந்தான்.

"என்ன ஆயிற்று? என்ன ஆயிற்று? என் பின்னால்தானே நின்றிருந்தாய்? நான் சொல்வதற்கு முன்னாலேயே வாசலுக்குப் போனாயா? எப்படி இங்கே வந்தாய்? உன்னை யார் இப்படி அடித்துப்போட்டது?"

ஜான்சுந்தர் அனிதாவின் வாயோரம் வடிந்திருந்த ரத்தக்கோட்டைத் துடைத்த சமயம், அவன் முதுகில் தொம்மென்று அந்த அடி விழுந்தது. முற்றிலும் எதிர்பார்க்காத நேரத்தில் அவன் முதுகைத் தாக்கியது உதை. ஜான்சுந்தர் அனிதாவின் மீது விழுந்து ஒரு முறை புரண்டான். அவன் கையில் பற்றியிருந்த போட்டோ எகிறியது. அவனிடமிருந்து பத்தடி தள்ளி விழுந்தது.

ஜான்சுந்தர் எழுந்தான். தன்னை உதைத்தது யார் என்று திரும்பிப் பார்ப்பதற்குள் அவன் முதுகில் அடுத்த உதை விழுந்தது.

தூண்டில் கயிறு

ஜான்சுந்தர் மீண்டும் மீண்டும் தாக்கப்பட்டதில் வெறித்தனமாகக் கோபமுற்றான்.

ஒவ்வொரு முறையும் என்னவோ கர்லாக்கட்டையால் அடிபடுகிற மாதிரி இருந்தது. இனி பொறுப்பதில்லை.

ஜான்சுந்தர் இந்த முறை மூலைக்குத் தள்ளப்பட்டு, உயிருக்குப் போராடும் பூனையின் நிலையை அடைந்திருந்தான். சகசக என்று உருண்டான். எழுந்தான். பார்த்தான். அவனிடமிருந்து எகிறி விழுந்த போட்டோவை எடுத்துக்கொண்டு அந்த நபர் நின்றிருந்தான்.

முகத்தை முழுவதும் மறைத்துக்கொண்டு தாடி. பாகவதர் கிராப். அவனுக்கு வயது முப்பதிலிருந்து ஐம்பது வரை எது வேண்டுமானாலும் சொல்லலாம்போல் இருந்தது.

ஜான்சுந்தரை அவன் பார்த்த பார்வையில் வெறுப்பு இருந்தது. பரிபூரண வெறுப்பு. வெள்ளைச் சட்டை அணிந்திருந்தான். வேட்டி கட்டியிருந்தான். காலில் செருப்பு. ஒரு கையில் அந்த ஃபோட்டோவும் மறு கையில் ஒரு கத்தியும் வைத்துக்கொண்டு விகாரமாக இளித்தான்.

ஜான்சுந்தர் அவனை நோக்கி ஓடினான். அனிதாவின் மேல் கை வைத்தாயா? அவள் உதட்டில் ரத்தக் கோடு போட்டாயா? வருகிறேன். வருகிறேன்.

"ஊ... ஆய்..." என்று ஜான்சுந்தர் கத்திக்கொண்டு பாய்ந்தது, எஸ்டேட் முழுக்க எதிரொலித்தது. ஜான்சுந்தரின் ஷூக்கால் அவனுடைய வெள்ளைச் சட்டை மார்பில் பதிந்தது.

அவன் திடகாத்திரன். அந்த உதையால் பின்னால் சாய்ந்தானே தவிர விழவில்லை.

ஜான்சுந்தரின் அடுத்த உதையை அவன் இரண்டு கைகளையும் பெருக்கல் குறிபோல் வைத்துத் தடுத்தான். தடுத்த அதே நேரத்தில் அவன் காலை உயர்த்தி ஜான்சுந்தரை உதைத்தான். ஜான்சுந்தர் குனிந்து அந்த உதையைத் தவிர்த்தான். தலைக்கு மேல் தாடிக்காரனின் கால் காற்றை விஷ் என்று கிழித்துக்கொண்டு கடந்தது.

ஜான்சுந்தர் அந்தக் கணத்தில் புயல்போல் பாய்ந்து தாடிக்காரனை அணுகினான். அவன் சட்டையைப் பற்றினான்.

"யார் நீ? சொல்லு... இல்லையென்றால் உன் குரல்வளையை நெரித்துவிடுவேன்" என்று உறுமினான்.

தாடிக்காரன் ஒரு விநோதமான ஒலியெழுப்பினான். ஜான்சுந்தரின் கையை ஒரே உதறு. கையில் வைத்திருந்த கத்தியால் காற்றில் ஒரு கோடு போட்டுக் காண்பித்தான். கத்தி ஜான்சுந்தரின் கன்னத்தில் உராய்ந்தது. ஜான்சுந்தர் சட்டென்று விலகிக் குனிந்து ஒரு ஜூடோ வெட்டு வெட்ட... தாடிக்காரன் கையில் இருந்த கத்தி பறந்தது.

ஜான்சுந்தர் மறுபடி அவன் வயிற்றில் முட்டுவதற்காகத் தலையைத் தூக்கினான்.

அவ்வளவுதான். எதிராளி அந்த இடத்தை விட்டு உடன் விலகினான். தங்க ஆப்பிளைக் குனிந்து எடுத்த அரசகுமாரி ஹெலன் ஓடிய வேகத்தில் ஓடினான். ஜான்சுந்தர் அவனைத் துரத்தினான்.

அவன் எஸ்டேட்டின் எல்லையிலிருந்து விலகி, விலகி, விலகி...

ச்சே... என்ன ஓர் ஓட்டம்! ஒலிம்பிக் போட்டியாளர்கள் எல்லாம் இவனிடம் பயிற்சி எடுக்க வேண்டும்.

ஜான்சுந்தர் ஷூக்காலுடன் ஓட முடியாமல் ஓடி, புதர்களில் அங்கங்கே நீண்டிருந்த முட்களால் குத்தப்பட்டு அந்தத் தாடிக்காரன் ஓடிய திசையையே குறிப்பாக வைத்துக்கொண்டு ஓடினான்.

                    தூண்டில் கயிறு

திடீரென்று எஸ்டேட்டின் செடி, கொடிகள் மறைந்து பிரதான சாலை வந்தது. பிரதான சாலைக்கு வந்தவுடன் ஜான்சுந்தர் நின்றான். விஷ்க் விஷ்க் என்று காற்றைக் கிழித்துக்கொண்டு கார்களும் லாரிகளும் பத்து செகண்டுக்கு ஒரு முறை அந்த இடத்தைக் கடந்தன.

ஜான்சுந்தர் சாலையின் முகப்பிற்கு வந்து இரண்டு பக்கங்களிலும் பார்த்தான். தாடிக்காரன் போன திசையே தெரியவில்லை. புகையாய் திடீரென்று மேல் எழும்பி மறைந்துவிட்டானா என்ன? சாலையின் எதிர்ப்புறம் பார்த்தான். மறுபடி சின்னச் சின்ன புதர்கள். புதர்களுக்குக் கொஞ்சம் தள்ளித் தொடுவானம்.

அருகே கடல் தெரிந்தது. தாடிக்கார ஆசாமி போயிருந்தால் அந்தப் புதரில்தான் நுழைந்து போயிருக்க வேண்டும். வேட்டி கட்டிய ஒரு ஆசாமியால் இவ்வளவு வேகமாக ஓட முடியுமா? ஜான்சுந்தருக்கு ஆச்சரியமாக இருந்தது. திரும்பினான். இனிமேல் அவனைத் துரத்திக்கொண்டு போவதில் அர்த்தம் இல்லை.

அங்கே அனிதாவுக்கு என்ன ஆகியிருக்கிறதோ தெரியவில்லை. அனிதாவின் ஞாபகம் வந்தவுடன் ஜான்சுந்தர் வந்த வேகத்திலேயே திரும்பினான். நாய்போல் மூச்சிரைத்தான்.

அனிதா இருந்த இடத்திற்கு வந்து சேர்ந்தபோது மறுபடி திடுக்கிட்டான். அனிதா முன்பு கிடந்த இடத்தில் இல்லை.

ஜான்சுந்தரின் ரத்த அழுத்தம் அநாவசியத்திற்கு ஏறியது. அனிதா மறுபடி எங்கே போய்விட முடியும்? 'அனிதா' என்று கத்தலாமா என்று யோசித்த நேரத்தில் அவனுக்குப் பின்னாலிருந்து 'ஜான்...' என்று குரல்.

ஜான்சுந்தர் திடுக்கிட்டுத் திரும்பினான்.

அனிதா! ஒரு மரத்தின் பின்னாலிருந்து வெளிப்பட்டாள்.

"நாமென்ன தமிழ் சினிமா டூயட் காட்சியிலா நடித்துக் கொண்டிருக்கிறோம்? நீ பாட்டுக்கு மரத்திற்குப் பின்னாலிருந்து வருகிறாய். கொஞ்ச நேரத்திற்குள் நான் என்ன பதறு

பதறிவிட்டேன் தெரியுமா?” என்றான் ஜான்சுந்தர், மகா எரிச்சலான குரலில்.

“தெரியும், தெரியாது...” என்றாள் அனிதா.

“என்ன ஆயிற்று?”

“அது நான் கேட்க வேண்டிய கேள்வி. பம்ப்ஷெட் ரூமில் எனக்குப் பின்னால்தானே நின்றுகொண்டிருந்தாய்? எதையாவது பேசிக்கொண்டே நின்றிருந்தாலாவது நீ அங்கிருந்து மிஸ்ஸானது தெரிந்திருக்கும். வாட் ஹாப்பண்ட்?”

“நீ அந்தப் பெட்டியிலிருந்து ஒரு சால்வையை எடுத்தாய் இல்லையா ஜான்?”

“ஆம்..”

“நான் குனிந்தபடி பார்த்துக்கொண்டிருந்தேன். திடீரென்று பின்னாலிருந்து ஒரு கை என் வாயைப் பொத்தியது. கத்த முயன்றேன். முடியவில்லை. அப்படியே என்னைத் தூக்கிக்கொண்டு வெளியில் போனான், ஒரு தாடிக்காரன்.”

“அவனை உதறத் தெரியாதா, உனக்கு?”

“வெளியில் போனவுடன்தான் நான் திமிறவே முடிந்தது. ஒரே அறை அவன்விட்டதில் கண்களில் நட்சத்திரம் தெரிந்தது. மயங்கி விழுந்துவிட்டேன். எழுந்த பிறகு பார்த்தால் தாடிக்காரனும் இல்லை. நீயும் இல்லை. உனக்கு என்ன ஆயிற்றோ என்று பயந்து நான் பம்ப் ஷெட் போய்த் திரும்பி வந்தபோதுதான் உன்னைப் பார்த்தேன். நான் விழுந்து கிடந்த இடத்தை மோப்ப நாய்போல் சுற்றிச்சுற்றி வந்துகொண்டிருந்தாய்...”

“ஏய்!”

“ஒழுங்காய் என் பேச்சைக் கேட்டுக்கொண்டு அறையிலேயே மஜா பண்ணிக்கொண்டிருந்தால், இரண்டு பேரும் அடிவாங்காமல் தப்பித்திருக்கலாம், இல்லையா?”

ஜான்சுந்தர் கையை ஓங்கினான். அனிதா அவனிடமிருந்து ஒதுங்கினாள்.

                                          தூண்டில் கயிறு

"அனிதா, லெட் அஸ் பீ ஸீரியஸ். அந்த ஆள் ஓடிவிட்டான். அவனிடம் நிச்சயம் ஏதோ விஷயம் இருக்கிறது. அவன் ஒரு ஃபோட்டோ வைத்திருந்தான். அந்த போட்டோவை நான் எடுத்துவிட்டேன். அதைப் பறிப்பதில்தான் அவன் குறியாக இருந்தான். அவன் கையில் அது கிடைத்தவுடன் ஓரே ஓட்டம். அவன் யாராக இருக்கும் என்று புரியவில்லை."

"இந்த வீட்டுப் பேய்களுக்கும் அவனுக்கும் ஏதாவது சம்பந்தம் இருக்குமா?"

"இருக்கலாம். இல்லாமலும் இருக்கலாம். பம்ப் ஷெட்டில் ஏன் அந்தப் பெட்டி இருக்க வேண்டும்? எஸ்டேட் வேலைக்காரனா? எஸ்டேட் வேலைக்காரன் என்றால் ஏன் ஓட வேண்டும்?"

"ராஜபூபதியிடம்தான் பதில் கிடைக்கும்."

* * * * *

சுபத்ரா கல்லூரிக் காம்பவுண்டை விட்டு வெளிப்பட்டபோது பிற்பகல் மணி மூன்றரை.

வைஜயந்தி காரில் உட்கார்ந்திருந்தாள்.

சுபத்ரா, ஜீன்ஸ் அணிந்திருந்தாள். டைட்டாக பனியன் அணிந்திருந்தாள். நரேந்திரன் இருந்திருந்தால் 'முப்பதெட்டு' என்று ஒரு நம்பரைச் சொல்லியிருப்பான் என்று வைஜயந்தி நினைத்துக்கொண்டாள்.

மாருதியைக் கவனிக்காமல், வைஜயந்தியைக் கவனிக்காமல் சாலையின் இரு புறங்களையும் பார்த்து, சுபத்ரா கடந்தாள்.

சாலையைக் கடந்தவுடன் பிளாட்பாரக் கிராதியில் சாய்ந்து நின்று கொள்ள, மாலை வெயில் அவளைத் தாக்கியது.

தூரத்தில் ஒரு மோட்டார் பைக்கின் சத்தம் கேட்டவுடன் சாய்ந்து நின்ற சுபத்ரா நிமிர்ந்தாள். மோட்டார் பைக் அவளருகே வந்து நின்றது.

பின்ஸீட்டில் சுபத்ரா ஏறி அமர்ந்தாள். பைக் நழுவத் தொடங்கி, வேகம் பிடிக்க, வைஜயந்தி மாருதியை ஸ்டார்ட் செய்தாள்.

சடாரென்று ஒரு யூ வளைவு வளைத்து, பல்லவன் டிரைவரிடம் வம்சத்துக்கே சாபம் வாங்கிக்கொண்டு, காரைத் திருப்பினாள்.

பைக்கின் வாலைப் பிடித்துக்கொண்டாள். பைக் உற்சாகமாக விரைய, வைஜயந்திக்கு அதைத் தொடர்வதில் எந்த சிரமமும் இருக்கவில்லை.

பைக் அடையாறு சிக்னல் தாண்டி சற்று தூரம் சென்று முதல் இடத்தில் திரும்பி மைதானம்போல் இருந்த காம்பவுண்டில் திரும்பி நின்றது.

வைஜயந்தி காரை அந்த மைதானத்தை ஒட்டிச் சாலையிலேயே நிறுத்தினாள். மைதானத்தின் காம்பவுண்டின் மீது கறுப்புத் தார் பூசப்பட்ட ஓலைத் தட்டிகள் நிறுத்தி வைக்கப்பட்டிருந்தன. அவை மழை, வெயில், புயல், பள்ளிச் சிறுவர்களின் கற்கள் போன்ற பற்பல உபத்திரவங்களைச் சந்தித்து அங்கங்கே பொத்தல் பொத்தலாகக் காட்சியளித்தன.

வைஜயந்தியால் அந்த ஓட்டைகளின் வழியாக உள்ளே பார்க்க முடிந்தது. மைதானத்தில் கராத்தே உடையில் பலர் கூடியிருந்தார்கள். மிகச் சரியாக நான்கு மணிக்கு கராத்தே பயிற்சி தொடங்கியது.

இன்னும் ஒன்றரை மணி நேரத்திற்கு அந்தப் பயிற்சி நடக்கும் என்று அங்கிருந்த அறிவிப்புப் பலகையிலிருந்து வைஜயந்தி புரிந்துகொண்டாள். காரைக் கிளப்பினாள். நேராகச் சென்று ஆபீஸை அடைந்தாள்.

ஆபீஸிலிருந்து வைஜயந்தி மறுபடி வெளிப்பட்டபோது மணி ஐந்தரை. ஜூனியரை ஆபீஸிலேயே விட்டிருந்தாள். உடை மாற்றியிருந்தாள். அனிதாவின் ஃபியட்டை எடுத்துக்கொண்டு விரைவாக வந்து கராத்தே மைதானத்தின் முன்பாக நிறுத்தியபோது, சுபத்ரா மைதானத்திலிருந்து வெளிப்பட்டுக்கொண்டிருந்தாள்.

"இல்லையம்மா, நான் மறுபடி பிரசிடென்ஸி வரை போய் என் காரை எடுத்துக்கொண்டு வீட்டுக்குப் போயாக வேண்டும்..." என்று அவளுடன் நடந்து வந்தவனிடம் மறுத்துக்கொண்டிருந்தாள்.

    துாண்டில் கயிறு

"ஜஸ்ட் எ காபி சுபத்ரா" என்றான், உடன் வந்தவன். இவன் வேறு ஆசாமி. சுபத்ராவை பைக்கில் ஏற்றி வந்தவன் இல்லை.

"ஓ. கே." என்றாள் சுபத்ரா, சற்றுத் தயக்கத்துடன்.

அவன் 'ஹூர்ரே' என்று கத்து கத்தி உள்ளேயிருந்து ஒரு யமஹாவில் வெளிப்பட, சுபத்ரா அந்த பைக்கின் பின்புறம் ஏறிக்கொண்டாள்.

பைக் நகர்ந்ததும் அதன் பின்புறத்தை ஏறக்குறைய தொட்டுக்கொண்டு இன்னொரு பைக். பின்னாலேயே இன்னொரு பைக்.

வைஜயந்தி காரைச் சீற விட்டாள். மூன்று பைக்குகளும் சீரான வேகத்தில் சென்று உட்லண்ட்ஸ் டிரைவ் இன்னில் நுழைந்து நின்றன. பைக்கில் உட்கார்ந்திருந்த மூவரும் ஹெல்மெட்களைக் கழற்ற, வைஜயந்தி அவர்களை பத்தடி தூரத்திலிருந்து தெளிவாகப் பார்த்தாள்.

மூவரும் இளைஞர்கள். கழுத்துக்கு மேல் முடியைப் படரவிட்டிருந்தார்கள். ஆரோக்கியமான பற்களுடன் சுபத்ராவுடன் பேசிக்கொண்டிருந்தார்கள்.

பேரர்கள் பைக்குகளை நெருங்கினார்கள்.

வைஜயந்திக்குத் திடீர் என்று அந்த ஞாபகம் வந்தது. எண்ணூருக்கு நரேந்திரன் அவளை அழைத்துக்கொண்டு போன சமயத்தில் யாரோ மூன்று பேர் நரேந்திரனைத் தாக்கியதாகச் சொன்னானே.

வைஜயந்தி காரில் உட்கார்ந்தபடியே காமிராவை ஃபோகஸ் செய்து ஒவ்வொருவர் பிம்பமாக வ்யூ ஃபைண்டரில் தீட்டிக்கொண்டாள்.

க்ளிக், க்ளிக், க்ளிக்!

மூன்றாவது க்ளிக்கின்போது இளைஞர்களில் ஒருவன் வைஜயந்தியைப் பார்த்தான்.

"ஹேய் ஓல்டு லேடி" என்று கத்தினான்.

சட்டென்று பேண்ட் பாக்கெட்டில் கையை நுழைத்து ஒரு மடக்குக் கத்தியை எடுத்தான்.

அவளை நோக்கி ஓடி வரத் தொடங்கினான். கத்தியின் பட்டனை அழுத்தி பிளேடை விடுவித்தான்.

வைஜயந்தியைப் பார்த்து கத்தியை வீசினான். கத்தி காரில் உட்கார்ந்திருந்த வைஜயந்தியின் தோளைத் தாக்கியது.

—◦—

தூண்டில் கயிறு

19

அதே நேரம் எஸ்டேட் பங்களாவில்...

"எனக்கு அப்படி யாரையும் தெரியாது" என்று பலவீனமாக மறுத்தார் ராஜபூபதி.

படுக்கையில் எழுந்து உட்கார்ந்திருந்தார். ஜான்சுந்தரையும் அனிதாவையும், நரேந்திரனும் வைஜயந்தியும் தங்கியிருந்த அறையிலேயே தங்கிக்கொள்ளச் சொல்வதில் எந்த ஆட்சேபனையும் தெரிவிக்கவில்லை. ஜான்சுந்தர் கையில் வைத்திருந்த தாடிக்காரனின் தகரப்பெட்டியைத் திறக்கச் சொல்லிக் கண்களாலேயே ஆராய்ந்தார்.

"ம்ஹூஹூம். என் எஸ்டேட்டில் பம்ப் ஷெட்டில் ஒருத்தன் குடியிருப்பதே எனக்கு இப்போதுதான் தெரியும். நீ சொல்கிற மாதிரி எந்த தாடிக்காரனும் என்னிடம் வேலை செய்யக் கிடையாது" என்றார்.

"சுபத்ராவிடம் கேட்டுப் பார்க்கலாமா?" என்று கேட்டான் ஜான்சுந்தர்.

"வேண்டாம். அவளுக்கு இந்த மாதிரி விவகாரங்கள் எல்லாம் தெரிய வேண்டாம். அவள் குழந்தை" என்றார்.

"ஓ. கே." என்றான் ஜான்சுந்தர், தோள்களைக் குலுக்கிக்கொண்டு.

"உங்களிடம் பர்ஸனலாக ஒரு கேள்வி கேட்கலாமா சார்?"

"கேள்."

"ஹாலில் அமராவதி படம் மாட்டப்பட்டிருக்கிறது இல்லையா?"

"ம்..."

"அதில் அமராவதி ஏகப்பட்ட நகைகளைப் போட்டுக்கொண்டிருக்கிறாளே..."

"அதற்கென்ன? பேய் கூட அவ்வளவு நகைகளையும் போட்டுக் கொண்டுதான் வருகிறது."

"தட்ஸ் இட். அந்த நகைகளை எல்லாம் எங்கே வைத்திருக்கிறீர்கள்? அதாவது அமராவதி வாழ்ந்த காலத்தில் போட்டிருந்த நகைகள்?"

"ஏன் கேட்கிறாய்?"

"அவற்றை பேய் எப்படி எங்கிருந்து எடுத்து அணிகிறது என்று தெரிந்துகொள்ளத்தான்."

"பையா! அதையெல்லாம் எப்போதோ விற்றுக் காசாக்கிவிட்டேன். அந்தக் காசில்தான் நான் இந்த தங்கச்சிலை பிரைவேட் லிமிடெட் கம்பெனியையே தொடங்கினேன்."

"அடடா..."

"அது மட்டுமில்லை. நகைகளை அப்படியே விற்கவில்லை. உருக்கிச் சின்னச் சின்ன கட்டிகளாக மாற்றித்தான் விற்றேன். எஸ்டேட் நகைகளை வேறு யாரும் அப்படியே உபயோகப்படுத்துவதில் எனக்கு சம்மதமே இல்லை."

"ஐ ஸீ..." என்றான் ஜான்சுந்தர், ஏமாற்றமாக.

நகைகள் அப்படியே விற்கப்பட்டிருந்தாலாவது யாருக்கு விற்கப்பட்டிருக்கிறது என்று தெரிந்துகொண்டு அதன் மூலமாக ஒரு லீட் கண்டுபிடிக்கலாம் என நினைத்திருந்தான்.

"உன் கேள்வியே எனக்குப் புரியவில்லை. என்ன அர்த்தம் இந்த கேள்விக்கு?"

"உருக்கியநகைகளைபேய்எப்படிஅணிந்துவருகிறதுஎன்றுதான் யோசித்தேன்" என்றான் ஜான்சுந்தர், எழுந்துகொண்டே.

"முதலில் அந்தப் பையன் நரேந்திரன், அவன் ஜோடி வைஜயந்தி இரண்டு பேரும் தங்கியிருந்தார்கள். அவர்களால் ஒன்றும் பெயரவில்லை. இப்போது நீயும், உன் ஜோடியும். ஹூம்..."

தூண்டில் கயிறு

"இந்தப் புதிருக்கு எல்லாம் கூடிய சீக்கிரமே விடை கிடைக்கப் போகிறது பாருங்கள். நிச்சயம் இது பேய் வேலை இல்லை. மனித வேலைதான். யாரென்று கூடிய சீக்கிரமே சொல்கிறோம்" என்றான் ஜான்சுந்தர்.

"கம் அனிதா..."

* * * * *

அங்கே வைஜயந்தி என்ன ஆனாள்?

இளைஞன் வீசிய கத்தி, காரின் பாதி ஏற்றப்பட்ட கண்ணாடியில் பட்டு, வைஜயந்தியின் தோளை எட்டும்போது தன் வீரியத்தைப் பெரும்பாலும் இழந்திருந்தது.

குழந்தைகள் எறியும் டார்ட் அம்புபோல் அது வைஜயந்தியின் தோளில் தாக்கியது.

வைஜயந்தி அதற்குள் காரை ஸ்டார்ட் செய்திருந்தாள். சரக் என்று சீறினாள். சப்பக் சப்பக் என்று கியர் மாற்றி வேகம் பிடித்து ஒரு பூக்காரனை ஓரங்கட்டச் செய்து, கைகோத்துச் சென்ற ஒரு காதல் ஜோடியை ஹோட்டல் சாலையின் இரண்டு பக்கங்களிலும் புது மாடுகள் போல மிரண்டு ஓடச் செய்து, ஒரு செகண்ட், இரண்டு செகண்ட், மூன்று செகண்ட்களில் சாலையைத் தொட்டாள்.

ரியர் வ்யூ மிர்ரர் வழியாகப் பின்னால் பார்த்தாள்.

கத்தியை வீசியவன் காரைப் பிடிப்பதற்காக அப்படியே ஓடி வந்து, குறுக்கில் ட்ரே நிறைய பூரி மசால், ஐஸ்கிரீம், தோசை, பஜ்ஜி என்று சாதுவாக நடந்து வந்துகொண்டிருந்த ஒரு வயதான சர்வரை இடித்து, அத்தனை சமாச்சாரங்களும் நாற்புறமும் வீசப்பட்டுச் சிதற...

தலையில் கை வைத்துக்கொண்டு துரத்தியவன் நின்றுவிட்டான்..

வைஜயந்தி சிரித்துக்கொண்டாள்.

பிரதான சாலைக்கு வந்ததும் அறுபது, எழுபது என்று கிலோமீட்டர்களைத் தொட்டாள். கார் சில செகண்டுகளில்

அந்தச் சாலையைப் பின்னால் நழுவவிட்டது. ராதாகிருஷ்ணன் சாலையில் விரைந்து, கடற்கரைச் சாலையைப் பிடித்து, பெசன்ட் நகர் ஆபீஸை அடைவதற்கு வைஜயந்தி எடுத்துக்கொண்ட நேரம் மொத்தமாகப் பத்தே நிமிடங்கள்.

காம்பவுண்டில் காரை நுழைத்து நிறுத்தினாள். காமிராவில் சிறைப்பட்டிருந்த மூன்று இளைஞர்களின் படங்களையும் பார்த்தாள்.

நரேந்திரனைத் தாக்கியவர்களுக்கும், அந்த இளைஞர்களுக்கும் சம்பந்தம் இருக்குமென்று மனதின் ஒரு மூலையில் பல்லி பாடியது.

நரேந்திரனிடம் காட்டினால் ஏதாவது தெரியும். வைஜயந்தி சீட்டில் விழுந்த கத்தியை கைக்குட்டையில் சுற்றி எடுத்துக்கொண்டாள். காரிலிருந்து இறங்கினாள்.

உள்ளே நுழைந்தாள்.

"நரேன்... நரேன்.." என்றாள் வெகு ஆர்வமாக. ஆனால், அவளுக்குப் பதில் சொல்ல அங்கே நரேந்திரன் இல்லை.

* * * * *

நரேந்திரன் தன் புல்லட்டில் தோகைமயில் கிராமத்தை நோக்கி விரைந்துகொண்டிருந்தான்.

ரெட்ஹில்ஸ் தாண்டி, பெரியபாளையம் செல்லும் வழியில் மூன்று கிலோ மீட்டர் பயணம் செய்து, இடப்பக்கம் பிரியும் செம்மண் சாலையில் திரும்பி மூன்று புள்ளி ஆறு கிலோ மீட்டர் போனால் தோகைமயில் கிராமம் என்று *GPS* வழிகாட்டியது.

ரஞ்சித் டேனியல் வீரேந்திரகுமார் வீட்டிலிருந்து எடுத்த டேப்பையும், புத்தகத்தையும் ஈகிள்ஸ் ஐ ஆஃபீஸில் பத்திரப்படுத்தியிருந்தான்.

தோகைமயில் கிராமம் 3.6 கி.மீ. என்று வழிகாட்டி போர்டு அம்புக்குறியுடன் நின்ற இடத்தில் நரேந்திரன் புல்லட்டை நிறுத்தினான். இறங்கினான். ஒரு சிகரெட்டைப் பற்ற வைத்துக்கொண்டான்.

 தூண்டில் கயிறு

சுற்றிலும் வானம் பார்த்தான். அந்தி நேர வானம் க்ரே கலரில் இருந்து கறுப்பு நிறத்திற்கு மாறிக்கொண்டிருந்தது.

தோகைமயில் கிராமத்துப் பாதையிலிருந்த அந்த மாட்டுவண்டி, போன நூற்றாண்டிலிருந்து வந்துகொண்டிருப்பது போல மிக மெதுவாக வந்துகொண்டிருந்தது. வண்டிக்குப் பின்னாலிருந்த கட்டையில் தொங்கிக்கொண்டு ஒரு சின்னப்பையன். மேலே சட்டை மைனஸ்.

இரண்டு மாடுகளை ஓட்டிக்கொண்டு ஒரு தலைப்பாகை. சந்தைக்கோ, சினிமாவிற்கோ போய் வீடு திரும்பும் இரண்டு பெண்கள்.

நரேந்திரன் புல்லட்டை மறுபடி கிளப்பினான். தோகைமயில் கிராமத்தை நோக்கிச் செலுத்தினான். மூன்று கிலோமீட்டர்களுக்குப் பிறகு கிராமம் குடிசைகளாய், தென்னை மரங்களாய் ஒரு புதிராய்த் தெரிந்தது. பஞ்சாயத்துக்காரர்கள் எப்போதோ நட்டு விட்டுப் போயிருந்த ஒரே ஒரு விளக்கு கம்பத்திலிருந்த விளக்கு சோகை மஞ்சளை வழிய விட்டுக்கொண்டிருந்தது. விளக்கைச் சுற்றி நான்கு ஈசல்கள்.

கிராமத்தில் நுழையுமுன் மாரியம்மன், ஐயனார் சிலை. ஐயனார் குதிரை மீது உருட்டைக் கண்களையும், கூர் வாளையும் வைத்துக்கொண்டிருக்க, நாய் ஒன்று பயப்படாமல் சிலைக்கடியில் படுத்திருந்தது. மாடு ஒன்று அசை போட்டுக்கொண்டிருந்தது. கம்ப்யூட்டர் யுகத்தில் கருப்பாயி இன்னும் சாப்பாட்டிற்காகச் சுள்ளி பொறுக்கிக்கொண்டிருக்கும் தோகைமயில் கிராமம்.

புல்லட்டின் ஓசையைக் கேட்டவுடன் ஐயனார் நாய் எழுந்து குரைத்தது. விரயமாகச் சற்று தூரம் புல்லட்டைத் தொடர்ந்து வந்தது. அதன் எல்லை முடிந்தவுடன் சடாரென்று அந்த நாய் ப்ரேக் அடித்து நிற்க, இன்னொரு நாய் அந்த வேலையை எடுத்துக்கொண்டது.

கிராமத்திலேயே செங்கல் வைத்துச் சுவர் எழுப்பப்பட்ட ஒரு வீட்டு வாசலில் புல்லட்டை நிறுத்தினான். அந்த வீட்டுக்குத் திண்ணை இருந்தது. திண்ணையில் கடை

வைக்கப்பட்டு சோடா, கலர், கவனர் பீடி, வில்ஸ் இவற்றுடன் எள்ளுருண்டையும், எப்போதோ போட்ட கமர்கட்டும் விற்பனைக்காகக் காத்திருக்க, கடையில் உட்கார்ந்திருந்த மீசை வைத்த ஆள், மடித்துக் கட்டியிருந்த வேட்டியை அவிழ்த்துவிட்டு எழுந்துகொண்டான்.

'ஓட்டுக் கேட்க மோட்டார் சைக்கிளில வரமாட்டாங்களே' என்று அவன் முணுமுணுத்தது, நரேந்திரன் காதில் விழுந்தது.

"சிகரெட்டா சார்?" என்றான்.

அப்பாடா, 'சார்' என்கிற வார்த்தையைக் கற்று வைத்திருக்கிறான். அவனிடம் நரேந்திரன் கேட்ட சிகரெட் இல்லை. ஓர் எள்ளுருண்டை வாங்கி வாயோரம் அடக்கிக்கொண்டு...

"இங்கே ரஞ்சித் டேனியல் வீரேந்திரகுமார்..."

"மெட்ராஸ் பையன் வீடுதானே? இதான்!" என்றான். உள்ளே திரும்பி "அம்மாடி மல்லி... வீட்டுக்கு விருந்தாளி" என்றான்.

நரேந்திரன் புல்லட்டை ஸ்டாண்ட் போட்டு நிறுத்தினான். 'மல்லி' வருவாள் என்று எதிர்பார்த்தான்.

வெளியே வந்தவர் அறுபது வயது ஆசாமி. நெற்றியில் புருவத்திற்கு மேல் கையைக் குறுக்கில் வைத்துக்கொண்டே வெளியே வந்து, அதே போஸில் நரேந்திரனைப் பார்த்தார்.

"யாரு?" என்றார்.

"நான் நரேந்திரன். உங்கள் பையனின் ஃப்ரெண்ட்" என்றான் நரேந்திரன்.

"உள்ளே வாப்பா" என்றார் பெரியவர். சொல்லும்போதே அவர் கண்கள் கலங்கிவிட்டன.

நரேந்திரன் உள்ளே நுழைந்தான். ஒரு தடுக்கு போடப்பட்டு அதில் உட்கார்ந்தான்.

"மல்லி, காப்பித் தண்ணி" என்றார் பெரியவர்.

"அதெல்லாம் வேண்டாம்" என்று நரேந்திரன் மறுத்தது, அவர் காதில் விழவே இல்லை.

   தூண்டில் கயிறு

"என்ன விஷயம்?"

எப்படிச் சொல்வது என்று யோசித்தான்.

"உங்கள் பையனுடைய கல்லறையில் ஒரு ரகசியம் இருப்பதாக உங்கள் மகனே சொல்லி இருக்கிறார். அதைத் தெரிந்துகொண்டு போகலாம் என்று வந்திருக்கிறேன்."

"என் பையன் செத்துப் போவதற்கு முன்னால் எனக்கு லெட்டர் எழுதி இருந்தான். செத்துப் போய்விடுவேன் போலிருக்கிறது. ஒருவேளை செத்து விட்டால்..." என்று ஆரம்பித்தவர் சட்டென்று நிறுத்திக்கொண்டார். மேலே பெரியவர் பேசவில்லை. வாயை மூடிக்கொண்டு விட்டார்.

"சொல்லுங்கள்" என்றான் நரேந்திரன்.

"தம்பி,   போலீஸிலிருந்து   வந்தால்தான்   நான்   மேலே சொல்லுவேன். என் பையன் ஃப்ரெண்ட் என்பதற்காக நான் எதையும் சொல்ல முடியாது."

"நான் போலீஸுக்கு வேண்டப்பட்டவன்தான்."

"சொன்னால்   போதாது.   அத்தாட்சி   வேண்டும்.   உன்னுடன் போலீஸ்   டிபார்ட்மெண்ட்டிலிருந்து   யாராவது   வந்தால்தான் வாயைத் திறப்பேன்."

நரேந்திரன் எழுந்துகொண்டான்.

"சரி! போலீஸ் டிபார்ட்மெண்ட் ஆளுடன் வருகிறேன்."

"காபி   குடித்து   விட்டுப்   போ   தம்பி.   என்   மகனுக்கு வேண்டப்பட்டவனாக இருந்தாலும், வேண்டப்படாதவனாக இருந்தாலும் காபி குடிப்பதில் தப்பில்லையே."

மல்லி,   உள்ளேயிருந்து   வந்தாள்.   கொஞ்சம   மாநிறமும், சோகமும் கலந்த முகம். தாவணி பாவாடை, மூக்குத்தி. நகரத்தில்   இருந்தால்   இந்நேரம்   நானூறு   பேராவது   அவளைக் காதலித்திருப்பார்கள் என்று எண்ணினான் நரேந்திரன்.

அவள்   கொடுத்த   காபியைக்   குடித்தான்.   தோகைமயில் கிராமத்திற்கு   அந்த   காஃபி,   சோழா   காஃபி,   தாஜ்   காஃபி, அடையார் பார்க் காஃபி. புறப்பட்டான்.

"இவளுக்கு ஒரு கல்யாணம் செய்து வைக்கப் போகிறான் என்று நம்பிக்கொண்டிருந்தேன். பாவிப் பயல் போய்விட்டான்" என்றார் அவர்.

நரேந்திரனின் நடு நெஞ்சில் ஊசியைச் சொருகினாற் போல் இருந்தது அந்த வாக்கியம்.

"உனக்குக் கல்யாணம் ஆகிவிட்டதா தம்பி?"

"இல்லை. ஆனால், ஸாரி... நிச்சயம் ஆகிவிட்டது."

ரெட்ஹில்ஸின் ஒரு கடையிலிருந்து பால்ராஜை ஃபோனில் பிடித்தான்.

"மாட்டேன் என்று சொல்லாமல் ஒரு ஹெல்ப், பால்ராஜ்."

"என்ன?"

* * * * *

பால்ராஜ் தோகைமயில் கிராமத்திற்கு வரச் சம்மதித்து ஒரு ஜீப்பை எடுத்துக்கொண்டு, கூட இரண்டு கான்ஸ்டபிள்களையும் அழைத்துக்கொண்டு தோகைமயில் கிராமத்தில் நுழைந்தபோது இரவு மணி ஒன்பது. கிராமமே தூங்கப் போய்விட்டிருந்தது.

"என்னப்பா, நீள மூக்குப் பையா! ஏதாவது கிராமப் பின்னணியில் படம் டைரக்ட் செய்யப் போகிறாயா? வெறும் மாடு, நாய் இருக்கும் கிராமமாகப் பார்த்து வந்திருக்கிராய்" என்றார் பால்ராஜ், ஜீப்பிலிருந்து இறங்கிக் கொண்டே.

20

இன்ஸ்பெக்டர் பால்ராஜுக்கு நரேந்திரன் ஒரு சுருக் முன்னுரை கொடுத்தான்.

போலீஸ் ஜீப், இன்ஸ்பெக்டர், இரண்டு கான்ஸ்டபிள்கள் எல்லோரையும் பார்த்தவுடன், ரஞ்சித் டேனியல் வீரேந்திரகுமாரின் அப்பா நரேந்திரனின் கைகளைப் பற்றிக்கொண்டார்.

"தம்பி! யாரையும் இந்தக் காலத்தில் நம்ப முடிவதில்லை. என்னை மன்னித்து விடு! அநாவசியமாக உன் மீது சந்தேகப்பட்டுவிட்டேன்."

"சேச்சே" என்றான் நரேந்திரன். "இப்போது சொல்லுங்கள். உங்கள் பையன் லெட்டரில் என்ன எழுதியிருந்தார்?"

"போலீஸ் டிபார்ட்மெண்ட்டில் இருந்து யாராவது வந்தால் தன் கல்லறையை மறுபடி தோண்டிக் காண்பிக்கச் சொல்லியிருந்தான், என் பையன்" என்றார் அவர். இப்போது அவர் கண்களில் நிச்சயம் கண்ணீர்.

"நீங்கள் லெட்டர் வந்தவுடனேயே போலீஸில் சொல்லவில்லையா?"

"இல்லை. போலீஸிடம் நானாகப் போகக் கூடாது என்று லெட்டரில் என் பையன் எழுதியிருந்தான். அதனால் போகவில்லை. லெட்டர் வந்த மறுநாளே என் பையன் ஆக்ஸிடெண்டில் மாட்டி செத்துப் போய்விட்டான். விபத்தில் செத்துப் போய்விட்டான் என்பதால் நான் போலீசுக்குப் போகலாமா வேண்டாமா என்ற குழப்பத்திலேயே விட்டுவிட்டேன்."

"உங்கள் பெயர் என்ன?" என்றார் பால்ராஜ்.

"ஜோசப் எம்மானுவேல் மகேந்திரகுமார்" என்றார் அவர்.

"வாட்ஸ் ஆல் தீஸ் நரேந்திரன்? ஃபோனில் நீ சொன்னது எதையும் சரியாகப் புரிந்துகொள்ள முடியவில்லை. பட், ரஞ்சித் ஆக்ஸிடென்ட் கேஸில் நுழைந்திருக்கிறாய் என்று சப்-இன்ஸ்பெக்டர் அருள்நாத் சொன்னார். நீ அழைத்தாய் என்பதற்காக வந்துவிட்டேன்."

"கேஸே ஒரு புதிர் இன்ஸ்பெக்டர். நான் ஏதோ ஒரு தங்கச்சிலை எஸ்டேட்டிற்குப் பேயைத் துரத்தப் போய் எங்கெங்கோ அலைந்து கொண்டிருக்கிறேன். லெட் அஸ் டிக் தி கிரேவ் யார்ட் ஃபர்ஸ்ட்" என்றான் நரேந்திரன்.

ரஞ்சித் டேனியல் வீரேந்திரகுமாரைப் புதைத்திருந்த இடம், தோகைமயில் கிராமத்திலிருந்து ஒரு கிலோமீட்டர் தூரத்தில் இருந்த சுடுகாட்டின் ஓர் ஓரத்தில் இருந்தது.

ஜோசப் எம்மானுவேல் மகேந்திரகுமார் அந்த நேரத்திலும் இரண்டு ஆட்களைத் தேடிப் பிடித்து வந்து போலீஸ் ஜீப்பில் ஏற்றிவிட்டார். அவரும் ஏறிக்கொண்டார்.

கடைசி விநாடியில் 'மல்லி' அடம் பிடித்தாள்.

"அண்ணன் முகத்தை நானும் ஒரு தடவை பார்க்கிறேன் அப்பா."

மல்லி அழுத அழுகை பால்ராஜிற்குப் பொறுக்கவில்லை.

"ஏறிக் கொள். அண்ணன் முகம் இந்நேரம் அழுகிப் போயிருக்கலாம். பார்த்தால் பயமாக இருக்கும். நீ கல்யாணம் ஆக வேண்டிய பெண். பார்த்துவிட்டு அப்புறம் பத்து நாள் ஜூரத்தில் கிடப்பாய். பரவாயில்லையா?"

"பரவாயில்லை இன்ஸ்பெக்டர்! பரவாயில்லை. இத்தனை நாள் கழித்து அண்ணன் முகத்தைப் பார்த்தால், ஏதோ அண்ணன் இன்னும் உயிரோடு இருக்கிற மாதிரி ஒரு ஃபீலிங் இருக்கும். ப்ளீஸ் இன்ஸ்பெக்டர்..."

"கான்ஸ்டபிள்! ஜீப்பை எடு" என்றார் பால்ராஜ்.

    தூண்டில் கயிறு

சுடுகாட்டின் உள்ளேயே ஜீப் நுழைந்தது. ஹெட்லைட் வெளிச்சத்தில் தூரத்தில் ஒரு பிணம் எரிவது தெரிந்தது. அந்த நெருப்பிலிருந்து எழுந்த புகை, வானத்தை நோக்கி சுருள் சுருளாய் சுருள் சுருளாய் மேலே போய்க்கொண்டிருந்தது.

ஜீப்பின் ஹெட்லைட் வெளிச்சத்தில் மகனைப் புதைத்த இடத்தை நெற்றியின் குறுக்கே கையை வைத்துப் பரிதாபமாகத் தேடினார், ஜோசப் எம்மானுவேல் மகேந்திரகுமார்.

"அங்கேதான்... அங்கேதான்" என்று ஓர் இடத்தைச் சுட்டிக் காட்டினார். ஜீப் நின்றது. ஜோசப் எம்மானுவேல் மகேந்திரகுமார் இறங்கினார். ஜீப்பின் பின்னால் உட்கார்ந்திருந்த மல்லி மௌனமாக விசித்துக்கொண்டிருந்தாள்.

ரஞ்சித் டேனியல் வீரேந்திரகுமாரைப் புதைத்திருந்த இடம் சற்று மேடாகத் தெரிந்தது. வெறும் மண் போட்டு மூடப்பட்டிருந்த கல்லறை சிமெண்ட், கல் என்று எதுவும் வைத்துக் கட்டப்படாமல் அரைகுறையாக இருந்தது.

சுவர்க்கோழிகளின் இடைவிடாத ரீங்காரம். தூரத்தில் தெரிந்த நெருப்பருகே ஒரு நரி சற்று பயந்து பயந்து, நெருங்கி நெருங்கிப் பின்வாங்கிக்கொண்டிருக்க, மரத்தில் தலைகீழோகத் தொங்கிக்கொண்டிருந்த வெளவால்கள் நினைத்துக்கொண்டாற் போல் இறங்கி சடசட எனச் சிறகுகளை அடித்துக்கொண்டு பறக்கத் தொடங்கின. இரண்டு ஆந்தைகள் ஜோடியாகக் குரல் கொடுத்தன. கிராமத்து நாயின் ஊளையிடும் சத்தம் இங்கே கேட்டது.

சுடுகாட்டில் உயிரோடு இருந்த உடல்கள் சிலிர்த்துக்கொண்டன.

ஜோசப் எம்மானுவேல் மகேந்திரகுமார் அழைத்து வந்த ஆட்கள் இருவரும் சட்டைகளை அவிழ்த்தார்கள். மண் வெட்டிகளைக் கையில் எடுத்துக்கொண்டார்கள். சரக்... சரக் என்று தோண்ட ஆரம்பித்தார்கள். மண்மேடு கொஞ்சம் கொஞ்சமாகக் குறைந்துகொண்டே வந்தது.

"மெதுவாக மண்ணை எடுங்கப்பா. என் பையன் உடம்பில் எங்கேயாவது அடிபட்டுவிடப் போகிறது!" என்றார் ஜோசப்.

நரேந்திரன் கண்ணோரம் நீர் துளிர்த்தது.

ஜீப்பின் ஹெட்லைட் வெளிச்சம் தரைமட்டத்தோடு நின்றுவிட, ஜோசப் எம்மானுவேல் மகேந்திரகுமார் கையில் பிடித்திருந்த டார்ச்சைப் பள்ளத்தை நோக்கிப் பிடித்தார்.

மண்வெட்டி சுமார் இருபது கிலோ எடையுள்ள மண்ணை எடுத்துப் போட்டவுடன், "நிறுத்து" என்றார், ஜோசப் எம்மானுவேல் மகேந்திரகுமார். "என் பையனின் முகம் தெரிய ஆரம்பித்துவிட்டது" என்றார் சோகமாக.

நரேந்திரன் பள்ளத்தில் எட்டிப் பார்த்தான். ஒரே ஒரு திறந்த கண். மூக்கு மட்டும் தெரிய மீதி பாகங்கள் இன்னும் மண் மூடியிருந்தது. திறந்திருந்த கண் சிவப்பாய் இருந்தது.

மல்லி ஜீப்பிலிருந்து இறங்கி ஓடி வந்தாள். "அண்ணா... போய்ட்டியே அண்ணா... நீ போனப்புறமும் உன்னை நிம்மதியாகத் தூங்க விட மாட்டேங்கறாங்களே அண்ணா..." என்று கதறினாள். பள்ளத்தில் இறங்க முயன்றாள்.

ஜோசப் எம்மானுவேல் மகேந்திரகுமார் மகளை ஆறுதலாக அணைத்துக் கொண்டார்.

"அழாதே மல்லி... அழாதே..."

பால்ராஜ் ஜாடை காட்ட, பள்ளத்திலிருந்தவர்கள் எச்சரிக்கையுடன் மண்ணை அள்ளி வெளியே போட்டார்கள். கொஞ்சம் கொஞ்சமாக ரஞ்சித் டேனியல் வீரேந்திரகுமாரின் உடல் தெரியத் தொடங்கியது.

லாரியால் தாக்கப்பட்டதால் சிதைந்து போயிருந்த உடல்! போஸ்ட்மார்ட்டம் செய்த டாக்டர் கட்டிக்கொடுத்த வெள்ளைத் துணி நைந்து விலகிப்போயிருக்க...

ரஞ்சித் டேனியல் வீரேந்திரகுமாரின் தலை பிளக்கப்பட்டிருந்தது. முகத்தில் ஒரு புறம் மட்டுமே கண் இருக்க, மறுபுறம் கண் இருக்க வேண்டிய இடத்தில் வெறும் குழி மட்டும். கன்னம் நசுங்கி, ஒரு புறப் பற்கள் வெளியே தெரிய...

நரேந்திரன் கண்களை மூடிக்கொண்டான்.

தூண்டில் கயிறு

மல்லியின் கதறல் சுடுகாட்டு மரங்களில் தூங்கிக்கொண்டிருந்த பறவைகளை எல்லாம் எழுப்பி விட, கீச்கீச் என்று பறவைகளின் முனகல்கள். நரேந்திரன் மறுபடி கண்களைத் திறந்தான்.

ஒரே ஒரு துணி போர்த்தப்பட்டிருந்தது. போர்த்தப்பட்ட போது வெள்ளையாக இருந்திருக்க வேண்டும். உடலிலிருந்து எழுந்த துர்நாற்றம் சகிக்க முடியாததாக இருந்தது.

நரேந்திரன் உடலைச் சுற்றி ஏதாவது வைக்கப்பட்டிருக்கிறதா என்று பார்த்தான். எதுவும் தென்படவில்லை. திகைத்தான். என்ன ரகசியம் இருக்கிறது, இந்தக் கல்லறையில்?

ஜோசப் எம்மானுவேல் மகேந்திரகுமாரிடமிருந்து நரேந்திரன் டார்ச்சைப் பெற்றுக்கொண்டான்.

அந்த உடல் மீது ஒளி படுகிற மாதிரி நரேந்திரன் டார்ச்சைத் திருப்பிப் பிடித்தான். குனிந்து ஒற்றைக் கையால், வெள்ளைத் துணியை விலக்கினான். உடலில் பேண்ட் இல்லை. ஷர்ட் இல்லை. ஜட்டி மட்டும் இருந்தது. வினோதம் என்னவென்றால் ரஞ்சித் டேனியல் வீரேந்திரகுமாரின் இரண்டு கால்களிலும் ஷூக்கள் இருந்ததுதான்!

"என்ன இது?" என்றான் ஷூக்களைக் காட்டி.

"என் மகனுக்கு ஷூ பைத்தியம். செத்தால்கூட, என்ன ஷூ அணிந்திருக்கிறேனோ, அதே ஷூவுடன் என்னைப் புதைக்க வேண்டும் என்று சொல்லியிருந்தான் - ஊருக்கு ஒரு தடவை வந்தபோது. அதுதான்..."

மேலே பேச்சு வராமல் ஜோசப் எம்மானுவேல் மகேந்திரகுமார் விசும்பத் தொடங்கினார்.

"இன்ஸ்பெக்டர்! இந்த ஷூக்களில்தான் ஏதோ விஷயம் இருக்கிறது. இவன் அறையில்கூட நான் விதவிதமான ஷூக்களைப் பார்த்தேன்" என்றான் நரேந்திரன்.

"அந்த ஷூக்களைக் கழற்றுங்கள்" என்றார் பால்ராஜ்.

ஆட்கள் மெல்ல சிதைக்காமல் கழற்றிக் கொடுக்க...

நரேந்திரன் அந்த ஷூக்களை வாங்கிப் பார்த்தான். டார்ச் வெளிச்சத்தில் ஷூக்கள் புழுதி படிந்து தெரிந்தன. அங்கங்கே ரத்தம் தீட்டப்பட்டு உறைந்து போய்க் கறுப்பாக இருந்தது. மற்றபடி ஷூக்களின் உள்ளே எதுவும் இல்லை. காலி.

நரேந்திரன் ஏமாற்றமடைந்தான். இருந்தும் ஷூக்களை விட்டுவிட மனம் வரவில்லை. திருப்பித் திருப்பிப் பார்த்தான். ஒரு ஷூவின் ஸோல் மட்டும் கொஞ்சம் இடம் பிசகி ஒட்டப்பட்டாற் போல் தெரிய, நரேந்திரன் அந்த இடத்தில் கையை வைத்து இழுத்துப் பார்த்தான்.

ஆச்சரியம். அந்த ஸோல் கையோடு வந்துவிட்டது. நரேந்திரன் ஆவலுடன் பார்த்தான். ஷூவின் ஸோலில் ஒரு செ.மீ. ஆழத்திற்குப் பள்ளம் வெட்டப்பட்டு அதில் ஒரு காகிதம் சுருட்டி வைக்கப்பட்டிருந்தது. காகிதம் வெளியே விழுந்துவிடாமல் இருக்க ஒரு பேண்ட் எய்ட் போட்டு ஒட்டப்பட்டிருந்தது.

பால்ராஜ் பிரி என்று தலையசைத்து அனுமதி கொடுக்க, நரேந்திரன் பேண்ட் எய்டைப் பிரித்தான். அந்தச் சின்ன காகிதத்தை உருவினான். பிரித்தான், படித்தான்.

'தங்கச்சிலை நரம்பு.'

என்ன இது? தங்கச்சிலை நரம்பு என்றால்?

"என்ன அது?" என்றார் இன்ஸ்பெக்டர் பால்ராஜ்.

அவரிடம் நீட்டினான். படித்தார். நரேந்திரனைப் பார்த்தார்.

நரேந்திரன் இன்னொரு ஷூவின் ஸோலைப் பியித்துப் பார்த்தான். முடியவில்லை.

"இதுதான் ரகசியம் இன்ஸ்பெக்டர்" என்றான்.

"சவக்குழியை மூடி விடலாம் இல்லையா?" என்றார், ஜோசப் எம்மானுவேல் மகேந்திரகுமார். "என் பையனுக்கு ஒரு நல்ல கல்லறையாகக் கட்ட வேண்டும். எடுத்துப் பார்க்க போலீஸிலிருந்து யாராவது வருவார்கள் என்று தெரிந்துதான் இத்தனை நாள் காத்திருந்தேன்..."

                தூண்டில் கயிறு

"இப்போது மூடிவிடுங்கள். அப்புறம் ஒரு சவப்பெட்டியில் வைத்து மூடி விடுங்கள்" என்றான் நரேந்திரன்.

அவர்கள் தோண்டி எடுத்த மண்ணை சரசரவெனத் தள்ளி மூடத் தொடங்க, மல்லி, "அண்ணா! மறுபடி என்னை விட்டுப் போய்டாதே அண்ணா" என்று தன் கதறலைத் தொடர ஆரம்பித்தாள்.

"நரேன், நீ விளக்கமாகச் சொல்ல வேண்டிய நேரம் வந்துவிட்டது" என்றார், பால்ராஜ்.

* * * * *

"**இ**துதான் இன்ஸ்பெக்டர் நடந்தது" என்றான் நரேந்திரன்.

கோப்பையில் மிச்சமிருந்த டீயைக் குடித்துவிட்டு, ஒரு சிகரெட்டை எடுத்துப் பற்ற வைத்துக்கொண்டான். பால்ராஜ் உதடுகளில் பொருத்திய சிகரெட்டையும் லைட்டரால் பற்ற வைத்தான். புகையை அவர் ஆழமாக உள்ளே இழுத்தார்.

அவர்கள் இருவரும் ரெட்ஹில்ஸின் ஒரு டீக்கடையில் உட்கார்ந்திருந்தார்கள். வெளியே ஜீப் கமறிக்கொண்டிருந்தது. புல்லட் ஜீப்பிற்கு இரண்டடி தள்ளி நின்றுகொண்டிருந்தது.

"இனி என்ன செய்வதாக உத்தேசம்?"

"இந்த வார்த்தைக்கு அர்த்தம் எஸ்டேட்டில்தான் இருக்கிறது. அதைக் கண்டுபிடிக்கப் போகிறேன்..."

"தங்கச்சிலை நரம்பு?"

"ஆம்..."

"அப்படியென்றால்?"

"நானும் அதே கேள்விக்கான விடை தேடிக்கொண்டுதான் எஸ்டேட்டிற்குப் போகிறேன்."

"நான் வர வேண்டாமா?"

"இப்போது வேண்டாம். இங்கு நான் அழைத்தவுடன் வந்து உதவினீர்களே, அதற்கு தேங்க்ஸ் ஒரு கோடி."

"இப்படி ஏதாவது சொல்லி போலீஸைத் தள்ளி வைக்காதே!"

"ஆதாரம் இல்லாமல் போலீஸ் ஒன்றும் செய்யாது. ஏற்கெனவே ஜான்சுந்தரும் அனிதாவும் அங்கே இருக்கிறார்கள், பால்ராஜ். வைஜயந்தி வேறு ஒரு பக்கம் வேறு சில விஷயங்களைத் தோண்டிக் கொண்டிருக்கிறாள். என்யூகம் எல்லாம் சரியென்றால் எங்களுக்கு ஆதாரங்கள் கிடைத்ததும், நீங்கள் சிலரைக் கைது செய்வதற்காக மட்டும் எஸ்டேட்டிற்கு வந்தால் போதும்."

"ஓ.கே. இப்போது நீ நேராக எஸ்டேட் போகிறாய். அப்படித்தானே?" எழுந்தார். வெளிப்பட்டார்கள்.

"யெஸ் இன்ஸ்பெக்டர்" என்றான், நரேந்திரன்.

புல்லட்டை ஸ்டார்ட் செய்து அதன் வால் சிவப்பை ஒளிர விட்டுக்கொண்டு படுவேகமாகப் போனான்.

இன்ஸ்பெக்டர் பால்ராஜ் ஜீப்பில் உட்கார்ந்தபடியே நீண்ட நேரம் அந்த புல்லட்டின் வால் விளக்கையே பார்த்துக்கொண்டிருந்தார்.

—◦—

21

ஜான்சுந்தர் தேநீரை உறிஞ்சியபடி, ஜன்னல் வழியாக எதிரே தெரிந்த மொட்டை மாடியையே பார்த்துக்கொண்டிருந்தான். பக்கத்தில் நின்ற அனிதாவின் மூச்சு அவன் கழுத்தில் குறுகுறுத்தது.

மேலே நட்சத்திரங்கள். சோகை நிலா.

எதிர் மொட்டை மாடியில் எந்த அசைவுமில்லை. ராஜபூபதி அவருடைய அறையில் இருந்தார். ஒன்பது மணிக்கே குட் - நைட் சொல்லி இருந்தார்.

"இன்றைக்கு நீ பேசயப் பார்க்கப் போகிறாயா?" என்று இளக்காரமாக ஜான்சுந்தரிடம் கேட்டிருந்தார்.

ஜான்சுந்தர் உறுதியான மனதுடன் 'யெஸ்' சொல்லியிருந்தான். வாட்ச் பார்த்தான். பதினொன்று பத்து.

இரவு சாப்பிட்ட சாப்பாடு தொண்டை வரை நிறைந்திருந்தது. மூன்று சிகரெட்டுகளை அட் - எ - டைம் பிடித்தும் சரியாகவில்லை.

"ச்சே... பணக்கார சாப்பாடே இனிமேல் சாப்பிடக்கூடாது அனிதா" என்றான்.

"ஏன்?" என்றாள் அனிதா. அவள் மூச்சு இன்னும் அவனை நெருங்கியது.

"ஏய்... விலகு..." என்றான் ஜான்சுந்தர், திரும்பிப் பார்த்து.

அனிதா கழுத்தை ஒரு நொடி நொடித்துத் திரும்பினாள்.

"ஏன் அப்படிச் சொல்கிறாய் ஜான்?" என்றாள்.

"தப்பு நடந்துவிடும் என்றுதான்..."

"நான் கேட்டது அதைப் பற்றி இல்லை. பணக்காரச் சாப்பாட்டைப் பற்றி ஏதோ சொன்னாயே."

"பின்னே பாரேன். சாப்பாடு நல்ல டேஸ்ட்டாக இருக்கிறது. நிறையச் சாப்பிடச் சொல்கிறது. தூக்கம் வருகிறது. சுபத்ராவுக்கு ராஜபூபதி தூக்க மாத்திரை கொடுத்துத் தூங்கச் செய்கிறார். எனக்கு அது இல்லாமலேயே கண் சொருகிக் கொள்கிறது. அமராவதியும் சுந்தரபூபதியும் வரும்போது தூங்கிப் போகாமல் இருக்க வேண்டுமே என்றிருக்கிறது."

"நீ இந்தப் பேய்க் கதையெல்லாம் நம்புகிறாயா ஜான்?"

"ஜீரோ சதவிகிதம்கூட நம்பிக்கை இல்லை."

"அப்படியென்றால் இப்படிச் செய்தால் என்ன?"

"எப்படி?"

"அந்த மொட்டை மாடிக்குத்தான் பேய் வருகிறது. ஏதோ ஒரு வழியில்தான் வந்தாக வேண்டும். ஏதோ ஒரு வழியில்தான் போயாக வேண்டும். அவர்கள் இருவரும் மனிதர்களாக இருக்கும் பட்சத்தில் பழைய எஸ்டேட் வீட்டின் பின் வழியாகத்தான் வெளியே வருவார்கள். மேலும் நாம் சந்தித்த அந்த வினோதமான தாடிக்காரன்..."

"உன் மூளை இவ்வளவு சுறுசுறுப்பாக வேலை செய்யுமா?"

"நாம் இங்கே இருந்து பேய் வருகிறதா என்று பார்ப்பதற்குப் பதில் கீழே போய் பழைய எஸ்டேட் வீட்டின் பின்னால் நின்று கொள்வோம். யாராவது அந்த வீட்டின் பின்னால் இருந்து வருகிறார்களா என்று பார்ப்போம். பிடித்துக் கொள்வோம்."

"குட் ஐடியா. என்னிடம் துப்பாக்கி இருந்தால் எவ்வளவு நன்றாக இருக்கும் என்று யோசித்துக்கொண்டிருக்கிறேன்."

காரிடாரில் சத்தப்படாமல் நடந்தார்கள். கீழே இறங்கினார்கள். எஸ்டேட் வீட்டைச் சுற்றிக்கொண்டு நடந்தார்கள். பழைய எஸ்டேட் வீட்டின் பின்னால் சென்றார்கள். அந்த வீட்டுக்குச்

 தூண்டில் கயிறு

சற்று தூரத்தில் ஓர் ஆலமரம் வளர்ந்திருக்க, அதன் கிளைகள் தாழ்ந்து குடை போல் பரந்திருந்தன.

"இங்கே காத்திருக்கலாம்" என்றான் ஜான்சுந்தர்.

"ஓ.கே." என்றாள் அனிதா.

இரவு பன்னிரண்டு பத்துக்கு, இனி அமராவதியும் வரப்போவதில்லை, சுந்தரபூபதியும் வரப்போவதில்லை என்று அவர்கள் இருவரும் முடிவெடுத்த நேரத்தில் ஆந்தை அலறும் சத்தம் கேட்டது.

ஜான்சுந்தர் விறைப்பானான். அனிதா அவன் கையைப் பற்றினாள். கூடவே நாய் ஊளையிடும் சத்தம்.

ஜான்சுந்தர் நிமிர்ந்து, அவன் நின்றிருந்த நிலையிலிருந்து தெரிந்த மொட்டை மாடியை நோக்கினான்.

"அதோ... அதோ பார்" என்றான்.

மொட்டை மாடியில் அமராவதி வந்திருந்தாள். சுந்தரபூபதியும் வந்திருந்தான். இருவரும் தங்கள் பின்புறங்களைக் காட்டித் தெரிந்தார்கள். அந்த இரண்டு உருவங்களும் நின்றிருந்த நிலையைப் பார்த்தால், என்னவோ மேடையேறி நடனம் ஆடுவதற்குத் தயார் நிலையில் இருந்த மாதிரி தோன்றியது. ஆனால் கால்கள் தெரியவில்லை. இடுப்புக்குக் கீழே சில அங்குலம் வரை வெள்ளி ஒளியாகத் தெரிந்தார்கள்.

"பயமாக இருக்கிறதா?" என்று ஜான்சுந்தர், ரகசியமாகக் கேட்டான்.

"கொஞ்சம்..." என்றாள் அனிதா.

"பயப்படாதே, நான் இருக்கிறேன்."

மொட்டை மாடியில் உடல்கள் அசைந்ததிலிருந்து அவர்கள் டான்ஸ் மூவ்மென்ட் போல ஏதோ ஒன்று கொடுக்கிறார்களென்று தெரிந்தது. அவர்கள் பேசுவதோ, பாடுவதோ எதுவும் கேட்கவில்லை.

ஜான்சுந்தர் அவ்வப்போது மணி பார்த்துக்கொண்டிருந்தான். பதினைந்து நிமிடங்கள்... திடீரென்று மொட்டை மாடி உருவங்கள் மறைந்தன.

"எங்கே? எங்கே போனார்கள்?" என்று பதறினான் ஜான்சுந்தர். சுற்றிலும் கண்களை அலைய விட்டான். காணவில்லை.

"தெரியவில்லை ஜான்."

"லெட் அஸ் வெயிட். சுற்றிலும் பார்த்துக்கொண்டே இரு. அவர்கள் பேய் இல்லை. மனிதர்கள்தான் என்றால் நிச்சயம் இந்தப் பக்கம் வந்துதான் ஆக வேண்டும்."

அவர்கள் காத்திருந்தார்கள்.

ஐந்து நிமிடங்கள். பத்து நிமிடங்கள். அரைமணி நேரம். நாற்பது நிமிடங்கள்.

நாற்பத்தோராவது நிமிடம்.

ஜான்சுந்தர் தூக்கத்தை விரட்ட, ஒரு சிகரெட்டைப் பற்ற வைக்கலாமா என யோசித்த நேரம்...

"அதோ பார்" என்றாள் அனிதா, மெல்லிய குரலில்.

பழைய எஸ்டேட் வீட்டின் பக்கச்சுவரின் மறைப்பிலிருந்து அந்த உருவம் வெளிப்பட்டது. நிலாவை மறைத்திருந்த மேகங்கள் ஜான்சுந்தருக்கு வசதி செய்யும் பாவனையில் விலகிக் கொள்ள, உருவத்தின் அவுட்லைன் இப்போது மிகத் தெளிவாகத் தெரிந்தது.

"நம்மிடமிருந்து தப்பித்து ஓடினானே, அந்த தாடிக்காரன்" என்று முணுமுணுத்தான் ஜான்சுந்தர்.

தாடிக்கார ஆசாமி சுற்றிலும் ஒரு முறை பார்த்தான்.

ஜான்சுந்தர் நிழலில் பதுங்கினான்.

அவன் வேகவேகமாக நடக்கத் தொடங்கினான். ஏறக்குறைய ஓட்டம். அவன் கையில் ஒரு சின்னப்பை இருந்தது.

                                          தூண்டில் கயிறு

"கம்மான் அனிதா. தாடிக்காரனிடம் ஏதோ மர்மம் இருக்கிறது என்று நாம் நினைத்தோமே, மிகச் சரியாக இருக்கிறது."

ஜான்சுந்தர் மரங்களின் மறைப்பினூடே மிக வேகமாக அவனைப் பின்தொடர்ந்தான்.

அவன் முற்பகல் போன பாதையிலேயே போனான். பம்ப் ஷெட் அருகே ஒரு கணம் தயங்கிப் பின்னால் பார்த்தான்.

ஜான்சுந்தர் பின்தொடர்வதில் மிகக் கடினமான பயிற்சி பெற்றவன். அவன் மூலமாக அனிதாவும் அந்தப் பயிற்சி பெற்றவள். எனவே தாடிக்காரன் திரும்பிப் பார்த்தபோது அவர்களை அவனால் பார்க்க முடியவில்லை.

தாடிக்காரன் ஐந்தே நிமிடங்களில் பிரதான சாலையைத் தொட்டான். இரு புறங்களிலும் பார்த்தான். சாலையைக் கடந்தான். எதிரே தெரிந்த புதர்ப் பகுதியில் நுழைந்தான்.

ஜான்சுந்தர் பிரதான சாலை வந்ததும் முழுதாக முப்பது செகண்ட் இருட்டில் காத்திருந்தான்.

"கம்மான் அனிதா" என்று சாலையைக் கடந்தான்.

புதர்களில் நுழைந்தார்கள். நுழையும்போதுதான் அது புதர் மாதிரி தெரிந்ததே தவிர மற்றபடி ஓர் ஒற்றையடிப் பாதை புதர்களுக்கு நடுவே சென்றது.

ஜான்சுந்தர் இருட்டில் முன்னால் சென்ற தாடிக்காரன் தெரிகிறானா என்று பார்த்தான். தெரியவில்லை. பாதை கொஞ்சம் வளைந்து வளைந்து சென்றது.

"ஓடலாம் வா அனிதா. உன் கால் சத்தம் கேட்கக் கூடாது. அதே சமயம் தாடிக்காரன் மிஸ்ஸாகக் கூடாது."

இரண்டாவது வளைவில் தாடிக்காரன் தெரிந்தான். நின்றிருந்தான். அவன் நின்றிருந்த இடத்தில் தண்ணீர் தெரிந்தது. கடல்நீர் உள்ளே வந்து ஓர் ஆறு போல் அந்தப் பிரதேசத்தையே வளைத்துக்கொண்டு செல்ல, கரையில் ஒரு படகு மிதந்துகொண்டிருந்தது.

தாடிக்காரன் படகை அது கட்டப்பட்டிருந்த தளையிலிருந்து விடுவித்தான். கையில் இருந்த சின்ன மூட்டையைப் படகில் போட்டான். படகிலிருந்த ஒரே துடுப்பை மாற்றி மாற்றிப் போட்டு முன்னேறினான்.

ஜான்சுந்தரும், அனிதாவும் அந்தத் தண்ணீர்க் கரையை நெருங்கினார்கள். மண்டி போட்டுக்கொண்டே நெருங்கியதில் தாடிக்காரன் பின்னால் பார்த்திருந்தால்கூட ஒன்றும் தெரிந்திருக்காது.

அவர்கள் தண்ணீரைக் கடப்பதற்கு படகோ, பரிசலோ, குறைந்தபட்சம் ஒரு கட்டுமரமோகூட இல்லை.

ஜான்சுந்தருக்கு அப்படி ஒன்றும் ஏமாற்றமாக இல்லை. ஒரு வகையில் அதை அவன் எதிர்பார்த்திருந்தான் என்றுதான் சொல்லவேண்டும்.

"அனிதா... நாம் நீந்தித்தான் போக வேண்டும். பேக் வாட்டர் என்பதால் அப்படி ஒன்றும் ஆழம் இருக்காது. நீந்துவாய் அல்லவா? பயமாக இல்லையே?" என்றான் ஜான்சுந்தர்.

"ஸ்டேட் லெவல் ஸ்விம்மிங் சாம்பியன் நான். நினைவிருக்கட்டும். நீந்துவதற்கு நான் ஏன் பயப்படவேண்டும்?"

"ஐயோ, ட்ரெஸ் எல்லாம் நனைந்துவிடும். அப்புறம் நீ கவர்ச்சிக் கன்னி, கடல் கன்னியாகக் காட்சி தருவாய். அதை நினைத்துத்தான் பயமாக இல்லையே என்று கேட்டேன்."

"அதற்கு நீ அல்லவா பயப்படவேண்டும்?" என்று பளிச் என்று கூறிய அனிதா அவனுடைய பதிலுக்குக் காத்திராமல் அப்படியே நழுவித் தண்ணீரில் இறங்கினாள்.

ஜான்சுந்தரும் அவளைப் பின்தொடர்ந்து தண்ணீரில் நழுவி இறங்கினான். தண்ணீர் அப்படி ஒன்றும் பிரமாத ஆழம் என்று சொல்ல முடியாது. மார்புயரம்தான் வந்தது. கொஞ்சம் கொஞ்சமாக ஆழம் ஏறிக்கொண்டே போனது.

இரண்டு பேரும் கால்களை கீழிருந்த மணலில் ஊன்றி ஜிவ்வென்று மேல் எழும்பி நீந்தத் தொடங்கினார்கள்.

   தூண்டில் கயிறு

அவர்களுக்கு சற்று தூரத்தில் கடல் மேலும் மேலும் ஆவலுடன் நிலப்பகுதிக்குள் நுழைய முயன்றுகொண்டிருந்தது.

எண்ணூரில் இப்படி ஒரு பிரதேசமா? ஜான்சுந்தருக்கு வியப்பாக இருந்தது.

ஜான்சுந்தரும் அனிதாவும் கரையேறும்போது, தாடிக்காரன் படகைத் தளையில் கட்டிவிட்டு அவசர அவசரமாகப் போய்க்கொண்டிருந்தான்.

ஜான்சுந்தர் எழுந்து நின்றான். அனிதா எழுந்து நின்றாள். குளிர் உடலை நடுக்கியது. பற்கள் டக டக என்ற சத்தத்துடன் ஒன்றோடொன்று மோதிக்கொண்டன.

தாடிக்காரன் மணலும், மணல் மீது நின்ற குடிசைகளுமாய் இருந்த பகுதியில் ஊடுருவிப் போக, அங்கங்கே மணலில் கட்டுமரங்கள் இழுத்து விடப்பட்டிருந்தன.

தூரத்தில் கட்டிடம் போல் தெரிந்த ஒரு வீட்டு வாசலில் நின்றான் தாடிக்காரன். பூட்டைத் திறந்தானோ என்னவோ... உள்ளே நுழைந்தான்.

"போகலாமா ஜான், அந்த வீட்டிற்கு?" என்றாள் அனிதா.

"டப்பிங் சீரியல் டயலாக் போல் இருக்கிறது உன் கேள்வி. கொஞ்சம் வெயிட் பண்ணலாம். தாடிக்காரன் மறுபடி அங்கிருந்து கிளம்பி வேறு எங்கேயும் போய் விடவில்லையே என்று தெரிந்து கொள்ளலாம். பிறகு அந்த வீட்டுக்குப் போகலாம்..."

அவர்கள் காத்திருந்த பத்து நிமிடங்களில் ஏரியாவில் ஈ, காக்கை இல்லை. ஏதாவது தெரு நாயாவது இருந்திருக்கலாம். துணையாகக் குரைத்துக்கொண்டிருக்கும். ஊஹூம்.

"ரெடி... சார்ஜ்... நாம் அந்த வீட்டுக்குள் நுழையலாம்" என்றான் ஜான்சுந்தர்.

அந்த வீட்டை நெருங்கினார்கள். சுற்றிலும் ஒருமுறை பார்த்துக் கொண்டார்கள். வீட்டின் உள்ளேயிருந்து ஏதாவது சத்தம் வருகிறதா என்று பார்த்தான் ஜான்சுந்தர்.

இல்லை!

"பேயாட்டம் ஆடி முடித்தவுடன் வந்து கட்டையை நீட்டிவிட்டான் போலிருக்கிறது" என்றான் ஜான்சுந்தர். கதவில் காதை வைத்தான்.

கதவு உட்பக்கமாகத் திறந்துகொண்டது.

"தாழ்ப்பாள் கூட போடவில்லை அனிதா" என்று ரகசியக்குரலில் சொன்னான் ஜான்சுந்தர். உள்ளே ஒரு சிமினி விளக்கோ, நைட்லாம்ப்போ எரிந்துகொண்டிருக்க வேண்டும். வெளிச்சம் மிக சோகையாக வாசலைத் தொட்டது. ஜான்சுந்தர் மிக ஜாக்கிரதையாகக் கதவைத் தள்ளித் திறந்தான். நல்ல வேளை. எண்ணெய் போடப்பட்ட கீல்களை உடைய கதவு, பிளாஸ்டிக் ஜிப் விலகுவது போலச் சத்தமின்றித் திறந்துகொண்டது.

ஜான்சுந்தர் உள்ளே மெல்ல எட்டிப் பார்த்தான், அதிர்ந்தான்.

"அனிதா, லுக் அட் திஸ் மேன்" என்றான், திடுக்கிட்ட குரலில்.

அனிதா அவன் தோளுக்கு மேல் எட்டிப் பார்த்து 'ம்ஹக்' என்று ஒரு விநோத ஒலி எழுப்பினாள்.

நடு ஹாலில் தாடிக்காரன் கிடந்தான். அவன் கண்கள் திறந்திருந்தன. சொருகியிருந்தன. அவன் மார்பில் இதயம் இருக்கும் இடத்தில் ஒரு கத்தி செருகப்பட்டிருக்க, புது ரத்தம் மார்பிலிருந்து குமிழ் குமிழாக இன்னும் வெளிப்பட்டுக்கொண்டிருந்தது.

◦

தூண்டில் கயிறு

22

*தா*டிக்காரன் சத்தியமாகச் செத்திருந்தான்.

ஜான்சுந்தரும், அனிதாவும் அவனை நெருங்கினார்கள்.

"நாம் அங்கே காத்திருந்த பத்து நிமிட நேரத்தில் இது நடந்திருக்கிறது அனிதா. இவனைக் கொலை செய்தவன் இந்நேரம் தப்பியிருப்பான்."

"எப்படி? நாம்தான் வீட்டு வாசலையே பார்த்துக்கொண்டிருந்தோமே..."

"இந்த வீட்டுக்குப் பின்னால் எதுவும் வழியிருக்கக் கூடாதா, என்ன?"

ஜான்சுந்தர் இன்னும் சற்று குனிந்தான். அனிதா ஜான்சுந்தரின் கையை இறுகப் பற்றினாள்.

அப்போதுதான் அது நடந்தது.

இருவரின் பின் மண்டையிலும் இரண்டு கட்டைகள் இறங்கின.

'க்ம்க்' என்று ஒரு சத்தம் கேட்டது. ஜான்சுந்தரும் அனிதாவும் உடன் மயக்கமடைந்து, தாடிக்காரன் பிணத்தின் மீது விழுந்தார்கள்.

அவர்களை அடித்தவர்கள் இருவர். கட்டைகளைக் கீழே போட்டார்கள். வீட்டின் கதவைச் சாத்தித் தாள் போட்டார்கள்.

ஹால் மூலையில் ஒரு பெட்ரோல் டின் அவர்களுக்காகக் காத்திருந்தது.

பெட்ரோல் டின்னை எடுத்தார்கள். வீட்டின் ஜன்னல் மேல், கதவின் மேல் எங்கெங்கு மர வேலை செய்யப்பட்டிருந்ததோ அங்கெல்லாம் பெட்ரோலை ஊற்றினார்கள்.

டின் காலியானவுடன் ஒருவரை ஒருவர் பார்த்துக்கொண்டார்கள். திருப்தியாகத் தலையை அசைத்துக்கொண்டார்கள். இருவருள் ஒருவன் பாக்கெட்டிலிருந்து தீப்பெட்டியை எடுத்தான். குச்சியை எடுத்து உரசி ஜோதியைத் தருவித்தான்.

ஜன்னல் மேல் எறிந்தான். ஜன்னல் முழுக்க ஒரே நேரத்தில் நெருப்பு 'சுப்' என்று பற்றிக்கொண்டது.

அவர்கள் திருப்தியாகத் தலையை அசைத்துக்கொண்டு வீட்டுக்குப் பின்னால் சென்று அங்கே இருந்த ஒரு கதவைத் திறந்து வெளிப்பட்டார்கள். கதவை வெளியில் தாள் போட்டார்கள்.

அந்த இடத்தை விட்டு வெகு வேகமாக விலகினார்கள். தீ வீட்டை வேக வேகமாக விழுங்கத் தொடங்கியது.

* * * * *

நரேந்திரன் தங்கச்சிலை எஸ்டேட்டை நெருங்கும் போது மணி இரவு ஒன்றரை.

எஸ்டேட் வாசலை பெரிய இரும்புக் கதவு மூடியிருந்தது. காலிங்பெல் எதுவும் இருக்கிற மாதிரி தோன்றவில்லை.

புல்லட்டை நிறுத்திவிட்டு யோசித்தான். நாளைக்குக் காலை வந்து பார்த்துக் கொள்ளலாமா? தங்கச்சிலை நரம்பு. என்ன அது? என்ன அது?

அதற்கு விடை கண்டுபிடித்தால் எல்லாவற்றுக்கும் விடை கண்டுபிடித்த மாதிரி என்று நினைத்துக்கொண்டான்.

சற்று முன் பார்த்த ரஞ்சித் டேனியல் வீரேந்திரகுமாரின் உடல் மனதில் ஃப்ரேம் ஃப்ரேமாகத் தடுக்கி நின்றது. மல்லி அழுத அழுகை இன்னொரு ஃப்ரேமாகத் தடுக்கி நின்றது.

ரஞ்சித் டேனியல் வீரேந்திரகுமார் தூண்டில் கயிறு தயாரிக்கும் தங்கச்சிலை பிரைவேட் லிமிடெட்டில் சூப்பர்வைசராக வேலை செய்திருக்கிறான். அங்கே ஏதோ ரகசியத்தைப் பார்த்திருக்கிறான். பிறகு செத்துப் போயிருக்கிறான். அது

தூண்டில் கயிறு

நிச்சயம் விபத்தில்லை. யாரோ அவனைக் கொன்றிருக்கிறார்கள். விஷயம் அத்துடன் முடியவில்லை.

எஸ்டேட்டில் இத்தனை நாட்களாக இல்லாமல் திடீரென பேய்கள் ஆட்டம் போட ஆரம்பித்திருக்கின்றன. 'இந்த ரஞ்சித்தை நீதானே கொன்றாய்?' என்று முண்டம் ராஜபூபதியை மிரட்டுகிறது.

ராஜபூபதியா ரஞ்சித்தைக் கொன்றார்? ஏன்?

நரேந்திரன் தலையை ஒருமுறை பலமாக அசைத்து குழப்பத்தில் இருந்து விடுதலை அடைய நினைத்தான்.

ராஜபூபதி மேலேயே சந்தேகப்பட வேண்டியிருக்கிறதே, என்ன செய்யலாம்?

எஸ்டேட்டில் நுழைய வேறு வழியிருக்கிறதா என்று பார்க்கலாம். நரம்பு பற்றி இரவோடு இரவாகப் பார்த்து விட வேண்டும்.

நரேந்திரன் பைக்கை ஸ்டார்ட் செய்தான். எஸ்டேட் காம்பவுண்டைச் சுற்றிச் சென்ற சாலையில் புல்லட்டை மெதுவாக விரட்டினான். சற்று தூரம் போனவுடன் அந்த சாலை எண்ணூர் செல்லும் பிரதான சாலையுடன் இணைந்து கொள்ள எஸ்டேட்டின் காம்பவுண்ட் சுவர் இன்னும் தொடர்ந்துகொண்டிருந்தது. திடீர் என்று காம்பவுண்ட் சுவர் முடிந்து போய் எஸ்டேட்டின் செடி கொடிகள் தெரிய நரேந்திரன் ப்ரேக் அடித்தான்.

அதிர்ஷ்டம் எப்படியெல்லாம் ஒரு மனிதனுக்குக் கிடைக்கிறது பார் என்று நினைத்துக்கொண்டான். புல்லட்டில் இருந்து இறங்கினான்.

எஸ்டேட்டின் இருட்டுக்குள் நுழைந்தான்.

அவன் நுழைந்த இடத்தில் சற்று தூரத்தில் தங்கச்சிலை பிரைவேட் லிமிடெட் கம்பெனி தெரிந்தது.

இருட்டில் நிழலால் கட்டப்பட்ட மாதிரி அந்தக் கட்டிடம் தெரிந்தது.

இந்தக் கட்டிடத்தில்தானே அமராவதி சிலையாக நிற்கிறாள்? அந்தச் சிலைக்குத்தானே தங்க வர்ணம் பூசப்பட்டிருக்கிறது? தங்கச்சிலை.

டேனியலின் ஷூ வுக்குள் இருந்த காகிதத்தில் இருந்த சொற்கள்: 'தங்கச்சிலை நரம்பு.'

நரேந்திரன் இருட்டில் ஒருமுறை துள்ளிக் குதித்தான்.

'சபாஷ்டா பையா' என்று பின் முதுகைத் தட்டிக்கொண்டான். அந்த சிலையில்தான் ஏதோ ஒளிந்திருக்கிறது. தங்கச்சிலையில் ஏதாவது நரம்பு இருக்கிறதா என்று பார்க்க வேண்டும்.

நரேந்திரன் அந்தக் கட்டிடத்தை நெருங்கினான். காம்பவுண்ட் சுவரில் இருந்த கொடியை விலக்கி ஏறிக் குதித்தான். போர்ட்டிகோ இருட்டில் மூழ்கி இருந்தது.

கம்பெனி வாசலை நெருங்கினான். கதவிலேயே பூட்டு பொருத்தப்பட்டிருந்தது.

நரேந்திரன் எப்போதும் கை வசமிருக்கும் சாவிக்கொத்தை எடுத்தான். ஒவ்வொரு சாவியாகப் பொருத்திப் பார்த்தான்.

பத்தாவது சாவி திறந்தது.

உள்ளே நுழைந்தான். ரிசப்ஷன் கம்பளம் காலுக்குக் கீழே மெத்! ரிசப்ஷன் கவுண்ட்டர் பெண்கள் இல்லாமல் நிலவற்ற ஆகாயம் போல் வெறுமையாக இருந்தது.

நரேந்திரன் ரிசப்ஷன் கவுண்ட்டர் கதவைத் திறந்து அட்மினிஸ்ட்ரேஷன் ஹாலுக்குள் நுழைந்தான்.

நுழைந்தவுடன் அமராவதியின் சிலை விளக்கைப் போடலாமா என யோசித்து வேண்டாம் என்று தீர்மானித்தான். பென் டார்ச்சை எடுத்தான்.

அதன் ஸ்விட்சை அழுத்தும் போது நரேந்திரன் காதில் அந்த ஒலி துல்லியமாக விழுந்தது.

'க்ளிக்.'

ரிவால்வரின் ஸேஃப்டி காட்சை விடுவிக்கும் ஒலி.

                                        தூண்டில் கயிறு

நரேந்திரன் இதயத்துடிப்பு அதிகமாயிற்று. அந்த ஹாலில் யாரோ இருக்கிறார்கள்.

நரேந்திரன் அப்படியே சற்று நேரம் அசையாமல் நின்றான். இருட்டுக்குக் கண்களைப் பழகிக்கொண்டான். சுற்றிலும் பார்வையைப் படர விட்டான். பகலிலேயே அந்த ஹாலில் இருட்டு தடவப்பட்டிருக்கும். அங்கங்கே பெரிய பெரிய மேஜைகள்தான் தெரிந்தன.

யாருமில்லை, பிரமையா? அந்த 'க்ளிக்' வேறு ஏதாவது சத்தமா?

நரேந்திரன் படபடக்கும் இதயத்துடன் தங்கச்சிலையின் மேல் கை வைத்தான்.

லேசாக, மிக லேசாக யாரோ நடக்கும் சத்தம் கேட்டது.

நரேந்திரன் அசையாமல் நின்றான்.

யாரோ இருக்கிறார்கள். யாரோ இருக்கி...

'ட்புக்.'

துப்பாக்கியின் ரகசியமான அந்த 'ட்புக்'கை அடுத்து 'ஆவ்...' என்று ஓர் அலறல் கேட்டது.

அது நரேந்திரனின் அலறல்!

* * * * *

வைஜயந்தி டிரைவ் இன் உட்லண்ட்ஸ் ஹோட்டலில் இருந்து புறப்பட்டாளே, அவளை மறந்துவிட்டோமே!

ஜான்சுந்தர், அனிதாவின் கதி என்ன ஆயிற்று என்று தவிப்பவர்களும், நரேந்திரன் என்ன ஆனான் என்று கேட்பவர்களும் சற்று நேரம் பொறுமையாக இருக்கும்படி தாழ்மையுடன் கேட்டுக் கொள்ளப்படுகிறார்கள்.

ஃபியட்டின் ஆக்ஸிலேட்டர் தரையில் படுமளவு மிதித்துக்கொண்டு வைஜயந்தி ஈகிள்ஸ் ஐயை அடைந்த மாலை ஆறு முப்பதுக்கு நாம் கடிகாரத்தைத் திருப்பிவைக்க வேண்டி இருக்கிறது.

வைஜயந்தி ஈகிள்ஸ் ஐயில் நுழைந்த வேளை ஆபீஸ் ஏறக்குறைய காலி. நரேந்திரன் இல்லை. ஜான்சுந்தர் அனிதா இல்லை. மீராவின் டைப்ரைட்டர் டகடக ஒலியை எழுப்பவில்லை. ஜூனியர் கூட எங்கேயோ மேயப் போய் விட்டதோ என்னவோ, அதையும் காணவில்லை.

வைஜயந்தி ஒவ்வோர் அறையாகத் திறந்து, திறந்து, காலி அறைகளாகப் பார்த்து ஏமாந்து மூடியவள் கடைசியாக ராம்தாஸின் அறையை ஓசையின்றித் திறந்தாள்.

ஏ.ஸி.யெல்லாம் ஆஃப் செய்து விட்டு ராம்தாஸ் வழுக்கை மண்டையில் வியர்வை முத்துக்களுடன், விளக்கை மட்டும் போட்டு உட்கார்ந்திருந்தார். பைப்பை வாயில் பொருத்திக்கொண்டு உள்ளங்கைகளைக் குவித்துக்கொண்டு சர்வ எச்சரிக்கையுடன் 'சர்ரக்' என்று ஒரு தீக்குச்சியை உரசியவர் கதவு திறக்கப்பட்ட மிக மெலிதான சத்தம் கேட்டு நிமிர்ந்து பார்க்க, தீக்குச்சி அணைந்தது.

'சே' என்று சலித்துக்கொண்டார்.

"ஒரே குச்சியில் பைப்பைப் பற்ற வைக்கும் முயற்சியில் ஈடுபட்டிருந்தேன். நீ வந்து கெடுத்துவிட்டாய்" என்றார், வைஜயந்தியைப் பார்த்துக் குற்றம் சாட்டும் குரலில்.

"அங்கே ரோம் பற்றி எரிந்துகொண்டிருக்கிறது. நீங்கள் என்னடாவென்றால் வயலின் வாசிக்கிறீர்கள். ஸாரி டு ஸே திஸ் தாஸ். பைப் ஒரு குச்சியில் பற்றுகிறதா, இல்லையா என்று சோதித்துப் பார்க்கும் நேரமா இது?"

"ஏய் சின்னப்பொண்ணு... ரொம்பவும் எக்ஸைட் ஆகி இருக்கிறாய். என்ன விஷயம் சொல்லு" என்றார் தாஸ், பைப்பைக் கீழே வைத்துவிட்டு.

"என்னையும், நரேனையும் ஹாலிடேக்கு அனுப்புவதாக நம்பிக்கொண்டு தங்கச்சிலை எஸ்டேட்டுக்கு அனுப்பினீர்களே, ஞாபகம் இருக்கிறதா தாஸ்?"

"வைஜயந்தி... ஒரு பேஸிக் பாடத்தை கற்றுக் கொள். ராம்தாஸ் கொஞ்சம், கொஞ்சம் ஸைக்காலஜி தெரிந்தவன். ஒரு பார்ட்டி

                                        தூண்டில் கயிறு

வந்து லட்சம், லட்சமாகப் பணத்தைக் கொடுப்பதாகச் சொல்லி ஒரு டிடெக்டிவ் இளைஞனையும், அவனுடைய ஜோடியையும், 'சும்மா ஒரு ஹாலிடேக்காக அனுப்புங்கள்' என்று சொன்னால் அதை அப்படியே நம்பி விட, நான் என்ன குள்ள வாத்தா? கஸ்டமரின் மனது திருப்தியாக வேண்டும். அதற்காகத்தான் கஸ்டமரை நம்புவது போல் பாவ்லா காட்டி, உங்கள் இரண்டு பேரையும் அனுப்பினேன். ஸோ வாட்?"

"தங்கச்சிலை எஸ்டேட்டில் என்ன நடக்கிறது என்று தெரியுமா?"

"ராஜபூபதியைப் பேய் மிரட்டுகிறது. நரேந்திரனை அமராவதி அறைந்து விட்டாள். முண்டம் பேசுகிறது. நரம்பு துள்ளுகிறது. துண்டிக்கப்பட்ட கை எரிகிறது. எனக்கு ஓரளவு விஷயம் தெரியும் வைஜயந்தி. நீ சுபத்ராவை ஃபாலோ செய்துகொண்டு போனாய். எக்ஸைட் ஆகித் திரும்பியிருக்கிறாய். உன்னை யாரோ ஃபாலோ செய்திருக்கிறார்கள். அவர்களிடமிருந்து வேகம் வேகமாக நீ தப்பித்து வந்திருக்கிறாய்! கரெக்ட்?"

"தாஸ், நீங்கள் பிள்ளையார் தாஸ்."

"அப்படியென்றால்?"

"இந்த ரூமைவிட்டு இந்தப்பக்கம் அந்தப்பக்கம் போகாமலேயே உங்களுக்கு அத்தனை விஷயமும் தெரிந்திருக்கிறதே. என்னைத் துரத்திக்கொண்டு யாரோ வந்திருக்கிறார்கள் என்று எப்படிச் சொன்னீர்கள்?"

"நீ பின்னால் பின்னால் திரும்பிப் பார்த்துக்கொண்டாய். கண்ணில் லேசான பயம். ஸிம்பிள். சொல்லு டார்லிங். என்ன கண்டுபிடித்தாய்? கேஸ் எவ்வளவு தூரத்தில் இருக்கிறது? எனக்கும் உன்னோடு பேசினால் கொஞ்சம் பொழுது வீணாவது தெரியாமல் இருக்கும்."

வைஜயந்தி ராம்தாஸை ஒரு கண்ணகிப் பார்வை பார்த்தாள்.

"அட, சொல்லு வைஜயந்தி" என்றார், பைப்பைப் பற்ற வைக்கும் முயற்சியில் மறுபடியும் ஈடுபட்டபடி.

ராம்தாஸ் பைப்பைப் பற்ற வைத்து முடித்து இரண்டு 'குப்' புகையை வெளியே விட்டபோது வைஜயந்தி சகல விஷயங்களையும் சொல்லி முடித்திருந்தாள்.

"எங்கே அந்த ஃபோட்டோக்கள்?" என்றார் ராம்தாஸ், கைகளை நீட்டி.

வைஜயந்தி சிறைப்பிடித்திருந்த மூவரின் ஃபோட்டோக்களையும் காட்டினாள்.

ராம்தாஸ் ஃபோட்டோக்களைப் பார்த்தார். அதில் உல்லாசமாகச் சிரித்துப் பேசிக்கொண்டிருந்த மூன்று இளைஞர்களையும் பார்த்தார்.

"இவர்கள் நிச்சயம் சுபத்ராவிற்காக எதையும் செய்வார்கள் என்று தோன்றுகிறது வைஜயந்தி" என்றார் சிந்தனையுடன்.

"இவர்கள்தான் நரேந்திரனை எண்ணூர் எஸ்டேட் போகும் வழியில் மடக்கி அடித்தவர்கள் என்று நினைக்கிறேன் தாஸ்."

"இருக்கலாம்." ராம்தாஸ் பட்டும் படாமல் ஒரு பதிலைச் சொன்னார்.

"என்ன தாஸ்! நான் பாட்டுக்கு எதையோ சொல்லிக்கொண்டிருக்கிறேன். நீங்கள் பாட்டுக்கு வேறு ஏதோ யோசனையில் இருக்கிறீர்கள்?"

"வெயிட்... எனக்கு ஒரு வெளிச்சம் தெரிகிறது" என்றார், ராம்தாஸ்.

—◦—

   தூண்டில் கயிறு

23

வைஜயந்தி சுற்றுமுற்றும் பார்த்தாள்.

"எங்கே தாஸ்?"

"என்ன?" ராம்தாஸ் புருவங்கள் சுருங்கக் கேட்டார்.

"ஏதோ வெளிச்சம் தெரிகிறது என்றீர்களே?"

"நரேனோடு பழகிப் பழகி, உனக்கும் இந்த நக்கல் குணம் வந்துவிட்டதா? நான் சொன்ன வெளிச்சம் கேஸில்..."

"ஸாரி, தாஸ். சொல்லுங்கள்."

"எண்ணூருக்குப் பக்கத்தில் இருக்கும் கந்தன் சாவடி கிராமத்திற்குப் பிக்னிக் போய் வந்த பிறகுதானே உற்சாக சுபத்ரா, டல் சுபத்ரா ஆகிவிட்டாள் என்று சொன்னாய்?"

"ஆமாம் தாஸ். ஸோ வாட்?"

"அந்தக் கந்தன் சாவடியில்தான் இந்தக் கேஸுக்கு உண்டான முக்கிய சாவியே இருக்கிறது என்று நான் நினைக்கிறேன். சுபத்ரா அங்கே என்ன பார்த்தாள்? என்ன செய்தாள்?"

"ஜஸ்ட் நத்திங். குறிப்பிடுகிற மாதிரி எதுவுமே இல்லை தாஸ்."

"சுபத்ராவின் ஃப்ரெண்ட் கீதா சொன்னதையெல்லாம் ஒரு தடவை வார்த்தை பிசகாமல் சொல் பார்க்கலாம்."

"சுபத்ரா கந்தன் சாவடியில் ஒரு குடிசைக்குப் போய்த் தண்ணீர் வாங்கிக் குடித்தாள். கிளி ஜோசியக்காரனிடம் ஜோசியம் கேட்டாள்."

"ஜோசியத்தை விடு. அது சும்மா டைம் பாஸ் விவகாரம். தண்ணீர் குடித்தாள் என்கிறாயே, அது எந்த இடம்?"

"தெரியவில்லை தாஸ். கீதாவைத்தான் கேட்க வேண்டும்."

"கீதா எங்கே?"

"அவள் வீட்டில் இருப்பாள்."

"வா. அவளை இப்போதே போய்ப் பார்க்கலாம். கீதாவின் அட்ரஸ்?"

"தெரியாது தாஸ். காலேஜில் கேட்டால் சொல்லுவார்கள்."

"இந்நேரம் கீதாவிடம் அட்ரஸ் நீ வாங்கியிருக்க வேண்டும். அது பால பாடம்."

"ஏதோவொரு கந்தன் சாவடி கிராமத்தில் ஏதோ ஒரு குடிசையில் சுபத்ரா தண்ணீர் குடித்ததற்குப்போய் இவ்வளவு இன்ட்ரெஸ்ட் காட்ட வேண்டுமா, தாஸ்? நாளைக்குப் பார்த்துக் கொள்ளலாமே."

"இல்லை, எனக்கு உள்ளூற ஒரு குரல் கேட்கும், இந்த இடத்தில் தோண்டு என்று. உடனே தோண்டியாக வேண்டும். அதை அலட்சியப்படுத்தினால் ஏதாவது தப்பாக நடந்துவிடும். இந்தக் கேஸில் எனக்கு அந்தக் குரல் கேட்கிறது. அதனால்தான் நானே வருகிறேன் என்கிறேன். வா, போய்ப் பார்க்கலாம்."

வைஜயந்தி ராம்தாஸ் பதிலுக்குத் தன்னைக் கலாய்க்கிறார் என்றுதான் நினைத்தாள். ஆனால் ராம்தாஸின் முகத்திலிருந்த ஸீரியஸ்னெஸ்ஸைப் பார்த்தால் அப்படித் தெரியவில்லை.

உண்மையிலேயே சீரியசான விஷயம்தான் போலிருக்கிறது என்று அவள் மனதிலும் தீயணைப்பு வண்டியின் மணி போல் கண, கணவென ஏதோ ஒன்று கேட்கத் தொடங்கியது.

* * * * *

மாநிலக் கல்லூரியின் அலுவலகம்.

தாடையை அவ்வப்போது சொறிந்துகொண்டு, ஓவர்டைம் செய்து கொண்டிருந்த ஒரு சபாபதியின் முகவாய்க் கட்டையைப் பிடித்தாள் வைஜயந்தி.

"எங்களுக்குக் கீதாவின் அட்ரஸ் அவசியம் வேண்டும் சபாபதி சார். நீங்கள் நினைத்தால் தர முடியாதா என்ன?"

"எந்த கீதா?"

"பப்ளிக் அட்மினிஸ்ட்ரேஷன்..."

"எதற்கு அவளுடைய அட்ரஸ்? நாளைக்குக் காலை காலேஜ் திறந்தவுடன் வந்து பாருங்களேன்."

"இல்லை. எங்களுக்கு இப்போதே வேண்டும். அவசரம்" என்றார் ராம்தாஸ், வழுக்கையைத் தடவிக்கொண்டே.

சபாபதி முகத்தில் பரிபூரண எரிச்சலுடன் ராம்தாஸைப் பார்த்தான்.

"யார் இந்தக் கிழவன்?" என்றான்.

"ரிடையர்டு ஆர்மி பெர்சனல். ஈகிள்ஸ் ஐயின் பாஸ். இவரையா யார் இந்தக் கிழவன் என்று கேட்கிறீர்கள்? முதலில் அந்த வார்த்தையை வாபஸ் வாங்குகள். எங்கள் தாஸிடம் மன்னிப்புக் கேளுங்கள்" என்றாள் வைஜயந்தி.

சபாபதிக்கு ரத்த அழுத்தம் அதிகமாகியது.

"ஈகிள்ஸ் ஐ'யா? ஸோ, டிடெக்டிவ் ஏஜென்ஸியிலிருந்து வருகிறீர்கள். நான் இப்போதே போலீசுக்குப் ஃபோன் செய்கிறேன். உங்கள் வீர வசனங்களை எல்லாம் அவர்களிடம் பேசிக் கொள்ளுங்கள்" என்று சபாபதி ரிசீவரை எடுக்கக் கையை நீட்டினான்.

ராம்தாஸ் அந்தக் கையின் ஏதோ ஒரு நரம்பை லேசாகச் சுண்டிவிட்டார். ரிசீவர் அருகே சென்ற சபாபதியின் கை அப்படியே நின்றுவிட்டது.

கையை எடுக்கப் பார்த்தான். முடியவில்லை. ராமதாஸை நிமிர்ந்து பார்த்தான். கண்களில் அதீத கோபம். இன்னொரு கையை நீட்டி ரிசீவரை அவசர அவசரமாகப் பற்ற முயல, ராம்தாஸ் அந்தக் கையையும் சுண்டினார். அந்தக் கையும் மேசை மேல் அசைவின்றி நின்றுவிட்டது.

சபாபதியின் கண்களில் பயம்!

"இதோ பார் சபாபதி, நீ போலீசுக்குப் போன் செய்து, அவர்களை இங்கு வரவழைத்தாலும், உன்னிடம் கீதாவின் அட்ரஸைத்தான் கொடுக்கச் சொல்லிக் கேட்பார்கள். எனக்குப் போலீஸ் வரும் வரை காத்திருக்க நேரமில்லை. நாங்கள் போன பிறகு போலீசுக்கோ, பிரின்சிபாலுக்கோ, வைஸ் சான்ஸலருக்கோ ஃபோன் செய்துகொள். இப்போது கீதாவின் அட்ரஸைச் சொன்னால் உன் கைகளைப் பழையபடி ஆக்குகிறேன். இல்லையோ, வாழ்நாள் முழுக்க இப்படியே இருக்க வேண்டியதுதான்."

சபாபதி கைகளை அசைத்துப் பார்த்தான். முடியவில்லை. ராம்தாஸை ஏதோ பயங்கர மந்திரவாதியைப் பார்ப்பது போல் பார்த்தான்.

"இந்த கம்ப்யூட்டரில் பப்ளிக் அட்மினிஸ்ட்ரேஷன் டிபார்ட்மெண்ட் ஃபோல்டரில், ஸ்டுடண்ட்ஸ் அட்ரஸ் என்ற ஃபைலில் இருக்கிறது" என்றான்.

"வைஜயந்தி..." என்றார் ராம்தாஸ்.

ஒரு முழு நிமிடத்திற்குள் கீதாவின் அட்ரஸ் வைஜயந்தியின் உள்ளங்கையில் இருந்தது.

"ஸீ... யூ" என்றார் ராம்தாஸ், சபாபதியைப் பார்த்து.

"சார்... என் கை... என் கை..." என்று அலறினான் சபாபதி.

ராமதாஸ் சுளுக்கு எடுப்பது போல அவனது இரண்டு கைகளிலும் என்னவோ செய்ய, கைகள் அசைந்தன.

"பையா, போ... போலீசைக் கூப்பிடு. கவர்னருக்கே ஃபோன் செய்துகொள்.. கம்மான் வைஜ்."

"சரியான அடாவடி சார், நீங்கள்..." என்று தன் தொண்டைக்குள் முணுமுணுத்துக்கொண்டான்.

"நான் அடாவடியா?"

  தூண்டில் கயிறு

அய்யோ, எனக்குள் பேசிக்கொண்டால்கூட எப்படி இந்த ஆளுக்குக் கேட்கிறது? சபாபதி பிளந்த வாயுடன் அப்படியே நின்றிருந்தான்.

* * * * *

"**எ**னக்கு இந்த நரம்பு வேலையைச் சொல்லிக் கொடுக்கக் கூடாதா தாஸ்?" என்று கேட்டாள் வைஜயந்தி, காரை சீராகச் செலுத்திக்கொண்டே.

"உனக்குச் சொல்லிக் கொடுத்துவிட்டால் பிறகு தாஸுக்கு என்ன மதிப்பு இருக்கும் வைஜயந்தி? பிஸினஸில் இருந்து ரிடையராகும் போது உனக்கு சொல்லித்தராமல் ரிடையராக மாட்டேன். மாடு... மாடு. பார்த்து ஸ்டியரிங்கைப் பிடி."

வைஜயந்தி வெகு லாகவமாக ஸ்டிரியங்கை வளைத்து ஓரங்குல இடைவெளியில் மாட்டைத் தவிர்த்தாள். அவர்கள் நுழைந்திருந்த அந்த ஆறுமுக ஆச்சாரித் தெரு முழுக்க முழுக்க மாடுகளால் நிரப்பப்பட்டிருந்தது.

"நம்பர் பதினைந்து" என்றார் ராம்தாஸ்.

வைஜயந்தி ஓரக்கண்ணால் வீட்டு நம்பர்களைப் பார்த்துக்கொண்டே வந்தவள் சடாரென்று ப்ரேக் அடித்துக் காரை நிறுத்தினாள்.

"பதினைந்து தாஸ்."

இறங்கினார்கள்.

க்ரில் வைத்த கதவு வழியாக வீட்டின் நடை தெரிந்தது. முழங்காலுக்குச் சற்று மேலே வரை தூக்கப்பட்ட பாவாடையுடன் இருந்த ஒரு பெண், பூனையொன்றை மடியில் வைத்துக் கொஞ்சிக்கொண்டிருந்தாள்.

வைஜயந்தி கதவைத் தட்டினாள். அவள் நிமிர்ந்து பார்த்து, பூனையை மார்போடு அணைத்தவாறே எழுந்து வந்தாள்.

"யாரு?"

"கீதா இருக்கிறாளா?"

"அம்மா, கீதாவைத் தேடி யாரோ..." என்று சொல்லியபடி, கதவைத் திறந்து விட்டு உள்ளே போனாள் அந்தப் பெண்.

உள்ளேயிருந்து நாற்பது வயது பெண்ணொருத்தி வந்தாள். சிவப்புச் சாந்தை நீளமாக வேல் மாதிரி நெற்றியில் இட்டுக்கொண்டு எலிவால் பின்னலுடன், கண்களில் கண்ணாடி அணிந்திருந்தாள்.

"கீதா இல்லியே. அவ ஃப்ரண்ட் ஸ்வர்ணாவோட பர்த்டேன்னு வெளியே போனாளே. ஏண்டி ரங்கு... கீதா சினிமாவுக்குத்தானே போறேன்னு சொன்னா?"

"சூர்யா படம் பார்க்கப் போறேன்னு சொன்னா."

"எந்தத் தியேட்டர்?" என்றார் ராம்தாஸ்.

"வுட்லண்ட்ஸ்னு நினைக்கிறேன். தியேட்டருக்கே போய் பார்த்துடப் போறீங்களா? நீங்க யாரு? உங்க வீட்ல ஏதாவது நல்ல வரன் இருக்கா? கீதாவைக் கேக்க வந்தீங்களா?"

"நான் அவளுடைய கிளாஸ்மேட் வைஜயந்தி. இவர் என்னுடைய மாமா. கீதா என்னுடைய சங்கிலி ஒன்றை இரவல் வாங்கிக்கொண்டாள். நாளைக்குத் தருவதாகச் சொல்லி. மாமா இன்றைக்கு நைட் ஃப்ளைட்டில் நியூயார்க் போகிறார். சங்கிலி அவருக்கு அவசியம் வேண்டுமாம். அதனால்தான் வந்தோம்."

"அப்படியா? எங்க கீதா சங்கிலி இரவல் வாங்கி வந்ததாகச் சொல்லவே இல்லையே. என்னவோ நெக்லஸ்தானே வாங்கிட்டு வந்தேன்னு சொன்னா?"

"அம்மா, அவங்க அவசரம் அவங்களுக்கு. சார்! கீதா சூர்யா படத்துக்குப் போகலை. அம்மாகிட்ட பொய் சொல்லிட்டு, சத்யமுக்குத்தான் போயிருக்கா. லவ் இன் பாரீஸ். அடல்ட்ஸ் ஒன்லி. நல்ல படம். நான் இரண்டு தடவை பார்த்துட்டேன். அதுல ஒரு பையன் ஃபுல் நியூடா..."

                                    தூண்டில் கயிறு

"ஐயோ... ஐயோ..." என்று அந்த நாற்பது வயதுக்காரி வாயில் அடித்துக்கொண்டு பெண்ணின் வாயைப் பொத்தத் தொடங்க, ராம்தாஸ் வீட்டை விட்டு வெளிப்பட்டார்.

* * * * *

தியேட்டர் மானேஜர், "அவங்கம்மாவுக்கு ஹார்ட் அட்டாக்னா சொன்னீங்க?" என்று கவலையுடன் கேட்டார்.

"ஆமாம், சார். கண்ணை மூடுவதற்கு முன்னால், கீதாவைப் பார்க்க வேண்டும் என்று துடிக்கிறாள்."

ஆங்கிலப் படம் பாதியில் நிறுத்தப்பட்டு 'ஆறுமுக ஆச்சாரித் தெரு கீதா உடனே மேனேஜர் ரூமுக்கு வரவும்' ஸ்லைடு மூன்று தடவை போட்டுக் காட்டப்பட்டது.

கீதா வரவே இல்லை.

தியேட்டரில் காட்சி முடிந்து ஒவ்வொருவராக வெளியேறத் தொடங்க வைஜயந்தி கடந்து சென்ற ஒவ்வொரு முகத்தையும் பார்த்தாள்.

கீதா இல்லை.

"மறுபடி அவள் வீட்டுக்கே வண்டியை விடு."

* * * * *

வீட்டுக்குப்போய்ச் சேர்ந்தும், கீதா வரவில்லை.

இரவு பத்து மணி.

பதினொரு மணி.

பன்னிரண்டு மணி.

கீதா வராததற்காக யாரும் கவலைப்படுகிற மாதிரி தெரியவில்லை. ஒரு பேச்சுக்கு, 'சாப்பிடுகிறீர்களா?' என்று கேட்டு, ராம்தாஸும், வைஜயந்தியும் மறுத்தவுடன் அவர்கள் எதிரிலேயே சாப்பிட்டு, பூனைக்கும் பால் கொடுத்து, அவரவர் படுக்கைகளை விரித்துவிட்டு, ராம்தாஸையும்

வைஜயந்தியையும் வேண்டாத விருந்தாளிகளைப் பார்ப்பது போல் பார்த்த நேரத்தில், வாசல் கதவு தட்டப்பட்டு... கீதா!

மணி 12.30!

"ஏண்டி, நீ பாட்டுக்கு உன் கிளாஸ்மேட் வைஜயந்தியின் சங்கிலியைப் போட்டுட்டு, சினிமா, டிராமான்னு சுத்திப் போயிட்டே. அவ பாரு, எவ்வளவு நேரம் உனக்காகக் காத்திருக்கா" என்று எலிவால் பின்னல் கூடத்திலிருந்தே கத்திக்கொண்டே வாசலை நோக்கி விரைய,

"நானா, சங்கிலியா, வைஜயந்தியா... யார் வைஜயந்தி?" என்று அதே சூட்டுடன், கீதா எதிர்க்கேள்வி கேட்க,

"நான்தான் வைஜயந்தி" என்று வைஜயந்தி எலிப்பின்னலை முந்திக்கொண்டு போய்க் கதவைத் திறந்தாள்.

"உன்னை எங்கேயோ பார்த்த மாதிரி இருக்கிறதே.." என்று கீதா தொடங்க,

"உன் கிளாஸ்மேட்டை இப்படியா கிண்டல் பண்ணுவது?" என்று கேட்டு வைஜயந்தி ஒரு முறை கண்ணடித்துக் காட்டினாள்.

கீதா, வைஜயந்தியையும், பின்னால் நின்றிருந்த அம்மாவையும், அம்மாவுக்குப் பின்னால் நின்றிருந்த ராம்தாஸையும் புரியாமல் புரியாமல் பார்த்து டெஸ்ட் ட்யூபைத் திருடி விட்ட கல்லூரி மாணவி போல் விழிக்கத் தொடங்க...

வைஜயந்தி அவள் கழுத்தில் கை வைக்காத குறையாகத் தள்ளிக் கொண்டு காருக்கு அழைத்து வந்தாள்.

"சத்யம் தியேட்டருக்குப் போகவில்லையா?"

"இல்லை, காஸினோ போயிருந்தேன்... ஓய்?"

"அம்மாவிடம் ஒரு பொய். தங்கையிடம் இன்னொரு பொய். ஆறு மணி நேரப் படமா?"

"இல்லை, நான் போனது நைட் ஷோ..."

தூண்டில் கயிறு

"சாயங்காலம் பார்ட்டியா? லேசாக பீர் வாசனை வருகிறது?"

கீதா சற்றே மிரண்டாள்.

"ஹலோ, நீ யார்? உனக்கு எதற்கு நான் பதில் சொல்ல வேண்டும்?" என்று சட்டென்று திரும்பி வீட்டுக்குள் நுழையப் பார்த்தாள். திடுக்கிட்டு நின்றாள்.

காரணம், ராம்தாஸின் கையில் இருந்த ரிவால்வர் அவளைக் குறிபார்த்துக் குறுக்கில் நீண்டிருந்தது.

———◆———

24

"எ... என்ன இது?"

கீதாவின் விழிகள் கிலியில் சாஸர் சாஸராக விரிந்தன.

"அவசரம் என்றுதானே சாயந்திரத்திலிருந்து உன் வீட்டு வாசலில் காவல் காத்துக் கொண்டிருக்கிறோம்? ஏன் அலட்சியமாக நடந்துகொள்கிறாய்?" என்றார், ராம்தாஸ் பற்களூடே குரலைச் செலுத்தி.

"ஸ்வர்ணா பர்த்டே பார்ட்டி கொடுத்தாள். தாஜில் பஃபே பார்ட்டி. அதற்கப்புறம் சினிமா. வேறென்ன சொல்ல வேண்டும்?" கீதா நடுங்கிக்கொண்டே பேசினாள். பழையபடி அவர்களோடு வாசலுக்கு வந்துவிட்டாள்.

"ஓ. கே. நாங்கள் யார் என்று சொல்கிறேன். அப்புறம் ஒத்துழைக்க வேண்டுமா, வேண்டாமா என்று நீயே முடிவு செய்துகொள்" என்று வைஜயந்தி தன் கார்டை எடுத்து நீட்டினாள்.

"ஹை... அப்படியானால் நீதான் ஈகிள்ஸ் ஐயின் வைஜயந்தியா?" என்றாள் கீதா, கண்களில் வியப்புடன்.

"ஆமாம்."

"இந்த ரிவால்வர் வழுக்கைதான் ராம்தாஸ்?"

"யெஸ்."

"மை குட்னஸ். நீதான் சாயங்காலம் கிழவி மேக்கப் போட்டுக்கொண்டு நாயுடன் வந்து என்னிடம் பேசினாயா? ஜூனியர் என்று நாயின் பெயரைச் சொன்னாயே! அப்போதே என் மரமண்டைக்கு எட்டவில்லை பார். என் ஹீரோ நரேந்திரன்

எங்கே? அவனை உடனே பார்க்க வேண்டுமே. நீ கிஸ் கொடுக்க ஆயிரம் பிகு பண்ணுகிறாயாமே. நான் நரேனுக்கு லெஃப்ட், ரைட், லெஃப்ட், ரைட் என்று அட் எ டைம் ஆயிரம் கிஸ் கொடுப்பேன்” என்றாள், மூச்சு விடாமல்.

“நரேந்திரன் எங்கே?”

“இந்நேரம் எந்தச் சுடுகாட்டில் இருக்கிறானோ?” என்றாள் வைஜயந்தி, எரிச்சலுடன்.

“இதோ பார் கீதா, நானே உனக்கு நரேந்திரனை நேரடியாக அறிமுகம் செய்து வைக்கிறேன். இப்போது எனக்கு நீ ஒரு முக்கியமான உதவி செய்தாக வேண்டுமே” என்றார் ராம்தாஸ், ரிவால்வரை பழையபடி மறைவிடத்தில் வைத்து.

“ஆஃப்கோர்ஸ். என்ன உதவி?” என்றாள் கீதா, உற்சாகமாக.

“சுபத்ராவுடன் நீங்கள் எல்லோரும் சேர்ந்து கந்தன் சாவடிக்குப் போனீர்கள் இல்லையா?”

“ஆமாம், ஆமாம்.”

“அங்கேகூட ஏதோ ஒரு குடிசையில் தண்ணீர் வாங்கிக் குடித்தீர்கள் இல்லையா?”

“குடிசை இல்லை தாஸ். குடிசை மாதிரி சின்னதாக இருக்கும் ஒரு வீடு.”

“ஏதோ ஒன்று. அதை இப்போது எங்களுடன் வந்து காட்டுகிறாயா?”

“இந்த நேரத்திலா?”

“ஆம்! நானே உன்னை பத்திரமாகத் திரும்பக் கொண்டுவந்து விட்டுவிடுகிறேன்.”

“வித் ப்ளெஷர்” என்றாள் கீதா.

“அம்மா... இவள் செயினை ஸ்வர்ணாவிடம் கொடுத்திருந்தேன். வாங்கிக் கொடுத்துவிட்டு வருகிறேன்” என்று உள்ளே பார்த்துக் குரல் கொடுத்தாள்.

"அர்த்த ராத்திரில ஆம்பிள ரவுடி மாதிரி ஊரச் சுத்துடி. குடும்பம் வெளங்கிடும்" என்று அவள் அம்மா கத்திக்கொண்டிருக்கும்போதே, கீதா காரில் ஏறி உட்கார்ந்திருந்தாள்.

* * * * *

அவர்கள் மூவரும் எண்ணூர் வரை காரில் போய்...

நடுவில் குறுக்கிட்ட கடல்நீரை, சாராயம் சாப்பிட்டுக்கொண்டிருந்த ஒருவனுடைய கண்களில் கரன்ஸியைக் காட்டி, அவனுடைய கட்டுமரத்தில் கடந்து...

கந்தன்சாவடி கிராமத்தில் நுழைந்தபோதே ஆகாயத்தில் புகை எழும்பிக் கொண்டிருந்ததைப் பார்த்தார்கள்.

"ஐயோ, தாஸ் அங்கிள். சுபத்ரா தண்ணீர் வாங்கிக் குடித்த வீடு அதுதான். நெருப்பு பிடித்துக்கொண்டு எரிகிறதே!" என்று கீதா பதறினாள்.

அவர்கள் அந்த வீட்டை நெருங்கியபோது, அது நெருப்பில் கொஞ்சம் கொஞ்சமாகக் கருகிக்கொண்டிருந்தது.

அக்கம்பக்கத்தில் நெருக்கமாக வேறு வீடுகள் இல்லாததால், இந்த நெருப்பை யாரும் கவனிக்கவில்லை. தூரத்திலிருந்து பார்ப்பவர்கள் யாரோ குப்பைக்கூளத்தை எரித்துக்கொண்டிருப்பதாக நினைத்திருப்பார்கள்.

ராம்தாஸ் மூக்கில் கைக்குட்டையைக் கட்டிக்கொண்டு, நெருப்புக்குள் பாய்ந்தார். அப்போதுதான் வளரத் தொடங்கியிருந்த அந்த நெருப்பினூடே பாய்ந்துசென்று, முதலில் அனிதாவை வெளியே இழுத்து வந்துபோட்டார். அடுத்து ஜான்சுந்தர்.

மீண்டும் உள்ளே நுழைந்து அங்கிருந்த வாளி எடுத்து, தொட்டியிலிருந்து நீர் மொண்டு வீசி, கடல் மண்ணையும் அள்ளி வீசி அந்த நெருப்பை அணைக்க அவருக்குப் பத்து நிமிடங்கள் போதுமானதாக இருந்தது.

* * * * *

   தூண்டில் கயிறு

சரி, நரேன் என்ன ஆனான்?

நரேந்திரனை அந்தத் தோட்டா இடது தோள்பட்டையில் சிராய்த்தது. அதற்கே அவன் வேண்டுமென்றே பெரிதாய் அலறினான், எதிராளி தான் காயப்பட்டுவிட்டதாக நினைக்கட்டும் என்று.

உண்மையில் தோட்டா உரசிப் போனபோது, வெற்றுக் காற்று கடந்து போகிற மாதிரித்தான் இருந்தது. அடுத்த நொடி தோள்பட்டையில் நெருப்பை வைத்துத் தேய்த்த மாதிரி எரியத் தொடங்கியது. நரேந்திரன் தோள்பட்டையில் எரிச்சலாயிருந்த இடத்தில் இன்னொரு கையை வைத்துப் பொத்தினான். கசகசவென்று ஈரமாக இருந்தது. ரத்தம்.

நரேந்திரன் அப்படியே பம்மி உட்கார்ந்தான்.

துப்பாக்கி இன்னொரு முறை வெடிக்கும் என்று எதிர்பார்த்தான். இல்லை. திடீரென்று மிகப் பிரகாசமாய் அந்த ஹாலின் விளக்குகள் எரிந்தன.

வெளிச்சத்தில் அவன் தெரிந்தான்.

நரேந்திரன் அவனை இதுவரை பார்த்ததில்லை. இந்தியச் சராசரிக்குச் சற்று அதிகமான உயரம். ஐந்தடி எட்டங்குலம் இருக்கலாம். திடகாத்திரனாக இருந்தான். பின்னோக்கி வாரப்பட்ட தலை. கொஞ்சம் அகலமான மூக்கு, மீசை. யானைக்குப் போல கண்கள் சிறியவை. கூர்மையானவை. அவன் கழுத்தில் ஒரு கறுப்புக் கயிறு. கயிற்றில் கோர்க்கப்பட்ட ஒரு தாயத்து. வெளிர்க்ரேநிறத்தில் பட்டன்களற்ற ஒரு ஸ்டோன் வாஷ் சட்டை அணிந்திருந்தான். திறந்த மார்புகள் திண் திண்.

அவன் கையிலிருந்த துப்பாக்கி நரேந்திரனின் மார்பை இப்போது குறி பார்த்துக்கொண்டிருந்தது.

அவன் சுட்டால் நிச்சயம் குண்டு விரயமாவதற்காகச் சுட மாட்டான் என்று மிகத் தெளிவாகப் புரிந்தது.

"எழுந்திரு" என்றான் அதிகாரமாக.

நரேந்திரன் ஒரு வார்த்தை கூடப் பேசாமல் எழுந்தான்.

"கையைத் தூக்கு."

நரேந்திரன் சில கணக்குகள் போட்டு, எதிராளியைத் தாக்கிச் சாய்க்கும் தொலைவில் அவன் இல்லை என்பதை உணர்ந்து, கைகளைத் தூக்கினான்.

"திரும்பு."

அவன் கிட்டே வரட்டும். பார்த்துக்கொள்ளலாம் என்று திரும்பினான்.

ஆனால், எதிரியின் வேகம் அபாரமாயிருந்தது. அவன் என்ன செய்யப் போகிறான் என்பதை நரேந்திரன் உணருமுன் நரேந்திரனின் பின்னந்தலையை அவன் கையிலிருந்த துப்பாக்கியின் பின்பக்கம் தாக்கியது. பலமான முத்தம்.

நரேந்திரன் சரிந்தான்.

* * * * *

"நான் ஏன் இவ்வளவு அவசரப்பட்டேன் என்று உனக்குப் புரிகிறதா வைஜயந்தி?" என்று கேட்டார் ராம்தாஸ்.

"எனக்கு உள்ளூற ஓர் எச்சரிக்கைக் குரல் கேட்டுக்கொண்டே இருந்தது என்றேனே, சரியாகப் போய்விட்டது பார்."

வைஜயந்தி உலக மகா மரியாதையுடன் ராம்தாஸைப் பார்த்தாள்.

"யூ ஆர் ரியல்லி கிரேட் தாஸ்" என்றாள்.

முகத்தில் தண்ணீர் தெளிக்கப்பட்டவுடன் ஜான்சுந்தரும், அனிதாவும் நினைவுக்கு வந்து எழுந்து உட்கார்ந்தார்கள்.

"தாஸ்…" என்றான் ஜான்சுந்தர், இருமலும் ஆச்சரியமுமாக.

"நீங்கள் எப்படி தாஸ் இங்கே?" என்று கேட்டான், அடிபட்ட பின்னந்தலையை வருடிக்கொண்டே.

அனிதா உள்ளிழுத்த புகையை எல்லாம் இருமுவதும், கண்களில் தானாக வழிந்த நீரைத் துடைப்பதுமாக வைஜயந்தியின் தோளில் சாய்ந்திருந்தாள்.

   துண்டில் கயிறு

"யூ ஆர் மை செகண்ட் ஹீரோ" என்று கீதா, ஜான்சுந்தரிடம் கை நீட்டினாள்.

"இவள் அட்ரஸ் கொடுத்துதான் நாங்கள் இங்கே வந்தோம்" என்று சுருக்கமாக அறிமுகம் செய்துவைத்தார், ராம்தாஸ்.

கீதா நான்கு பேரையும் மாற்றி மாற்றி ஆச்சரியத்துடன் பார்த்தாள். சினிமா பார்த்ததில் கிடைத்த த்ரில்லைவிட இதில் அவளுக்கு த்ரில் அதிகமாக இருந்தது.

"ஓ.கே. ஜான்... என்ன ஆயிற்று?"

தந்தி மொழியில் ஜான்சுந்தர் சொன்னான்.

"உன்னையும் அனிதாவையும் தாக்கியது யார் என்று தெரியாது?"

"தெரியாது தாஸ்."

அந்த வீட்டில் நெருப்பு ஆரம்பக் கட்டத்திலேயே அணைக்கப்பட்டு விட்டதால், ஜான்சுந்தரும், ராம்தாஸும் இறந்துபோய்க் கீழே கிடந்தவனையும், அந்த வீட்டையும் நன்றாக ஆராய முடிந்தது.

சுவரில் பல படங்கள் ப்ரேம் போட்டுத் தொங்கவிடப்பட்டிருந்தன. அத்தனைப் படங்களிலும் தாடிக்காரன். தாடி இல்லாமல் வேறு வேறு மேக்கப்களிலும் இருந்தான். கிரீடம் வைத்துக்கொண்ட ராஜா, கோட், சூட் போட்டு டை கட்டிக்கொண்ட ஆபீஸ் எக்ஸிக்யூட்டிவ், குடுமி வைத்த வக்கீல்.

ராம்தாஸ் சுவரில் இருந்த படங்களையும், கீழே விழுந்திருந்த தாடிக்காரனையும் மாறி மாறிப் பார்த்தார்.

"ஜான்! அவன் முகத்தில் இருக்கும் தாடி போலி. அதைப் பிய்த்து இழு."

ஜான்சுந்தர் இழுத்தான். தாடி கையோடு வந்துவிட்டது.

கீழே விழுந்து கிடந்தவனின் முகம் அரையிருட்டில் கிடந்தாலும் மூக்கு, கண்கள், முகவாய் எல்லாமே பளிச்சாகத் தெரிந்தன.

"இவனை இதற்கு முன்னால் பார்த்த ஞாபகம் இருக்கிறதா ஜான்?"

"தாடியில்லாமலா?"

"ஆம்."

"தாடியில்லாமல் இவனை நான் பார்த்ததில்லை. ஆனால் இவன் சாயலில் யாரையோ பார்த்திருக்கிறேன்."

"யோசி. எஸ்டேட்டில் நீ பார்த்த முகங்களோடு இவன் முகத்தை ஒப்பிட்டுப் பார்" என்று ராம்தாஸ் சொல்லிக்கொண்டிருந்தபோதே ஜான்சுந்தர் வியப்புக்கூச்சலுடன் இடைமறித்தான்.

"தாஸ்... ஐ கெட் இட் தாஸ். எஸ்டேட் வீட்டு ஹாலில் மாட்டப்பட்டிருக்கும் சுந்தரபூபதியின் முகம் இவன் முகம் போலவே இருக்கும்!"

"வெரிகுட். அதாவது பேயாக நடமாடும் சுந்தரபூபதி. இவன்தான் சுந்தரபூபதி போல் பேய் வேஷம் போட்டவன். இவன் ஒரு டிராமா ஆர்ட்டிஸ்ட்டாக இருப்பான். இவனைத்தான் இங்கே வந்தபோது சுபத்ரா சந்தித்திருக்கிறாள். தண்ணீர் வாங்கிக் குடித்திருக்கிறாள். அப்புறம்தான் சுபத்ராவின் நடவடிக்கை அடியோடு மாறி இருக்கிறது."

"ஏன் தாஸ்?"

"சுபத்ராவின் மூடு மாறும் அளவுக்கு இவன் ஏதாவது செய்தி சொல்லியிருக்க வேண்டும். இந்த வீட்டை நன்றாக செக் பண்ணு. ஜான்... இன்னொரு விஷயம். நீயும் அனிதாவும் எஸ்டேட்டிற்குத் திரும்பிப் போக வேண்டாம். ஈகிள்ஸ் ஐக்கு வந்துவிடுங்கள்."

"செத்துக் கிடப்பவன்?" என்றாள், அனிதா.

"அவனை எடுத்துப் புதரில் மறைத்துவிட்டு, வீட்டைக் கொளுத்திவிடலாம். அதற்குமுன், வீட்டைத் துப்புரவாக செக் பண்ணி இங்கே இனிமேல் எதுவும் கிடைக்காது என்ற முடிவுக்கு வந்துவிட வேண்டும். நாங்கள் உங்களுக்காக வாய்க்காலுக்கு அந்தப் பக்கம் நிறுத்தி இருக்கும் காரில் காத்திருக்கிறோம். எவ்வளவு சீக்கிரம் முடியுமோ, அவ்வளவு சீக்கிரம் வந்து

                                        தூண்டில் கயிறு

சேருங்கள். கீதாவை வேறு அவள் வீட்டில் கொண்டுவிட வேண்டும்.”

“ஒ. கே. தாஸ்” என்றான், ஜான்சுந்தர்.

அனிதா ஒரே தாவாகத் தாவி ராம்தாஸின் வழுக்கைத் தலையில் ஒரு முத்தத்தைப் பதித்தாள். “தேங்க் யூ தாஸ்.”

“ஈஸி... ஈஸி...” என்றார் ராம்தாஸ், அனிதாவைத் தட்டிக்கொடுத்து விலகிக் கொண்டே.

அரைமணி நேரம் கழித்து அந்த வீட்டில் மறுபடி நெருப்பு பற்றிக் கொண்டது. இந்த முறை கொழுந்துவிட்டு எரிந்தது.

நெருப்பினால் கவரப்பட்டு ஏரியாக்காரர்கள் அடித்துப் பிடித்து எழுந்து ஓடி வந்தபோது, தீ அந்த வீட்டை முழுக்க முழுக்கத் தழுவி இருந்தது.

ஜான்சுந்தரும் அனிதாவும் எப்போதோ விலகியிருந்தார்கள்.

* * * * *

நரேந்திரன் மறுபடி கண் விழித்தபோது...

மல்லாக்கப் படுக்க வைக்கப்பட்டிருந்தான். அவனைச் சுற்றி அரை இருட்டு இருந்தது. வென்டிலேட்டரில் இருந்து லேசாக வெளிச்சம் கசிந்து கொண்டிருந்தது.

அவன் படுக்க வைக்கப்பட்டிருந்தது, ஏதோ ஒரு மேஜை மீதாக இருக்கவேண்டும். ஒரு லெவலுக்கு மேல் கால் அந்தரத்தில் மிதந்தது. இரண்டு கால்களுக்கும், இரண்டு கைகளுக்கும் பெல்ட் போட்டு மேஜையோடு மேஜையாக கட்டிப் போட்டிருந்தது.

நரேந்திரன் அசைய முற்பட்டான். முடியவில்லை. தோள்பட்டையில் கசிந்திருந்த ரத்தம் மேசை வரை வழிந்து உறைந்திருந்தது.

'இதிலிருந்து எப்படி தப்பிக்கப் போகிறேன்?'

25

நரேந்திரன் கால் தொடையை மெதுவாக மெதுவாக நகர்த்தினான்.

தொடை வலது கைக்கு அருகில் வருமாறு நகர்த்திக்கொண்டதும்... உள்ளங்கையால் பாக்கெட்டை உணர்ந்து பார்த்தான். சாவிக்கொத்து இருந்தது. அவனை யார் கட்டிப்போட்டிருந்தாலும் சரி, அனுபவம் அற்றவர்கள் என்பது தெரிந்தது. சாவிக்கொத்தை அப்படியே பாக்கெட்டில் விட்டுப் போயிருக்கிறார்களே!

நரேந்திரன் மரத்திருந்த உள்ளங்கைகளை இரண்டு முறை விரித்து, குவித்து செயலுக்குப் பழக்கப்படுத்திக்கொண்டான். பேண்ட் பாக்கெட்டில் கைவிட்டு விரல் நுனியால் சாவிக்கொத்தைப் பற்றினான். மெல்ல மெல்ல வெளியே எடுத்தான். தோள்பட்டையில் எரிச்சல் இப்போது இன்னும் அதிகமாகி இருந்தது.

சாவிக்கொத்தை உள்ளங்கையில் பற்றி, ஒவ்வொரு சாவியாக விலக்கி, கடைசியாக அதில் கோக்கப்பட்டிருந்த கத்தியைத் தொட்டான். கத்தியுடன் சேர்ந்திருந்த பட்டனை அழுத்தினான். ஸ்ப்ரிங் ரிலீஸ் செய்த ப்ளேடு 'ஸர்க்' என்று நீண்டது.

உள்ளங்கையால் அந்தக் கத்தியைப் பிடித்துக்கொண்டு மணிக்கட்டை இறுகப் பிடித்திருந்த கான்வாஸ் பெல்ட்டை மெல்ல மெல்ல அறுக்கத் தொடங்கினான்.

பதினைந்து நிமிடங்களுக்குப் பின் பெல்ட் அறுந்தது. கிட்டத்தட்ட பதினைந்து ஆண்டுகள் முடிந்த ஓர் உணர்வு நரேந்திரனைத் தாக்கியது. பெருமூச்சு விட்டான். ரிலீசான கையால் நெற்றியில் துளிர்த்திருந்த வியர்வையைத்

துடைத்துக்கொண்டான். அடுத்த இரண்டு நிமிடங்களில் எல்லாக் கட்டுகளையும் அறுத்துக்கொண்டு, ஹெர்குலிஸ் போல அவன் எழுந்து நின்ற நேரம்...

வாசல் கதவு திறந்து, ஒரு டார்ச் வெளிச்சம் வட்டமாக அறையில் நுழைந்தது.

நரேந்திரன் ஓசைப்படுத்தாமல் கதவோரம் போய் நின்றான். டார்ச்சுடன் நீண்ட கையின் மீது, பலமனைத்தையும் திரட்டி ஒரு லோயர் கட்டை விநியோகித்தான்.

எகிறிய டார்ச்சை சட்டென்று பற்றிக்கொண்டான்.

'ஐயோ' என்று அலறிய குரல் பழுக்கப்பட்ட குரல்! ராஜபூபதியின் குரல்.

நரேந்திரன், "ராஜபூபதியா அது?" என்று குரல் கொடுத்தான்.

"யார் நரேந்திரனா? நரேந்திரனா?" என்று ராஜபூபதியின் ஹீனமான குரல் வியப்பைக் குழைத்துக்கொண்டு கேட்டது.

"நானே..." என்றான் நரேந்திரன்.

நரேந்திரன் டார்ச் வெளிச்சத்தில் சுவிட்ச் போர்டைத் தேடி, சுவிட்சைப் போட்டான்.

ராஜபூபதி மார்பைப் பிடித்துக்கொண்டு உள்ளே நுழைந்தார். பின்னாலேயே அந்த திடகாத்திரன்.

ராஜபூபதி, நரேந்திரனைப் பார்த்துவிட்டு ஆச்சரியப்பட்டார். சோகையாகச் சிரித்தார்.

பின்னால் கோபத்துடன் திரும்பினார்.

"ஏண்டா, இவரையா சுட்டாய்? இவரையா கட்டிப் போட்டாய்?"

"ஆமாம்" என்றதும், அவன் அறைபட்டான்.

"முட்டாள்! ஸேம் சைடு கோல் போட்டிருக்கிறாயே?"

"வாட்ஸ் ஆல் திஸ்?" என்றான் நரேந்திரன்.

"நீ எதற்காக தங்கச்சிலை ஃபாக்டரிக்குள் போனாய் நரேந்திரன்?"

"ஸிம்பிள். பேயைத் தேடி..." என்றான் நரேந்திரன்.

எஸ்டேட் விவகாரத்தில் எது உண்மை, எது பொய் என்று புரியாதவரைக்கும் உண்மை விவகாரத்தை எல்லாம் மூட்டை கட்டி வைத்துக் கொள்ளவேண்டும் என்று தீர்மானித்திருந்தான்.

"ஜான்சுந்தரும் அனிதாவும்தானே எஸ்டேட்டில் இருந்தார்கள்? நீ எங்கேயோ வெளியே போயிருந்தாயே... இந்த நேரத்தில் வந்திருக்கிறாய்?"

"ராஜபூபதி சார்! ஈகிள்ஸ் ஐ 24 மணி நேர மருத்துவமனை மாதிரி. எனக்கென்னவோ இந்தத் தங்கச்சிலை பிரைவேட் லிமிடெட் ஃபாக்டரிக்கும் பேய்க்கும் நிறைய சம்பந்தம் இருப்பதாகத் தோன்றியது. இங்கேதானே கை எரிந்தது? அதனால் இந்த இடத்தைச் சோதனை போட்டால் என்ன என்று தோன்றியது. அதனால் யாருக்கும் தெரியாமல் வந்தேன். என்னடாவென்றால் உங்கள் ஆசாமி குருவியைச் சுடுகிற மாதிரி சுட்டுவிட்டான். பிடித்துக் கட்டிப் போட்டுவிட்டான். நானே அவிழ்த்துக் கொண்டுவிட்டேன். நீங்கள் மட்டும், 'ஐயோ' என்று கத்தியிருக்காவிட்டால் உங்களுக்கு செமை பரேடு நடந்திருக்கும்."

"உனக்குத் தோன்றிய அதே சந்தேகம்தான் எனக்கும்! தங்கச்சிலை ஃபாக்டரியில் பேய் சம்பந்தப்பட்ட விஷயம் ஏதாவது இருக்கும் என்று தோன்றியது. பார்த்துக்கொள் என்று இவனை அனுப்பினேன். யாரோ திருட்டுத்தனமாக நுழைந்திருக்கிறார்கள் என்று உன்னைச் சுட்டுத் தொலைத்திருக்கிறான்."

"யப்பா, கடோத்கஜா... என் முகத்தை நன்றாகப் பார்த்துக்கொள். அடுத்த முறை சுடுவதற்கு முன், ஒரு வார்த்தை சொல்லிவிட்டு செய். இப்போதுதான் ஞாபகம் வருகிறது. உங்களிடம் துப்பாக்கி ஏது ராஜபூபதி? நான் கேட்டதற்கு இல்லையென்று சொன்னீர்களே?"

"நீ கேட்டபோது இல்லை. பிறகுதான் ஒரு துப்பாக்கி இருந்தால் நல்லது என்று எனக்கும் தோன்றியது. பிளாக்கில் வாங்கிக் கொண்டுவரச் சொன்னேன். இனிமேல் இங்கேயெல்லாம் வரவேண்டுமென்றால் என் உதவியோடு வா..."

    தூண்டில் கயிறு

"ஓ. கே." என்றான் நரேந்திரன்.

வெளியே பொழுது விடிந்துகொண்டிருந்தது.

சம்பவங்கள் நிறைந்த ஓர் இரவு என்று நினைத்துக்கொண்டான்.

அவன் செல்போன் அழைத்தது.

"மீண்டும் சந்திப்போம், ராஜபூபதி!" என்று சட்டென்று அங்கிருந்து விலகினான்.

* * * * *

ராம்தாஸ் அறை.

மாலை நேரம்.

ராம்தாஸ் மேஜையில் கிடந்த அந்தப் பொருட்களை வெறித்துப் பார்த்தார்.

எதிரில் நாற்காலிகளில் நரேந்திரன், வைஜயந்தி, ஜான்சுந்தர், அனிதா.

"எல்லோரும் நன்றாகத் தூங்கி ஓய்வெடுத்துக்கொண்டீர்களா?"

நரேந்திரன் தோள்பட்டையில் கட்டு போடப்பட்டிருந்தது. ஷர்ட் அடிக்கடி உராய்ந்து அதனால் ஏற்படும் எரிச்சலைத் தவிர்க்க, கைகளற்ற ஸ்டோன் வாஷ் ஜாக்கெட் அணிந்திருந்தான்.

கையை நீட்டி மேஜை மேல் இருந்த அந்தத் தாடியை எடுத்து ஆராய்ந்தான். தாடியைத் தவிர துணி வகைகள் சில இருந்தன. ராஜா காலத்து உடைகள், மேலங்கிகள், அப்புறம் தங்க முலாம் பூசப்பட்ட நகை வகைகள், விதம் விதமான புகைப்படங்கள், சில கடித உறைகள்.

"இவைதான் அந்த வீட்டில் கிடைத்தவை தாஸ்! இவற்றையெல்லாம் பார்த்தால் ஓரளவு பிக்சர் கிடைக்கிறது" என்றான் ஜான்சுந்தர்.

"என்ன பிக்சர் கிடைக்கிறது?"

"அவன் பெயர் ஆனந்தபூபதி. அம்மா பெயர் சகுந்தலா. அப்பா பெயர் சுந்தரபூபதி."

"வாட்?" என்றாள் வைஜயந்தி.

"சுந்தரபூபதிக்கு அமராவதி மட்டும்தான் மனைவி என்று உன்னிடம் யாராவது சத்தியம் செய்து கொடுத்திருக்கிறார்களா என்ன? இந்த சகுந்தலாவும் மனைவிதான். தாலி கட்டாத மனைவி. திருச்சி, உறையூர் பஞ்சவர்ண சுவாமி கோயில் தெருவிலிருந்த சகுந்தலாவிற்கும், எண்ணூர் எஸ்டேட் சொந்தக்காரரான சுந்தரபூபதிக்கும் எப்படியோ காதல் உருவாகி இருக்கிறது. இரண்டு பேரும் திருச்சி மலைக்கோட்டையில் பிள்ளையாருக்கு எதிரில் மாலை மாற்றிக்கொண்டிருக்கிறார்கள். கணவன் மனைவியாக வாழ்ந்திருக்கிறார்கள். அவர்களுக்குப் பிறந்த பிள்ளைதான் ஆனந்தபூபதி."

"இதெல்லாம் உனக்கு எப்படித் தெரியும் ஜான்?" என்றான் நரேந்திரன்.

"இதோ, இந்தக் கடிதங்கள். படித்துப் பார். சில கடிதங்களில் காதல் சொட்டுகிறது. சில கடிதங்களில் அன்பு சொட்டுகிறது. சுந்தரபூபதி சாகும் வரை மாதாமாதம் இரண்டாவது மனைவிக்குப் பணம் அனுப்பியிருக்கிறார். அவர் செத்துப் போன பின் சகுந்தலாவிற்குப் பணம் போவது நின்றுவிட்டது. சகுந்தலா மட்டும் தனியாக ஆனந்தபூபதியுடன் கஷ்டப்பட்டிருக்க வேண்டும். ஆனந்தபூபதி பிழைப்புக்காக தெருக்கூத்து தொழிலில் இறங்கி இருக்கிறான்."

"சகுந்தலா எங்கே இப்போது?"

"அது ஒரு கேள்வி. அவன் ஏன் கந்தன்சாவடிக்கு வந்தான்? எஸ்டேட்டில் பங்கு கேட்டா? தெரியாது. வந்துவிட்டான். சுபத்ரா அவனை அங்கே பார்த்திருக்கிறாள். நான் ஒரு ஃபோட்டோவை பம்ப் ஷெட் வீட்டில் பார்த்ததாகச் சொன்னேனே தாஸ். அந்த ஃபோட்டோவில் இருப்பது ஆனந்தபூபதியின் அம்மாவும், சுந்தரபூபதியும். கல்யாணம் முடிந்தவுடன் ஏதோ ஒரு ஸ்டூடியோவிற்குப் போய் எடுத்துக்கொண்ட ஃபோட்டோ. அதைப் பற்றிக் கூட ஒரு கடிதம் இருக்கிறது."

   தூண்டில் கயிறு

"இந்தக் கேஸுக்கும், ஆனந்தபூபதிக்கும் என்ன சம்பந்தம் என்று சொல்லவே இல்லையே ஜான்!" என்றான் நரேந்திரன்.

"இவன்தான் சுந்தரபூபதியாக வேஷம் போட்டவன். இதோ பார், இந்த போட்டோவையும்" என்று மேசையில் இருந்த பல போட்டோக்களில் ஒரு போட்டோவைத் தேடி எடுத்து நீட்டினான் ஜான்சுந்தர்.

நரேந்திரன் அதை வாங்கிப் பார்த்தான். எஸ்டேட் ஹாலில் மாட்டப்பட்டிருக்கும் அமராவதியின் சின்ன சைஸ் போட்டோ. அதிலும் அமராவதி மூக்குத்தி உள்பட அத்தனை நகைகளையும் அணிந்திருந்தாள்.

"இது... இது சுபத்ரா போல் இருக்கிறதே!"

"எக்ஸாட்லி. இந்தப் படம் ஆனந்தபூபதியின் வீட்டில் இருந்தது. ஆனந்தபூபதிக்கு தெருக்கூத்து என்றால் என்ன என்று தெரியும். இமிடேஷன் நகைகளை உருவாக்கும் ஆட்களைத் தெரியும்."

"ஸோ... அமராவதியாக நடித்த சுபத்ராவிற்கும் இவன்தான் நகைகளை சப்ளை செய்திருக்க வேண்டும் என்கிறாய்."

"தட்ஸ் இட்."

"ஓ.கே. ஆனந்தபூபதியைக் கொன்றது யார்? ரஞ்சித் டேனியல் வீரேந்திரகுமாரைக் கொன்றது யார்?"

"கோடி ரூபாய்க் கேள்விகள்! சுபத்ரா கட்சி தனிக்கட்சி. அந்தக்கட்சி ஆனந்தபூபதியைக் கொன்றிருக்க வாய்ப்பே இல்லை. ரஞ்சித் டேனியல் வீரேந்திரகுமாரையும் கொன்றிருக்க சான்ஸ் இல்லை. இது வேறு கட்சி."

"யார் அது?"

"சுபத்ராவை விட்டால் ராஜபூபதிதான் என்று அடித்துச் சொல்வதற்கு முன்னால் சில சந்தேகங்களைத் தீர்த்துக்கொண்டாக வேண்டும். ராஜபூபதி என்றால் எதற்காக? ஆனந்தபூபதியைக் கொலை செய்வதால் என்ன லாபம்? ராஜபூபதிக்குத் தெரியாமல் இதில் வேறு ஏதோ ஒரு கை ஈடுபட்டிருக்கிறது என்று நினைக்கிறேன். சுபத்ரா யாரை

மிரட்டுவதற்காகப் பேய் வேஷம் போட்டிருப்பாள்? ராஜபூபதியையா? ஏன்? ராஜபூபதிக்கும், சுபத்ராவிற்கும் ஆகாத வேறு யாரோ நடுவில் புகுந்துகொண்டு இந்தக் குழப்பத்தை உருவாக்கி இருக்கிறார்களா என்றும் பார்க்க வேண்டும்.."

"தங்கச்சிலை நரம்பு ஒன்று நடுவில் இருக்கிறது தாஸ்" என்றான் நரேந்திரன், இடையில் புகுந்து.

"தங்கச்சிலை நரம்புக்கும் தங்கச்சிலை பிரைவேட் லிமிடெட்டிற்கும் ஏதோ சம்பந்தம் இருக்கிறது என்று தேடிப் போன போதுதான் நான் துப்பாக்கியால் சுடப்பட்டேன். ராஜபூபதியின் ஏற்பாடு அது. கேட்டால் பேயை விரட்ட தன்னுடைய ஆளைத் துப்பாக்கி கொடுத்து நிற்க வைத்ததாகச் சொல்கிறார். அதை நான் நம்பவில்லை. ராஜபூபதிக்கும் இந்த விவகாரத்திற்கும் ஏதோ முக்கியமான தொடர்பு இருக்கிறது."

"ஐ.கே. ஜான்சுந்தரும், அனிதாவும் கந்தன்சாவடி வீட்டில் கருகிப் போய் விட்டார்கள். அப்படித்தான் போலீஸ் டிபார்ட்மெண்ட்டிடம் அறிவிக்கச் சொல்லியிருக்கிறேன். ஆனந்தபூபதியின் உடலை இந்நேரம் புதரிலிருந்து மீட்டெடுத்திருப்பார்கள். டயம் என்ன? ஆறுமணியாகிவிட்டது. நீங்கள் எல்லோரும் பகல் முழுக்கத் தூங்கியிருக்கிறீர்கள். பேப்பரில் இப்போதே 'கந்தன்சாவடி கிராமத்து வீட்டில் நெருப்பு. மூன்று உடல்கள் அடையாளம் தெரியாமல் கருகிச் சாவு' என்று நியூஸ் வந்திருக்கும். ஜான்சுந்தரையும், அனிதாவையும் யார் தாக்கியிருந்தாலும் சரி. அவர்களைப் பொறுத்தவரை இவர்கள் இரண்டு பேரும் இறந்துவிட்டார்கள். அப்படி இருந்தால்தான் அவர்கள் வெளியே தைரியமாகத் தலையை நீட்டப் பார்ப்பார்கள்."

"அந்த கீதா உளறிவிட மாட்டாளே?"

"அவள் ஒரு வார்த்தைகூட வெளியில் சொல்லாமல் இருந்தால், ஈகிள்ஸ் ஜயில் சேர்த்துக்கொள்வதாகச் சொல்லியிருக்கிறேன். அதுவும் நரேந்திரனுடனேயே புல்லட்டில் போகலாம் என்று சொல்லியிருப்பதால், அந்தக் கனவில் அவள் வாயே திறக்க மாட்டாள்."

"ஐ டோன்ட் மைண்ட்.."

தூண்டில் கயிறு

"இன்னொரு கையிலும் கட்டுப் போட வேண்டுமா?" என்று கேட்டாள், வைஜயந்தி.

"ஜோக்ஸ் அபார்ட். வாட்டீஸ் யுவர் பிளான் நரேன்?"

"நான் எஸ்டேட்டுக்கு மறுபடியும் போகிறேன் தாஸ். அந்த மொட்டை மாடியை ஆராயப் போகிறேன். இப்போது அரைகுறையாகப் புரிந்துவிட்டதை தெளிவுபடுத்திக் கொள்ளப் போகிறேன். பேய் அங்கேதான் உருவாகிறது. அங்கேதான் மறைகிறது. காலில்லாமல் அது எப்படி மிதக்கிறது என்று கண்டுபிடிக்க வேண்டும். பேய் இல்லை. மனிதனின் வேலைதான் என்பதால் அங்கே நிச்சயம் வேறு ஒரு மறைவான வழி இருக்கவேண்டும். அதைக் கண்டுபிடிக்கப் போகிறேன். அப்புறம் அந்த தங்கச்சிலை நரம்பு! அதற்கு என்ன அர்த்தம் என்று தேடப் போகிறேன்."

"கோ அஹெட்" என்றார் ராம்தாஸ், பைப்பை எடுத்து உதட்டில் பொருத்திக்கொண்டு.

"தாஸ்! சுபத்ராவுடன் சுற்றிக்கொண்டிருக்கும் அந்த மூன்று பேர் யார்?" என்றாள், வைஜயந்தி.

"பால்ராஜுக்குத் தகவல் கொடுத்திருக்கிறேன். வளைத்தவுடன் போன் செய்கிறேன் என்று சொல்லியிருக்கிறார்."

"ஆக, சபை கலைந்தது" என்றாள் அனிதா.

◦◦◦

நரேந்திரன் புல்லட்டில் தங்கச்சிலை எஸ்டேட்டை அடைந்தபோது மணி ஏழு முப்பது.

கூர்க்கா நரேந்திரனின் புல்லட்டைப் பார்த்ததும் பட்டனை அழுத்திக் கேட்டைத் திறந்தான்.

'இதற்கு ஒன்றும் குறை வைத்துவிடாதே. பின்னால் போய்ப் பார்! யானையே நுழைகிற மாதிரி காம்பவுண்ட் சுவர் உடைந்து கிடக்கிறது' என்று நினைத்துக்கொண்டான் நரேந்திரன்.

உள்ளே நுழைந்தான்.

போர்ட்டிகோவில் ராஜபூபதியின் விசுவாச வேலைக்காரன் மட்டும்.

"ஐயா இல்லையே" என்றான்.

"எங்கே?"

"பிஸினஸ் விஷயமாக எங்கேயோ போகிறேன் என்று சொல்லிவிட்டுப் போனார்."

"சுபத்ரா?"

"அவர்கள் இன்னும் காலேஜிலிருந்தே வரவில்லை."

"பரவாயில்லை. எனக்கு உள்ளே கொஞ்சம் வேலையிருக்கிறது" என்றான் நரேந்திரன்.

உள்ளே போனான். ராஜபூபதியின் அறையை அணுகினான். கதவை மெல்லத் திறந்தான். உள்ளே எட்டிப் பார்த்தான். அறை காலி.

கீழே இறங்கினான். சுபத்ராவின் அறைக் கதவு பூட்டப்பட்டிருந்தது. நரேந்திரன் அந்த வீட்டை விட்டு வெளிப்பட்டான். பின்னால் சென்றான்.

நிலா ஒளியியில் பழைய எஸ்டேட் வீடு அவனை 'வா, வா' என்றது. நரேந்திரன் அந்த வீட்டை நெருங்கினான்.

வீட்டைச் சுற்றி சுவர்க் கோழிகளின் ரீங்காரம். எங்கேயிருந்தோ ஒரு பூனை 'மியாவ்' என்றது. மரத்திலிருந்து விழுந்த சருகுகளின் மீது எதுவோ ஊர்ந்ததால் சரசர சத்தம் கேட்டது.

நரேந்திரன் அந்த வீட்டின் கதவை எளிதாகத் திறந்தான். கையிலிருந்த டார்ச்சை எடுத்துக்கொண்டான். சுழல் படிகளில் மேலேறினான்.

மொட்டை மாடி நிலா வெளிச்சத்தில் வெள்ளியால் இழைக்கப்பட்ட மாதிரி மின்னியது. நரேந்திரன் மொட்டை மாடியில் குப்புறப் படுத்தான். சுற்றிலும் பார்த்தான். விளிம்பில் ஒரடி உயர கைப்பிடிச் சுவர். ஊர்ந்தே போனால் அவன் மொட்டைமாடியில் இருப்பது யாருக்கும் தெரியாது. நரேந்திரன் ஊர்ந்தான். சுவர்ப்பக்கம் சென்றான். பின்னால் ஏதாவது மாடிப்படி போல் இறங்குகிறதா என்று பார்த்தான். இல்லை. விளிம்புச்சுவர் இடைவெளி இன்றிக் கட்டப்பட்டிருந்தது. நரேந்திரன் மொட்டை மாடித் தரையைப் பார்த்தான். பெரிய பெரிய சதுரங்களாகத் தரை. கதவுக்குப் பக்கத்தில் தளம் கொஞ்சம் உள்வாங்கி இருக்க, அங்கேதான் மழைநீர் தேங்காமல் வெளியேறும் பைப்பிற்கான ஓட்டை இருந்தது.

நரேந்திரன் அந்த மூலையை நோக்கிச் சென்றான். கையில் இருந்த டார்ச்சால் ஒவ்வொரு பெரிய சிமெண்ட் சதுரத்தையும் தட்ட, ட்ரெயினேஜ் ஓட்டைக்கு அருகில் இருந்த சிமெண்ட் சதுரம் டொக், டொக் என்று சப்தித்து, அவன் வயிற்றில் பால், தேன் எல்லாம் வார்த்தது.

ச்சே! இது ஏன் எனக்கு முன்னாலேயே தோன்றாமல் போனது!

நரேந்திரன் அந்தச் சதுரத்தின் விளிம்பு இடைவெளியில் டார்ச் அடித்துப் பார்த்தான். பாக்கெட்டிலிருந்து கத்தியை எடுத்து

நெம்பிப் பார்த்தான். சதுரம் அசைந்து கொடுக்கவில்லை. இதற்கு நிச்சயம் இங்கே எங்கேயோ சுவிட்ச் இருக்க வேண்டும். எங்கே?

பக்கத்தில் ட்ரெயினேஜ் ஓட்டைதான் இருந்தது. டார்ச்சின் ஒளி வட்டத்தை அதை நோக்கித் திருப்பினான். ஓட்டைக்குள் கறுப்பாக என்னவோ தெரிய... என்ன அது?

நரேந்திரன் பள்ளத்தில் கையை நீட்டி அதைத் தொட்டான். மோட்டார் பைக்கின் பெட்ரோல் லீவர் போல் இருந்தது. அதைப் பிடித்து அசைத்தான். சடாரென்று லீவர் வேறுபுறமாகத் திரும்பிக்கொள்ள, நரேந்திரனுக்குப் பக்கத்தில் இருந்த சதுரம் தடால் என்று உள்வாங்கிக் கீழே இறங்கியது.

நரேந்திரன் வியப்புடன் அந்தப் பள்ளத்தில் டார்ச் வெளிச்சத்தைச் செலுத்தினான். கீழே தேனிரும்பு ஏணிப்படிகள் இறங்கின. நரேந்திரன் அந்தப் படிகளில் இறங்கினான். இரண்டு படிகள் இறங்கினதும், ஏணியை ஒட்டியிருந்த சுவரில் ஒரு லீவர் இருந்தது. அந்த லீவரை இழுத்தவுடன் சிமெண்ட் சதுரம் மேலேறி பழையபடி மூடிக்கொண்டது.

நரேந்திரன் ஏணி வழியாகக் கீழே இறங்கினான். சுமார் முப்பதடி தூரம் இறங்கியவுடன் தலையைத் தொடுகிற அளவில் குட்டையான கூரையுடன் இரண்டடி அகலத்தில் ஒரு பாதை அவனை எங்கோ அழைத்துச் சென்றது.

இந்த வீடு கட்டப்படும் போது சேர, சோழ, பாண்டியர்கள் எல்லாம் ஆட்சியில் இருந்தார்களா என்ன? சுரங்கப்பாதை எல்லாம் இருக்கிறதே!

நரேந்திரன் அந்த இருட்டான பாதையில் குனிந்து நடந்து கடைசியில் ஒரு மூடிய சுவரை அடைந்து நின்றான்.

டார்ச் வெளிச்சத்தில் சுவரைச் சுற்றிலும் பார்த்தான். அங்கேயும் ஓர் ஓரத்தில் ஒரு லீவர் இருக்க, அதைப் பிடித்து இழுத்தான்.

சுவரில் ஒரு பகுதி பின்னால் நகர்ந்து அரையாள் நுழையும் அளவு இடம் தெரிய, நரேந்திரன் டார்ச்சை அணைத்தான். அந்த ஓட்டைக்குள் உடலை குறுக்கிக்கொண்டு நுழைந்தான்.

"ஹலோ... ஹாண்ட்ஸ் அப்" என்று ஒரு பெண்குரல் கேட்டது.

                                          தூண்டில் கயிறு

கைகள் இரண்டையும் மேலே தூக்கி நிமிர்ந்து பார்த்தான்.

அறையின் அரையிருட்டு வெளிச்சத்தில் சுபத்ரா நின்றிருந்தாள். அவள் கையில் ஒரு துப்பாக்கி. அதன் வாய் நரேந்திரனின் இதயத்தைக் குறி பார்த்துக்கொண்டிருந்தது.

"குட் ஈவினிங், சுபத்ரா..." என்று நரேந்திரன் இயல்பாகப் பேசினாலும், அவன் உள்ளத்தில் படபடப்பு கூடியிருந்தது.

"கைகளைக் கீழே இறக்காதீர்கள், நரேன்" என்று சுபத்ரா க்ரீச்சிட்டாள்.

கராத்தே கற்ற, நீச்சல் தெரிந்த, மெல்லியலாளான சுபத்ரா, கையில் துப்பாக்கி வைத்துக்கொண்டு நிற்கிறாள்.

அந்தக் காட்சியின் முழு அர்த்தம் நரேந்திரனுக்குள் பதிவாக சில செகண்டுகள், நிமிடங்கள், யுகங்கள் பிடித்தன. துப்பாக்கி நிஜம் என்பதில் நரேந்திரனுக்கு எலக்ட்ரான் அளவு சந்தேகம்கூட இல்லை.

சுபத்ரா நரேந்திரனின் இதயத்தைக் குறி வைத்திருந்தாள். அவள் முகத்தின் தீவிரம் அவசியமென்றால், சுடுவாள் என்றுதான் சொல்லியது.

"இந்தக் கேஸில் என் நெஞ்சுக்கு எதிரில் எத்தனை முறை துப்பாக்கி நீட்டப்பட்டிருக்கிறது என்று ஒரு போட்டியே வைக்கலாம், சுபத்ரா."

சுபத்ரா சிரித்தாள். ஹாஸ்யமற்ற சிரிப்பு.

ஸ்விட்சைத் தட்டினாள். அது சற்றே நவீனமான ஒரு படுக்கையறை.

"ஹலோ டிடெக்டிவ்... எவ்வளவு தூரம் கண்டுபிடித்திருக்கிறாய்?" என்று கேட்டாள்.

நரேந்திரன் அவளைப் பார்த்தான். அவளுக்குத் துப்பாக்கி பிடித்துப் பழக்கமே இல்லை என்பது அவளுடைய கையின் மெலிதான நடுக்கத்திலிருந்து மிக எளிதாகப் புரிந்துகொள்ள முடிந்தது. பதற்றத்தில் சுட்டுத் தொலைத்தாலும் தொலைத்துவிடுவாள்.

இப்போது செயல்பட்டால்தான் உண்டு. நரேந்திரன் வெகு திடீரென்று குனிந்தான். தரையோடு தரையாகப் பாய்ந்தான். பாயும்போதே கையை உயர்த்தி ஒரு கராத்தே வெட்டு வெட்டினான்.

கண் இமைக்கும் நேரத்திற்குள் நரேந்திரன் இம்மாதிரி செய்வான் என்று எதிர்பார்க்காத சுபத்ரா துப்பாக்கியைத் தவறவிட்டு வடை இழந்த காகம் போல் தெரிந்தாள்.

துப்பாக்கி கீழே விழ, நரேந்திரன் அதை அடுத்த பாய்ச்சலில் பற்றினான்.

அவளை நோக்கி நீட்டினான்.

"உனக்குத் துப்பாக்கியால் சுட்டுப் பழக்கம் இல்லை. அதிகபட்சம் போனால் என்.சி.சி. கேம்ப்பில் சுட்டிருப்பாய். நான் அப்படியில்லை. நிறைய சுட்டிருக்கிறேன், குறி தவறாமல். நீ கொஞ்சம் எதிர்ப்புக் காட்டினாலும் சுடுவேன்" என்றான்.

"சுடுங்கள்" என்றாள். சரித்திர காலத்து ஹீரோயின் மார்பை நிமிர்த்தி, 'வாளை இங்கே பாய்ச்சு' என்பது போல நெஞ்சை நிமிர்த்திக் காட்டினாள்.

"நானும் ஒரேயடியாக செத்துப்போனால், எல்லோருக்கும் நிம்மதிதானே?" என்று கேட்டவள் திடீரென்று வினோதமாக அழத் தொடங்கினாள்.

பொய்யா, நாடகமா, நிஜமா? நரேந்திரன் புரியாமல் திகைத்துப் போய் என்ன செய்வதெனப் புரியாமல் நின்றான்.

"மண்டிபோட்டு உட்கார்" என்று நரேந்திரன் மிரட்டலாகச் சொன்னான்.

சுபத்ரா மண்டியிடப்போனவள் சட்டென்று சரிந்து கீழே துவண்டாள்.

நரேந்திரன் ஒரே பாய்ச்சலாகப் பாய்ந்தான். அவள் கீழே விழாமல், தாங்கிப் பிடித்தான். மென்மையாக இருந்தாள். சீராக மூச்சு விட்டுக்கொண்டிருந்தாள் மார்பு வெகு சீராக விம்மி விம்மி அடங்கியது.

தூண்டில் கயிறு

நரேந்திரன் அவளை அப்படியே கட்டிலில் படுக்க வைத்தான்.

மினி ஃபிரிட்ஜைத் திறந்து தண்ணீர் எடுத்து அவள் முகத்தில் தெளித்தான். ஜில்லென்ற நீர் பட்டவுடன் அவள் முகம் ஒரு முறை அழகாய்ச் சுருங்கியது. கண்ணிமைகளைப் படபடத்தாள். விழித்துக்கொண்டாள். சோர்வான அந்த நேரத்திலும் அழகாகவே இருந்தாள்.

"எப்படி இருக்கிறாய்?" என்று கேட்டான் நரேந்திரன்.

சடாரென்று எழுந்து உட்கார்ந்தாள். மார்புப் புடவையைச் சரி செய்துகொண்டாள்.

"பலவீனமாக...." என்றாள். சோகையாகச் சிரித்தாள். "என்னை ஏன் சுடவில்லை?"

"காபி போட்டுத் தரட்டுமா? இல்லை, ஜில்லென்று ஏதாவது குடிக்கிறாயா?" என்று கேட்டான் நரேந்திரன்.

"நீங்கள் உண்மையிலேயே அந்தத் துப்பாக்கியை உபயோகிக்கப் போவதில்லையா?" என்று கேட்டாள். கேள்வியில் வியப்பு கலந்திருந்தது.

"இல்லை" என்றான் நரேந்திரன்.

"நீங்கள் யார் கட்சி? ராஜபூபதியின் கட்சி இல்லையா?"

"நான் உண்மையின் கட்சி" என்றான் நரேந்திரன்.

சுபத்ரா சற்று நேரம் நரேந்திரனையே உற்றுப் பார்த்தாள்.

பூ மலர்கிற மாதிரி மெல்ல மெல்ல உதடுகளை அகலப்படுத்தி மிக நன்றாக, சுதந்திரச் சிரிப்பு ஒன்றைச் சிந்தினாள்.

"நான் உங்களை நம்புகிறேன். எனக்குச் சூடாகக் காபி வேண்டும். இந்த அறையில் பெர்கோலேட்டர் இருக்கிறது. ஷெல்ஃபில் பால் பவுடர் இருக்கிறது. பக்கத்திலேயே இன்ஸ்டன்ட் காபி பவுடர் இருக்கிறது. ஃபிரிட்ஜில் தண்ணீர் இருக்கிறது" என்றாள்.

நரேந்திரன் இரண்டு கோப்பைகளில் காபி கலந்துகொண்டு வந்து அறை மையத்திலிருந்த ப்ளெயின் கிளாஸ் டாப்புடன் இருந்த டீப்பாயில் வைத்தான்.

அவள் ஒரு கோப்பையை சுவாதீனமாக எடுத்துக்கொண்டாள். உதட்டு விளிம்பில் கோப்பையைப் பொருத்தி, நுனி நாக்கை மட்டும் நீட்டி (எவ்வளவு அபரிமிதமான ரோஜா நிற நாக்கு) காபியைச் சுவைத்தாள்.

நரேந்திரன் ஒரு ஸிப் அருந்தினான்.

"சொல்லு" என்றான்.

"என்ன சொல்ல வேண்டும்?" என்று கேட்டாள் சுபத்ரா.

"நீ ஏன் பேய் வேஷம் போட்டாய்?"

"நான் எதற்காகச் சொல்ல வேண்டும்? உங்களால் எதையும் நிரூபிக்க முடியாது" என்றாள் சுபத்ரா.

"ப்ளீஸ்... நான் உன் நண்பனாக இங்கே வந்திருக்கிறேன். செஸ் கேமில் ஜெயித்தவனும் தோற்றவனும் ஆட்டத்தைப் பற்றி டிஸ்கஸ் செய்வதில்லையா? அதுபோல இது என்று வைத்துக் கொள். மேலும் நீ பேய் வேஷம் போட்டதைத் தவிர ஏதாவது குற்றம் செய்திருக்கிறாயா?"

"இல்லை" என்று தலையை அசைத்தாள் சுபத்ரா.

"பின் என்ன தயக்கம்? சொல்ல வேண்டியதுதானே? எனக்கு முழு உண்மையும் தெரிந்தாக வேண்டும். உன்னைச் சுற்றி, உனக்குத் தெரியாமல் நடந்துகொண்டிருக்கும் இன்னும் சில விஷயங்களுக்கு முடிவு தெரிந்தாக வேண்டும். நீ ஒத்துழைத்தால்தான் அது முடியும்" என்றான் நரேந்திரன்.

"ஆனந்தபூபதியும் நீயும் சேர்ந்து திட்டம் போட்டது ஏன்?"

சுபத்ரா அவனையே சற்று நேரம் உற்றுப் பார்த்தாள். ஒரு பெருமூச்சை ரிலீஸ் செய்தாள்.

"எண்ணூருக்குப் பக்கத்தில் இருக்கும் கந்தன்சாவடி என்றொரு கிராமம், கடல்நீர் கிராமத்தைச் சுற்றி சின்ன ஆறு போல ஓடுகிறது. படகில்தான் போக வேண்டும். ஃப்ரண்ட்ஸுடன் பிக்னிக் போவதற்கு அருமையான இடம் என்றெல்லாம் கேள்விப்பட்டுப் போனோம். கையில் கொண்டு போயிருந்தவற்றை எல்லாம் சாப்பிட்டுத் தீர்த்தோம். தாகம்

எடுத்தது. தண்ணீர் போதவில்லை. தண்ணீர் குடிப்பதற்காக பிக்னிக் ஸ்பாட்டிலிருந்து கிராமத்திற்கு வந்து ஒரு வீட்டில் நுழைந்தோம். அங்குதான் அந்த ஃபோட்டோவைப் பார்த்தேன்."

திடீரென்று சுபத்ரா விசும்ப ஆரம்பித்தாள்.

⸙

27

"**யா**ருடைய ஃபோட்டோ அது?" என்று நரேந்திரன் கேட்டான்.

சுபத்ரா தன்னை நிலைப்படுத்திக்கொண்டு, கண்களைத் துடைத்துக் கொண்டாள்.

"கந்தன்சாவடியில் அந்த வீட்டுச் சுவரில் மாட்டப்பட்டிருந்த போட்டோவில் என் அப்பா இருந்தார். சுந்தரபூபதி."

"உண்மையைச் சொல். தற்செயலாகத்தான் அந்த வீட்டுக்குப் போனாயா?"

"உண்மையைச் சொல்ல வேண்டுமென்றால், எனக்கு ஓர் ஆச்சரியம் காத்திருக்கிறது என்று அந்த முகவரிக்கு வந்து பார்க்கச் சொல்லி ஒரு மொட்டைக் கடிதம் வந்திருந்தது. அதனால் தோழிகளுடன் நான்தான் அங்கே பிக்னிக் போகலாம் என்று சஜஸ்ட் பண்ணினேன்."

"அதற்கு முன்பே சுந்தரபூபதிதான் உன் அப்பா என்பது உனக்குத் தெரியுமா?" என்று நரேந்திரன் வியப்புடன் கேட்டான்.

"அந்த வீட்டுக்குள் நுழையும் வரை தெரியாது. நுழைந்து தண்ணீர் கேட்டு வாங்கிக் குடித்துவிட்டு வெளியே வந்துவிட்டோம். அந்த வீட்டில் ஒரே ஓர் இளைஞன் தனியாக இருந்தான். பெயர் கேட்டோம். ஆனந்தபூபதி என்று சொன்னான். என்னைக் குறுகுறுவென்று பார்த்துக்கொண்டிருந்தான். தோழிகளுடன் நான் இருந்ததால், என்னிடம் அவன் பேசவில்லை. அன்றைக்கு ஊர் திரும்பிவிட்டோம்! ஆனால் அங்கே பார்த்த படம் எனக்குப் புதிராக இருந்தது. மறுநாளே அங்கே மறுபடியும் போனேன்."

"அந்த வீட்டுக்கா? அந்த இளைஞனைப் பார்க்கவா?" என்று கேட்டான் நரேந்திரன். இன்னொரு ஸிப் காபி உறிஞ்சினான்.

"இரண்டுக்கும்தான். அன்றைக்குத்தான் பெரியப்பா எனக்கும், என் அம்மா அப்பாவிற்கும் செய்திருக்கும் துரோகம் தெரிந்தது."

"ஸாரி, தோண்டித் துருவிக் கேட்பதற்கு. எப்படித் தெரிந்தது?"

"ஆனந்தபூபதி இந்த முறை என் கைகளைப் பற்றிக்கொண்டு கண்ணீர் விட்டான். நான் அறியாத பல விஷயங்களை ஆதாரத்துடன் எடுத்துச் சொன்னான். அவன் எனக்கு அண்ணன் முறையாக வேண்டும் என்று அறிந்தேன். அப்பா அவருடைய இளமையான நாட்களில் திருச்சிக்குப் போய் சகுந்தலா என்ற தெருக்கூத்து டான்ஸருடன் பழகியதால் பிறந்தவன், அவன். அப்பா உயிரோடு இருந்த வரைக்கும் பணம் அனுப்பிக் கொண்டிருந்திருக்கிறார். அப்பாவையும், அம்மாவையும் இந்த ராஜபூபதி கொலை செய்த பிறகு..."

நரேந்திரன் சுபத்ராவின் பேச்சில் குறுக்கிட்டான், மிகத் தீவிரமாக.

"என்னது... உன் அப்பாவையும் அம்மாவையும் ராஜபூபதி கொலை செய்தாரா? அவர்கள் இருவரும் எலக்ட்ரிக் ஷாக்கில் செத்துப் போனதாக ராஜபூபதி சொன்னாரே!"

"மற்றவர்களுக்காக அவர் ஜோடித்த பொய் அது." சுபத்ரா நிறுத்தி மூக்கை உறிஞ்சிக்கொண்டாள். அதுகூட அழகாக இருந்தது.

"ஜமீன் சொத்தில் ராஜபூபதியின் பங்குக்கு வந்ததையெல்லாம் அவர் ரேஸிலும், சூதாட்டத்திலும், மற்றதிலும் விட்டிருக்கிறார். அன்றிலிருந்தே அப்பாவின் சொத்துமீது அவருக்கு ஒரு கண். பாகம் பிரித்தது சரியில்லை என்று என் அப்பாவிடம் ராஜபூபதி பணம் கேட்டிருக்கிறார். அப்பா கொடுக்கவில்லை. 'உன்னை இல்லாமல் செய்து விடுகிறேன் பார்' என்று அப்பாவிடம் ராஜபூபதி சொல்லியிருக்கிறார். என் அப்பாவுக்கு தன் அண்ணன் ராஜபூபதி மீது நிறைய சந்தேகம் இருந்திருக்கிறது."

"இதெல்லாம் உனக்கு எப்படித் தெரியும்?"

"ஆனந்தபூபதி சொல்லித்தான்."

"ஆனந்தபூபதிக்கு எப்படித் தெரியும்?"

"சித்தி, அதாவது அப்பாவுடைய இரண்டாவது மனைவி சொல்லித்தான்! இப்போது சித்தி தஞ்சாவூரில் இருக்கிறார்களாம். அண்ணனிடம் சித்தி சொல்லியிருக்கிறார்கள். அண்ணன் என்னிடம் சொன்னான்! எங்கள் அப்பா ராஜபூபதியின் மேல் சந்தேகம் கொண்டிருந்ததால் அவசரம் அவசரமாக உயில் எழுதி வைத்திருக்கிறார். சொத்தெல்லாம் எனக்குத்தான் என்று. நான் செத்துவிட்டால் சொத்து திருவண்ணாமலையில் இருக்கும் ஒர் ஆசிரமத்திற்குப் போய்ச் சேர வேண்டும் என்றும் அந்த உயிலில் எழுதியிருக்கிறார்.

ராஜபூபதி, சொத்துக்கும் எனக்கும் வெறும் கார்டியன்தான். எனக்குக் கல்யாணமானவுடன் சொத்து அத்தனையும் உயில் பிரகாரம் ஆட்டோமேடிக்காக என்னைச் சேருகிறது."

"ஏன், உன் அண்ணனுக்குச் சொத்தில் உரிமை கிடையாதா?"

"இல்லை. அப்பா எவ்வளவோ சொல்லியும் சித்தி சொத்து எதுவும் வேண்டாம் என்று சொல்லியிருக்கிறாள். சொத்துக்காகத்தான் அவரைக் கல்யாணம் செய்துகொண்ட மாதிரி ஆகும் என்று நான்கு பேர் பேசுவார்களாம். ஆண்பிள்ளை, தானாக வளர்ந்து தன் திறமையிலேயே சம்பாதித்துக் காப்பாற்றுவான் என்று சித்தி சொல்லியிருக்கிறாள். தவிர ராஜபூபதி அவர்களைக் கள்ளக்காதல் அது இது என்று சொல்லி சொத்தைப் பிடுங்கிவிடுவார் என்று பயந்திருக்கிறார்கள். அதனாலேயே அப்பா என் சித்திக்கும், ஆனந்தபூபதிக்கும் பாகம் ஒதுக்கவில்லை. ஆனந்தபூபதியும் சொத்துக்காக என்று எஸ்டேட் பக்கமே தலை காட்டவில்லை. என்னைப் பார்க்க வேண்டும் என்ற ஆசையினால், ஒரு வீடு எடுத்துக்கொண்டு, எனக்கு மொட்டைக்கடிதம் போட்டதோடு சரி."

சுபத்ரா காபிக் கோப்பையில் இருந்த கடைசிச் சொட்டைக் குடித்தாள். கோப்பையை டீப்பாய் மீது வைத்தாள்.

"ஆனந்தபூபதி அத்தனை விவரங்களையும் எனக்கு அடுத்த நாள் விசிட்டின்போது சொன்னான். சுந்தரபூபதிதான் என் அப்பா என்பதே எனக்கு ஆச்சரியமான விஷயமாக இருந்தது. நான் சுந்தரபூபதியைச் சித்தப்பா என்று நம்பிக்கொண்டிருந்தேன்.

                    தூண்டில் கயிறு

சித்தப்பாவும், சித்தியும் எலக்ட்ரிக் ஷாக்கில் செத்துப் போய்விட்டார்கள் என்றுதான் ராஜபூபதி என்னிடம் சொல்லியிருந்தார். அந்த விஷயத்தை அண்ணனிடம் சொன்னபோதுதான் அவன் சொன்னான், அவர்கள் இரண்டு பேரையும் ராஜபூபதிதான் கொன்றிருக்க வேண்டுமென்று..."

சுபத்ராவின் கண்கள் கலங்கின.

"அது ஆனந்தபூபதியின் யூகம்தானே? தப்பான யூகமாகவும் இருக்கலாமே?"

"இல்லை. அவர்தான் கொன்றார். எஸ்டேட் எலக்ட்ரீஷியனாக இருக்கும் வஜ்ரவேலுவின் அப்பா கதிரேசன்தான், ராஜபூபதியிடம் அன்றைய தேதிக்கு பத்தாயிரம் வாங்கிக்கொண்டு பால்கனி க்ரில்லில் ஷாக் அடிக்கிற மாதிரி செய்தவர். அதை அந்தக் கதிரேசனே என்னிடம் சொன்னார்."

"அப்படியா?"

"அவருக்கு பராலிஸிஸ் அட்டாக் வந்து ஒரு காலும், கையும் இழுத்துக்கொண்டுவிட்டது. ஒரு வேளை எலக்ட்ரிக் ஷாக் அடிக்கிற மாதிரி செய்து இரண்டு உயிர்கள் போவதற்குக் காரணமாயிருந்து விட்டதால்தான் பாரிசவாயு வந்திருக்கிறதோ என்ற குற்ற உணர்ச்சி அவரை வதைத்திருக்கிறது. அந்த விபத்து பற்றிக் கேட்க நான் கதிரேசனை அவர் வீட்டுக்குப் போய்ப் பார்த்தபோது அத்தனை விஷயங்களையும் குமுறிக் குமுறிச் சொல்லிவிட்டார்.."

"ஸோ...?"

"என்னதான் படித்தவளாக இருந்தாலும், போனது எல்லாம் திருப்பி வரப்போவதில்லை என்று தெரிந்தாலும் நானும் ஒரு பெண்தானே நரேந்திரன்! என் அப்பாவை, என் அம்மாவைக் கொன்ற ராஜபூபதி என்னோடு ஒன்றாக சாப்பிட்டுக்கொண்டு, சிரித்துப் பேசிக்கொண்டு 'மகளே' 'மகளே' என்று போலி அன்பைக் காட்டிக்கொண்டு, அவர் காட்டுகிற ஆளுக்கு நான் கழுத்தை நீட்டி காலமெல்லாம் அவருக்கு அடிமையாகக் கிடப்பேன் என்று, கேவலம் சொத்துக்காகப் பிணந்தின்னிக் கழுகு போல் காத்திருக்கிறார் என்று தெரிந்தபின் எனக்கு எப்படி

இருந்திருக்கும்? உடனே ராஜபூபதியைக் கொல்ல வேண்டும் என்று மனது துடிக்காது? சொல்லுங்கள் நரேந்திரன்."

"அதுதான் பேய் விளையாட்டாக மாறியதா?"

"ராஜபூபதியைப் பழிவாங்க வேண்டும் என்ற தீர்மானத்திற்கு வந்ததும், என் அறிவை உபயோகித்தேன். கொலைப்பழி என் மேல் விழக் கூடாது, அதே சமயம் ராஜபூபதியும் சாக வேண்டும். கரண்ட் ஷாக்கில் என் அப்பா, அம்மா செத்த மாதிரி, ராஜபூபதி ஹார்ட் அட்டாக்கில் செத்துப் போனால் என் மேல் யாருக்கும் சந்தேகம் வராது. சந்தேகம் வந்தாலும் மோட்டிவ் கிடையாது. ராஜபூபதிக்கு எப்படி ஹார்ட் அட்டாக் வரவழைக்கலாம் என்று யோசித்தேன். அவருக்கு இருட்டைக் கண்டால் பயம். பேய், பிசாசெல்லாம் இருக்கிறது என நம்புகிற ஆசாமி. ஏற்கெனவே அவருக்கு ஹார்ட்- வீக் என்று ஃபேமிலி டாக்டர் வேறு சொல்லியிருக்கிறார். அதனால் பேய் வேஷம் போடத் தீர்மானித்தேன்" என்று கூறி நிறுத்தினாள் சுபத்ரா.

நரேந்திரனுக்கு உடல் சிலிர்த்தது. "காலேஜில் படிக்கும் பெண்ணுக்கு இவ்வளவு தீவிரமாகப் பழிவாங்கும் வேலையில் இறங்கத் தோன்றும் என்று நான் நினைத்திருக்கவில்லை."

"பேசிப் பேசி அண்ணனையும் சம்மதிக்க வைத்தேன். அண்ணன் ஆனந்தபூபதி எஸ்டேட்டின் ஒரு மூலையில் இருக்கும் பம்ப் ஷெட்டிற்கு வந்து தங்கிக்கொண்டான். கூத்து ஆடிப் பழக்கம் என்பதால் மாறுவேஷத்திலேயே உலாத்தினான். பகலில் எல்லாம் தாடியை முகத்தில் ஒட்டிக்கொண்டான். இரவில் மட்டும்தான் தாடியைக் கழற்றுவது வழக்கம்."

"ஐ ஸீ..." நரேந்திரன் மனதில் வேறொரு கணக்கு ஓடிக்கொண்டிருந்தது. இவளுக்கு ஆனந்தபூபதி இறந்துவிட்டது தெரியுமா, தெரியாதா? சொன்னால் தாங்குவாளா?

"உங்களுக்கு ரஞ்சித் டேனியல் வீரேந்திரகுமாரைத் தெரியுமா?" என்று வெகு திடீரென சுபத்ரா கேட்டாள்.

"தங்கச்சிலை பிரைவேட் லிமிடெட்டின் சூப்பரவைசராக இருந்தவர், லாரியில் அடிபட்டு செத்தவர்..."

                          தூண்டில் கயிறு

"அவரேதான்... அவரை மனமாரக் காதலித்தேன். அவரைத்தான் கல்யாணம் செய்துகொள்வதென இருந்தேன்..."

"வெயிட். ரஞ்சித்திற்கும், நீ பேய் நாடகம் போட்டதற்கும்..."

"சம்பந்தம் இருக்கிறது, சம்பந்தம் இல்லை..."

"அரசியல்வாதி போலப் பேசுகிறாய்" என்றான் நரேந்திரன்.

"முழுக்கச் சொன்னால்தான் புரியும். ஜஸ்ட் எ மினிட்" என்று சுபத்ரா எழுந்தாள். புக் ஷெல்ஃபை நாடிச் சென்றாள்.

'ஸ்பெஷல் எஃபெக்ட்ஸ்' என்று தலைப்பிடப்பட்டிருந்த ஒரு தடிமனான புத்தகத்தைக் கொண்டுவந்தாள்.

"இந்தப் புத்தகத்தைப் பிரித்துப் பாருங்கள்."

அந்தப் புத்தகத்தின் முதல் பக்கத்திலேயே சுபத்ராவும், ரஞ்சித் டேனியல் வீரேந்திரகுமாரும் நெருக்கமாக இருந்த ஒரு ஃபோட்டோ இருந்தது. நரேந்திரன் ரஞ்சித் டேனியல் வீரேந்திரகுமாரின் அறையை ஆராய்ந்தபோது கிடைத்த ஃபோட்டோ மாதிரியே இருந்தது அது. ரஞ்சித் டேனியல் அதிர்ஷ்டமற்றவன் என்று நினைத்துக்கொண்டான். எவ்வளவு அழகான சுபத்ரா அவன் வசம் மயங்கி இருக்கிறாள். அந்த சுபத்ராவுடன் வாழ முடியாமல் போய்விட்டானே!

"ரஞ்சித் லாரியில் அடிபட்டுச் செத்தது விபத்தில்லை, நரேன்!"

சுபத்ரா அந்த வாக்கியத்தை அழுகையினூடே சொன்னாள்.

இன்னும் பதில் தெரியாத பல கேள்விகளுக்கு அவளிடம் பதில் வாங்கவேண்டுமே என்று நரேந்திரன் கவலைப்பட்டான்.

"நான் அதை ஆக்ஸிடெண்ட் என்று சுத்தமாக நம்பவில்லை. நிச்சயம் ராஜபூபதிதான் ஏதோ செய்திருக்க வேண்டும் என்று நினைத்தேன். அவர் இறந்த விஷயம் எனக்குத் தெரிந்தபோது என்னால் வெளிப்படையாக அழக்கூட முடியவில்லை. என் காதலையே நான் இன்னும் ராஜபூபதியிடம் சொல்லவில்லையே!"

"விபத்தாயிருக்காது என்று ஏன் தோன்றியது, சுபத்ரா?"

சுபத்ரா அந்தப் புத்தகத்தை நரேந்திரனிடமிருந்து வாங்கினாள். பின் உள் அட்டையோடு ஒட்டிக்கொண்டிருந்த ஒரு கவரை எடுத்தாள்.

அது ஒரு ஹாண்ட் மேட் கவர். பிங்க் நிறத்தில் இருந்தது!

கவரின் மேல், 'என் இனிய காதலிக்கு...' என்று இருந்தது. நரேந்திரன் கவரைக் கையில் எடுத்தான். ஒட்டப்படாமல் இருந்தது. உள்ளேயிருந்த ஒரு ஹாண்ட் மேட் பிங்க் பேப்பர் நரேந்திரனின் ஆவலைத் தூண்டியது.

"நான் அவரைக் கடைசியாகச் சந்தித்துவிட்டு வீட்டுக்கு வந்து ஹாண்ட் பேகைத் திறந்தால் இந்த லெட்டர். இது லவ் லெட்டர் இல்லை. இந்தக் கடிதத்தை ரஞ்சித் எங்களுடைய கடைசிச் சந்திப்பின்போது ரகசியமாக என்னுடைய ஹாண்ட் பேகில் வைத்திருந்திருக்கிறார். என்னிடம் விடைபெற்றுப் பிரிந்துபோன ஐந்தாவது நிமிடத்தில் லாரி ஆக்ஸிடெண்ட்டில் அடிபட்டு இறந்து போயிருக்கிறார்."

"இந்தக் கடிதத்தில் அப்படி என்னதான் எழுதியிருந்தது, சுபத்ரா?" என்று நரேந்திரன் ஆர்வத்தை அடக்க முடியாமல் கேட்டான்.

சுபத்ராவின் அனுமதிக்காக அவளை நிமிர்ந்து பார்த்தான்.

⎯◦⎯

   தூண்டில் கயிறு

28

சுபத்ரா கண்களோரம் ஈரத்துடன் கடித உறையை நரேந்திரனிடம் கொடுத்தாள்.

"லெட்டரை நீங்கள் படிக்கலாம், நரேந்திரன்!"

பரபரவென்று எடுத்தான். பிரித்தான். படித்தான்.

'சுபத்ரா, மை ஹனி...

நீயும், நானும் நேரில் பேசும்போது ஒரு சீரியஸான விஷயத்தைப் பேச வேண்டுமென்று நினைக்கிறேன். முடிவதில்லை.

உன்னிடமே உன் அப்பாவைப் பற்றி எப்படித் தப்பாகச் சொல்லுவேன்? உன் அப்பாவின் போக்கு சரியில்லை. தேசத்தின் ஆரோக்கியத்திற்கு ஒத்துப்போகாத ஒரு செயலில் அவர் ஈடுபட்டிருக்கிறார் என்று எனக்குத் தோன்றுகிறது.

அவர் என்ன முயற்சியில் ஈடுபட்டிருக்கிறார் என்று நான் உனக்குச் சொல்லும்வரை நீ உன் அப்பாவிடம் எச்சரிக்கையாக இரு.

நேரில் கொடுக்க முயன்றாலும் சரியாக சந்தர்ப்பம் அமையாததால் கொடுக்க முடியாத ஆயிரம் முத்தங்களுடன்...

ர. டே. வீ. குமார்.'

கடிதத்தைப் படித்துவிட்டு சுபத்ராவைப் பார்த்தான் நரேந்திரன்.

"ரஞ்சித் எனக்கு எழுதிய கடைசிக் காதல் கடிதமும் இதுதான்" என்று வாங்கி அதைப் பத்திரமாக மடித்து உறைக்குள் வைத்துக்கொண்டாள்.

"ஏற்கெனவே என் அப்பா அம்மாவைக் கொன்றதற்காக, ராஜபூபதியை ஒழித்துவிடும் மூடில் இருந்தேன். ராஜபூபதி என்

அப்பா என்று நினைத்து அவரிடம் எச்சரிக்கையாக இருக்கச் சொல்லி ரஞ்சித் எழுதியிருந்த கடிதமும் ராஜபூபதிமேல் எனக்கு எக்கச்சக்க கோபத்தை உண்டுபண்ணியது. எப்படியோ அழாமல் மனதை இறுக்கிக்கொண்டேன். முதலில் ராஜபூபதியை ஒழிக்க வேண்டும். அதற்காகவே பேய் நாடகத்தை ஆரம்பித்துவிட்டேன்.''

சுபத்ராவின் அழகிய கண்களில் வெறி தெரிந்தது.

''பழைய எஸ்டேட் வீட்டிற்கும், புது எஸ்டேட் வீட்டிற்கும் ஒரு சுரங்கப் பாதை இருப்பதை அப்பா விவரித்திருந்ததாக ஆனந்தபூபதிதான் எனக்குச் சொன்னான்.''

''ராஜபூபதிக்குத் தெரியாதது, சுந்தரபூபதிக்கு எப்படித் தெரியும்?''

''அப்பாதானே புது வீட்டைக் கட்டியவர்? ராஜபூபதிக்குத் தெரியாமல் இப்படி ஒரு வழியை வைத்துக் கட்டியிருக்கிறார். இந்த சுரங்க வழி பழைய வீட்டில் மொட்டை மாடிக்குக்கொண்டு போய்விடும் என்று தெரிந்தவுடன், பேய் நாடகத்தை அந்த மொட்டை மாடியில் நடத்தவேண்டும் என்று தீர்மானித்தோம்.''

''மொட்டைமாடி இருட்டாக இருக்கும். அங்கேயிருந்து நேராக ராஜபூபதியின் அறை தெரியும், கரெக்ட்?''

''கரெக்ட். அப்பாவையும் அம்மாவையும் கொன்றிருக்கிறார் என்பதால் அமராவதி, சுந்தரபூபதியாக வந்துதான் அவரைப் பயமுறுத்த வேண்டும் என்று முடிவு செய்தேன். அண்ணன் சுந்தரபூபதியாக நடிக்க ஒப்புக்கொண்டான்..''

''பேயாக எப்படி உங்கள் இருவராலும் மாற முடிந்தது? எப்படி கால்கள் இல்லாததுபோல் மிதக்க முடிந்தது?'' என்று கேட்டான் நரேந்திரன்.

''கொடுத்தேனே, அந்தப் புத்தகத்தைப் படித்துப் பாருங்கள். பேயாக உருமாறுவது எப்படி என்பதற்கு விளக்கம் இருக்கிறது.''

நரேந்திரனுக்கு அந்தப் புத்தகம் முழுவதையும் படிக்கும் அளவுக்கு பொறுமை இல்லை. அது ஏறக்குறைய தலையணை சைஸில் இருந்தது.

   தூண்டில் கயிறு

"நீங்களே சொல்லிவிடுங்களேன்" என்றான் நரேந்திரன்.

சுபத்ரா, அந்த அறையிலிருந்த பாத்ரூம் கதவைத் திறந்தாள். விசாலமான பாத்ரூம். ஒரு மூலைக்குச் சென்றாள். சுவரில் வால் போஸ்டர் ஏதோ ஒரு டிஸைனில் ஒட்டப்பட்டிருக்க, அதன் அருகே சென்று எதையோ அழுத்தி நகர்த்த, வால்போஸ்டர் துணுக்குடன் ஒரு கதவு நகர்ந்தது.

அது ஒரு வார்ட்ரோப். அதன் உள்ளே பொருத்தப்பட்டிருந்த அலுமினிய பைப்பில் ஹாங்கர்கள் வரிசையாகத் தொங்கின. அவற்றில் இரண்டு ஹாங்கர்களைத் தேர்ந்தெடுத்து வெளியே எடுத்தாள் சுபத்ரா.

அமராவதியும், சுந்தரபூபதியும் ஹால் படத்தில் என்ன உடை அணிந்திருந்தார்களோ, அதே உடைகள் அந்த ஹாங்கர்களில் தொங்கின.

"அப்பாவும், அம்மாவும் அணிந்திருந்த உடைகள் இது. இந்த உடைகளின் விளிம்புகளில் டிரான்ஸ்பரன்ட் ஃபைபர் பைப் லைன் ஒன்று இணைத்துத் தைக்கப்பட்டிருக்கிறது, கவனியுங்கள்..."

நரேந்திரன் ஹாங்கர்களைக் கையில் வாங்கிப் பார்த்தான். டிரஸ்களின் விளிம்புகளில் கண்ணாடிக் குழாய் போன்று ஒரு பைப் இருந்தது தெரிந்தது.

"இந்த ட்யூப் ட்ரஸ்ஸில் முழங்கால் அளவு வரைதான் தைக்கப்பட்டிருக்கும் ட்யூப்பில் ஆர்கானும், மெர்குரி வேப்பரும் கலந்த ஒரு மிக்ஸட் கேஸ் அடைக்கப்பட்டிருக்கிறது. இந்தக் கேஸில் கரண்ட் பாஸ் ஆனால் வெள்ளி நிறத்தில் லைட் எரியும். இந்த ரூமிலேயே ட்ரஸ்ஸைப் போட்டுக்கொண்டு கரண்ட் கனெக்ஷன் கொடுத்து விட்டால் இருபது நிமிடங்களில் நல்ல பளபள ஸில்வர் நிறத்தில் டிரஸ்ஸின் விளிம்புகளில் எரியும். அப்புறம் கரண்ட் கனெக்ஷனை மெயின் ஸ்விட்சிலிருந்து மாற்றி, ஒரு பாட்டரிக்குக் கொடுத்துவிட வேண்டும். முழங்கால் வரை கருப்பு சாக்ஸ் அணியவேண்டும். அத்துடன் சுரங்க வழியாக மொட்டை மாடிக்கு வந்து விட்டால் போதும். முழங்கால் வரை விளக்கு வெள்ளியாக ஒளிர நானும் ஆனந்தபூபதியும் அமராவதி - சுந்தரபூபதியாகத் தெரிவோம்."

"அந்தப் பேய்க்குரல்?" நரேந்திரன் ஒருமுறை முகத்தைத் துடைத்துக்கொண்டான்.

"வெரி ஸிம்பிள். ராஜபூபதியின் அறைக்கட்டில் கால்கள் சிங்கத்தின் கால்களைப் போல் இருக்கும். அந்தக் கால்களில் ஒரு காலில் மைக்ரோ ஆம்ப்ளிஃபையரை செட் செய்திருக்கிறேன். என்னிடம் இருக்கும் மைக் என்னுடைய குரலை அந்த அறைக்கு எடுத்துச் சென்று ஆம்ப்ளிஃபை செய்து ஒலிக்க வைக்கும். நாய் ஊளையிடும் சத்தமும், ஆந்தை அலறும் சத்தமும், ஜல்ஜல் சத்தமும் ஏற்கெனவே ரிகார்ட் செய்து வைக்கப்பட்டன. பேய் மூடுக்காக அதுவும் கேட்கும். பேய்ப்படங்கள் எடுப்பவர்களுக்காக எழுதப்பட்ட இந்த டெக்னிக்கூட இந்த ஸ்பெஷல் எஃபக்ட்ஸ் புத்தகத்தில்தான் இருக்கிறது."

"ரொம்ப டிப்பாக பிளான் பண்ணியிருக்கிறாய்!"

"முதல் நாள் மட்டும் ஆனந்தபூபதி நேரே ராஜபூபதியின் அறைக்கே போய் அவரைப் பயமுறுத்திவிட்டு வந்தான். ராஜபூபதி கொஞ்சம் ஸ்ட்ராங்காய் இருந்துவிட்டதால் அன்றைக்குச் செத்துப் போகவில்லை. இந்தப் பேய் நாடகத்தைப் பார்த்து மிரண்டுதான் ராஜபூபதி மலையாள மாந்திரீகர்களைக் கூட்டிக்கொண்டு வந்தார். அவர்கள் வீடு முழுக்க விபூதி அடித்துவிட்டுச் சென்றார்கள். ஸோ வாட்? நிஜப் பேயாக இருந்தால்தானே பயந்து ஓடுவதற்கு? ராஜபூபதி சாகும்வரை இந்தப் பேய் நாடகத்தை விடுவதில்லை என்று தீர்மானித்திருக்கிறோம்."

நரேந்திரன் ஆனந்தபூபதி செத்துவிட்ட விவரத்தை இப்போதாவது சொல்லலாமா என ஒரு கணம் யோசித்தான். இப்போது வேண்டாம். கடைசியில் சொல்லிக் கொள்ளலாம்.

"என்னையும், வைஜயந்தியையும் நீங்கள் ஏன் மிரட்டினீர்கள்? நான் தங்கியிருக்கும் ரூமிலும் அந்த ஆம்ளிஃபையர் இருக்கிறதா?"

"ஆமாம். வேறு வழியில்லாமல் உங்களையும் மிரட்டினோம். ராஜபூபதி டிடெக்டிவ் ஏஜென்ஸிக்கு வருவார் என்று நான் எதிர்பார்க்கவேயில்லை. பேய் ஓட்டுவதற்கு சம்மதித்து,

தூண்டில் கயிறு

துப்பறியும் நிறுவனத்திலிருந்து யாராவது வருவார்கள் என்று எதிர்பார்க்க முடியுமா? உங்களைக் கூட்டிக்கொண்டு வந்து விட்டார். நீங்கள் உங்கள் நீள மூக்கை நுழைத்து ஏதாவது மோப்பம் பிடித்து நான்தான் என்று கண்டுபிடித்து விட்டால் என்ன செய்வது என்றுதான் உங்களை மிரட்டினோம். முதல்நாள் பேய் ரூபத்தில் நீங்கள் மிரளவில்லை. ஸோ அடுத்தநாள் என் கராத்தே ஃப்ரண்ட்ஸ் மூன்று பேரை அனுப்பி உங்களை நடுவழியில் மடக்கி அடித்து விரட்டச் சொன்னேன். உங்களை அட்லீஸ்ட் கொஞ்ச நாட்களுக்காவது எழுந்திருக்காமல் செய்ய வேண்டும் என்று சொல்லியிருந்தேன். அவர்கள் மூவரும் உங்களிடம் உதை தின்றுவிட்டு மிரண்டு ஓடியிருக்கிறார்கள்" என்று சுபத்ரா உலர்ந்த புன்னகையைச் சிந்தினாள்.

"அதனால்தான் அன்றைக்கு இரவு நானும், வைஜயந்தியும் ஸ்விம்ப்டில் எஸ்டேட் வந்து சேர்ந்தபோது ஷாக்காகி நான் திரும்பி வர மாட்டேன் என்று நினைத்ததாகச் சொன்னாயா?"

"எக்ஸாட்லி! அன்றைக்கு இரவு நரம்பு பேசும் டெக்னிக்கைக் கையாள வேண்டியிருந்தது."

"ஓ... எங்கள் கட்டிலுக்குக் கீழே நரம்பு ஒன்று டான்ஸ் ஆடியதே, அதுவா?"

"யெஸ். அது எப்படி என்று நீங்கள் கேட்பதற்கு முன் நானே சொல்லி விடுகிறேன். அந்த நரம்பும் ஃபைபர் மெட்டீரியல்தான். அந்த ஃபைபர் ட்யூபில் ஸல்ஃபரும், சுண்ணாம்புக்கல்லும், தக்காளிச் சாறும், முட்டையின் மஞ்சள் கருவையும் ஒன்றாகக் கலந்து அடைத்து மூடிவிட்டால் போதும். அந்த ட்யூப் நெளியும். டான்ஸ் ஆடுவது போல் தெரியும். பட்டென்று வெடிக்கும். ட்யூபுக்குள் இருக்கும் கலவை ஒரு மாதிரியான பச்சை நிறத்தில் வெளிப்படும். அந்த நரம்பைப் பார்த்தால் உடலில் இருக்கும் நரம்பு போலவே தெரியும். நரம்பு டான்ஸும் ஆடி, வெடிக்கவும் வெடித்து பச்சையாகத் திரவம் வெளிப்பட்டால் நள்ளிரவு நேரத்தில் உங்களுக்கு எப்படி இருக்கும்? அதனால்தான் அந்த எக்ஸ்பரிமெண்டை உங்கள் அறையில் செய்தேன்."

"கெமிஸ்ட்ரியில் டாக்டரேட் கொடுக்க வேண்டும் உனக்கு."

"நரம்பு டான்ஸ் ஆடும் நேரத்தில் எங்கள் அறையில் இருந்து மைக்ரோ ஃபோனில் பேசியும் பார்த்தோம். அந்த நரம்பு வித்தைக்கும் நீங்கள் மிரளவில்லை. அதற்குப் பிறகு, வேறு வழியின்றி கோடவுனில் அந்தக் கை எரிந்தது. நூற்றுக்கணக்கான நரம்புகள் டான்ஸ் ஆடின."

நரேந்திரன் வியப்புடன் அவளையே பார்த்துக்கொண்டிருந்தான். ஒன்றும் தெரியாத அப்பாவி சுபத்ரா என்று நினைத்திருந்தால் அவள் எந்த மாதிரி வேலைகளில் எல்லாம் ஈடுபட்டிருக்கிறாள்!

சுபத்ராவின் மீது உண்டான பிரமிப்பு மாறாமல் நரேந்திரன், "அது எப்படி முடிந்தது? கை சமாச்சாரம் பாஸ்பரஸ்தானே? லாப் ரிசல்ட் அப்படித்தான் சொல்லியிருக்கிறது" என்று வினவினான்.

"ஆம்! நீங்கள் கோடவுன் போய்ப் பார்க்கப் போகிறீர்கள் என்னும் விஷயத்தை நான் என் ரூமில் இருக்கும் மைக்ரோ ரிசீவர் மூலம் தெரிந்துகொள்கிறேன். அப்புறம் என் வேலை மிக சிம்பிள். என் கராத்தே ஃப்ரண்ட்ஸில் ஒருவன் ஹாஸ்பிடலில் வேலை செய்பவன். விபத்தில் உயிரிழந்த அநாதைப் பிணத்தின் ஒரு கையைக் கொண்டுவந்து கொடுத்தான்.

"இன்னொரு நண்பன் நான் கேட்ட ஒயிட் பாஸ்பரஸ். அது தானே பற்றிக்கொண்டு எரியும். அதற்கு ரூம் டெம்பரேச்சர் முப்பதில் இருந்து நாற்பது டிகிரி சென்டிகிரேட் வேண்டும். நான் அந்த பாதிக் கையில் பாஸ்பரஸைத் தடவுகிறேன். அப்போது ரூம் டெம்ப்ரேச்சர் குறைவாக இருக்கும்படி ஏ.ஸி.யை அட்ஜஸ்ட் செய்து கொள்கிறேன். மேலே ஒரு கிஃப்ட் ரேப்பரைச் சுற்றி, தூண்டிலில் மாட்டி, கோடவுனில் ஒரு பள்ளத்தில் இறக்குகிறேன். அந்தப் பள்ளம் தண்ணீர்ப்பதமாக இருப்பதால் டெம்ப்ரேச்சர் முப்பதிற்கும் கீழே! மேலும் பாஸ்பரஸை மூடியிருப்பதால் அது எரிவதில்லை. அந்தப் பார்சலுக்குக் கீழே சில நூறு நரம்புகளையும் போட்டு வைக்கிறேன்.

"என்ன ஆகிறது? தூண்டில் உங்கள் கண்களைக் கவருகிறது. எடுத்தால் பார்சல், பார்சல் பேப்பரைக் கிழித்தவுடன் கையின் மேல் தடவப்பட்டிருக்கும் பாஸ்பரஸ் ரூம் டெம்ப்ரேச்சர் காரணமாக சட்டென்று பற்றிக்கொண்டு எரியும். அதே சமயம் பள்ளத்திலிருக்கும் நரம்புகளும் துள்ளிக் கொண்டிருக்கும்."

   தூண்டில் கயிறு

நரேந்திரன் அவள் கையைப் பற்றிக் குலுக்கினான்.

"ஹாட்ஸ் ஆஃப். அந்த முண்டம் எப்படி ஆடியது?" என்று அடுத்த கேள்வியைக் கேட்டான். "வெயிட். நானே சொல்கிறேன். அதே மார்ச்சுவரியிலிருந்து அதே அநாதைப் பிணத்தின் முண்டம் அது. கருப்புக் கம்பிகள் கட்டி பொம்மலாட்டாம் போல் இயக்கினாய். கரெக்ட்.?"

"அப்ஸொல்யூட்லி ராங்" என்றாள், சுபத்ரா. அவள் முகத்தில் குறும்பான புன்னகை ஒளிர்ந்தது.

"பின்னே?" நரேந்திரன் ஆவலை அடக்க முடியாமல் கேட்டான்.

——<>——

29

*சு*பத்ரா தலையை இடதும் வலதுமாக ஆட்டினாள்.

"அது உயிரில்லாத முண்டமில்லை. உயிருள்ள முண்டம்."

"வாட்??" என்று நரேந்திரன் ஆச்சரியமானான்.

"யெஸ். ஆனந்தபூபதிக்குத் தெரிந்த மகா குள்ளமான ஆக்டர் அது. அவருடைய தலைக்குமேல் துணியைப் போட்டு மூடிவிட்டோம். காலில் பேண்ட், ஷூ எல்லாம் இருட்டில் ஒன்றிக் கலந்துவிடும் கருப்பு. தலைக்கு மேலே பாஸ்பரஸ் கலந்த இல்லூமினேடிங் ஸ்ட்ரிப்பை வைத்துவிட்டு, இன்னொரு ஸ்ட்ரிப் வைத்து ரத்தம் வழிகிற மாதிரி லைட்டிங் செட்டப் செய்தோம். அவர் இப்படியும் அப்படியுமாக ஆடியபோது, ஏதோ தலையறுந்த முண்டம் ஆடுகிற மாதிரி தோன்றியிருக்கிறது. அடுத்த கேள்வி என்ன?"

சுபத்ரா தங்கள் திட்டங்களைப் பற்றி விவரிக்கும்போது, அவள் கண்களில் பெருமித மின்னல்கள்.

"அமராவதியின் நகைகள்?"

"ஆனந்தபூபதி தயாரித்துக்கொண்டு வந்தவைதான்."

"என்னைப் பேய் அடித்தது?"

"இந்நேரம் தெரிந்திருக்கும் என்று நினைத்தேன். உங்களை என் கையால் தொட்டு கரண்டை உங்கள் மீது படரச் செய்தேன். அன்றைக்கு இரவு நான் அணிந்திருந்த டுப்ளிகேட் மூக்குத்தியின் மேல் பாகம் மிஸ்ஸிங்."

"அது எங்களிடம் இருக்கிறது. அதை வைத்துக்கொண்டுதான் இவ்வளவு தூரம் வந்திருக்கிறோம். அது சரி. உனக்குத்தான்

ராஜபூபதி தூக்க மாத்திரை கொடுத்துக்கொண்டிருப்பதாகச் சொன்னாரே. அதை எப்படி அவாய்ட் செய்தாய்?"

"முதல்நாள் பேய் நாடகம் போட்டோம். மறுநாள்தான் ராஜபூபதி தூக்க மாத்திரையைக் கலந்து கொடுத்தார். அன்றைக்கு நான் தூக்க மாத்திரையைச் சாப்பிட்டதில் மறுநாள் காலை எட்டு மணிக்குத்தான் எழுந்தேன். ராஜபூபதி தூக்க மாத்திரை கொடுத்திருக்கலாம் என நினைத்துக்கொண்டேன். அன்றிலிருந்து எச்சரிக்கையாக இருந்து கொண்டேன்.

நான் உங்களிடம் கேட்டுக் கொள்வதெல்லாம் ஒன்றுதான் நரேந்திரன்! ராஜபூபதிக்கு லைட்டாக அட்டாக் வந்துவிட்டது. நான் எதிர்பார்த்த விஷயம். அது ஸீரியஸாக வேண்டும் என்று எதிர்பார்க்கிறேன். ஜான்சுந்தர் வேறு, ஆனந்தபூபதியை ஃபாலோ செய்திருக்கிறாராம். ஆனந்தபூபதி என்னிடம் சொன்னான். தயவு செய்து எங்களைவிட்டு விலகிவிடுங்கள். என்னையும், அண்ணனையும் இந்த நாடகத்தைத் தொடர்ந்து நடத்த விடுங்கள். ப்ளீஸ்... எனக்கு ராஜபூபதியை ஒழித்தாக வேண்டும். என் காதலனைக் கொன்றதற்காக, என் அப்பா, அம்மாவைக் கொன்றதற்காக, அவர் தண்டனை அனுபவிக்க வேண்டாமா?"

இனியும் சொல்லாமல் தாமதம் செய்யவேண்டாம் என்று நரேந்திரன் நினைத்தான். "இந்தப் பேய் நாடகத்தை நீ இனிமேலும் தொடர முடியாது என்று தோன்றுகிறது சுபத்ரா" என்றான், வருத்தத்துடன்.

"ஏன்?"

நரேந்திரன் ஒவ்வொரு சொல்லாகக் கூட்டிக் கூட்டிச் சொன்னான். "உன் அண்ணன் ஆனந்தபூபதியை யாரோ சாகடித்துவிட்டார்கள்."

சுபத்ராவின் அழகான விழிகள் திடுக்கிட்டு விரிந்தன. "என்னது?" என்றபோது குரலில் நடுக்கம்.

"நேற்று ராத்திரி ஆனந்தபூபதி கந்தன்சாவடி வீட்டுக்குப் போனவுடன் யாரோ அவனைக் கத்தியால் குத்திக் கொன்றுவிட்டார்கள்."

"ஐயோ" என்றாள். சுபத்ரா மறுபடி மயக்கமானாள்.

சுபத்ரா மயக்கத்திலிருந்து எழுந்தபோது, பத்து வயது கூடிவிட்டவள் போல் தென்பட்டாள். விடாமல் அழுதுகொண்டிருந்தாள்.

"ஆனந்தபூபதியையும் என் பெரியப்பா ராஜபூபதிதான் கொன்றிருப்பார்" என்று விசும்பினாள்.

நரேந்திரன் கடைசிப் புதிரான தங்கச்சிலை நரம்பு வரை அவளிடம் சொன்னான். துப்பாக்கிக் குண்டால் தாக்கப்பட்ட தன் கையை அவளிடம் காட்டினான்.

"சுபத்ரா! உண்மையான குற்றவாளியைக் கண்டுபிடிக்க உன்னால்தான் உதவி செய்ய முடியும்" என்றான்.

"என்ன உதவி?" என்று ஹீனமாகக் கேட்டாள் சுபத்ரா.

"பேய் டிராமாவில் உனக்கு ஆனந்தபூபதி துணையாக இருந்தான். மற்ற விஷயங்களுக்கு எல்லாம் யார் துணையாக இருந்தார்கள்?"

"என் கராத்தே ஃப்ரண்ட்ஸ் மூன்று பேரும்தான். அவர்கள்தான் எனக்கு மார்ச்சுவரியிலிருந்து வெட்டப்பட்ட கையைக் கொண்டுவந்தார்கள். தங்கச்சிலை கோடவுனில் பாஸ்பரஸ் தடவிய கையை வைத்தவர்கள். டெக்னிகல் விஷயங்களில் எனக்கு உதவி செய்தவர்கள். ஏன்?"

"சொல்கிறேன். நான் தங்கச்சிலை பிரைவேட் லிமிடெட்டில் நுழைந்த போது துப்பாக்கியால் சுடப்பட்டதாகச் சொன்னேன். ராஜபூபதி அந்த இடத்திற்கு மட்டும் காவல் வைத்திருக்கிறார். தங்கச்சிலை நரம்பு என்பதற்கு அர்த்தம் அங்கேதான் இருக்கிறது. நான் அந்த ஃபாக்டரியை ஆராய வேண்டும். உன் ஃப்ரண்ட்ஸ் அந்த ஃபாக்டரியில் எப்படி நுழைந்தார்கள்?"

"என் ஃப்ரெண்ட்ஸ் எதற்கு? நானே காட்டுகிறேன். ஃபாக்டரி கோடவுனுக்குப் பக்கத்தில் ஒரு ட்ரெயினேஜ் பள்ளம் இருக்கிறது. புதிதாக வெட்டப்பட்ட பள்ளம். இன்னும் சிமெண்ட் பூசவில்லை. அதனால் பழைய ட்ரெயினேஜ்தான் தற்போது உபயோகிக்கப்படுகிறது. இந்தப் புது பள்ளத்தில் ஊர்ந்து போனால் நேராகக் கோடவுனிற்கே போய்விடலாம்."

          தூண்டில் கயிறு

"நான் போகப் போகிறேன். தங்கச்சிலை நரம்பு என்ற வாக்கியத்திற்கு அங்கேதான் விடை இருக்கிறது. ராஜபூபதிக்குத் தெரியாமல் போக வேண்டும்."

"நானும் வருகிறேன்" என்றாள் சுபத்ரா.

நரேந்திரன் துப்பாக்கியை மார்பில் சொருகிக்கொண்டான்.

* * * * *

அவர்கள் இருவரும் தங்கச்சிலை பிரைவேட் லிமிடெட்டின் பின்புறம் போய்ச் சேர்ந்தபோது எட்டரை மணியாகிவிட்டிருந்தது.

சுபத்ரா ஃபாக்டரியின் பின்புறத்தில் தரைப்பகுதியை உன்னிப்பாக கவனித்துக்கொண்டு வந்தாள். ஓரிடம் வந்ததும் நின்றாள். தரை மீதிருந்த ஒரு பெரிய கல்லைக் காட்டினாள்.

"இதை நகர்த்துங்கள் நரேந்திரன்" என்றாள் கிசுகிசுப்பாக.

நரேந்திரன் குனிந்து அந்தக் கல்லை, பல்லைக் கடித்து நகர்த்தினான். இருட்டில் ஒரு பள்ளம் இருந்தது தெரிந்தது.

"நுழையுங்கள்."

"நுழைந்ததும் கல்லை வைத்து மூடிவிட மாட்டாயே?"

அவள் சிரிக்கும் மூடில் இல்லை.

நாய் வேலிக்கடியில் நுழைகிறாற்போல நரேந்திரன் இரு கைகளையும் முன்னால் வைத்து தவழ்ந்து அந்தப் பள்ளத்தில் உள்ளே நுழைந்தான்.

உள்ளே இருட்டாக இருந்தது. கண்ணை எவ்வளவு விரித்துப் பார்த்தும் ஒன்றும் தெரியவில்லை.

ஐந்தடி தூரம் உள்ளே தவழ்ந்திருப்பான்.

அவன் காலில் பாதத்தில் ஏதோ குறுகுறுத்தது. திக்கென்றது. பாம்பா? எலியா? தவளையா?

"பாம்பு, பாம்பு..." என்றான்.

"ச்... என் கை பட்டிருக்கிறது நரேந்திரன்" என்று பின்னாலிருந்து சுபத்ராவின் குரல் வந்தது.

"சுபத்ரா, நீயுமா என் பின்னால்?" என்று நரேந்திரன் ஆச்சரியப்பட்டான்.

"ஆம்!"

"உன் ஃப்ரண்ட்ஸை விட்டு பள்ளம், சுரங்கப்பாதை இவற்றுக்கெல்லாம் எலக்ட்ரிக் கனெக்ஷன் கொடுக்கச் சொல்லியிருக்கக் கூடாதா? கொஞ்சம் வெளிச்சமாவது இருக்குமே."

"ச்... ஜோக்கெல்லாம் வேண்டாம்."

"ஐ'ம் ஸாரி."

"ஸாரி வேண்டாம். நீ வா, போ என்று என்னை உரிமையுடன் கூப்பிடுவதை வைத்து, ஓர் அண்ணன் போனாலும் இன்னோர் அண்ணன் உயிருடன் இருப்பதாக நினைத்துக்கொள்கிறேன்..."

"கெடுத்தாயே... வைஜயந்தி ஆசைப்பட்டபடியே என்னை அண்ணன் என்று சொல்லி என் வாய்ப்புகளில் மண்ணை வாரிப் போட்டாயே. ஆ..."

"அப்படித்தான் கிள்ளுவேன். இந்த ஆண்களே சுத்த மோசம். கூடாரத்தில் மூக்கை நீட்டும் ஒட்டகம் மாதிரி கொஞ்சம் இடம் கொடுத்தால் முழு உடலையும் உள்ளே நுழைக்கப் பார்ப்பார்கள்."

நரேந்திரன் அதற்கு மேல் எதுவும் பேசாமல் பள்ளத்தில் ஊர்ந்து சென்று தங்கச்சிலை ஃபாக்டரியின் கோடவுனை அடைந்தான்.

தலை தூக்கினான்.

அவன் நின்றிருந்த இடம், அன்றைக்கு தூண்டில் கயிற்றில் பார்சல் தொங்கிக்கொண்டிருந்த இடம்.

கோடவுனின் ஆஸ்பெஸ்டாஸ் கூரையில் பதிக்கப்பட்டிருந்த கண்ணாடி வழியாக நிலவின் வெளிச்சம் உள்ளே லேசான கதிர்களாக இறங்கிக்கொண்டிருந்தது.

  தூண்டில் கயிறு

நரேந்திரன் கைகளை கோடவுனின் தரையில் ஊன்றி ஒரு ஜம்ப் செய்தான். மேலே வந்தான். சுபத்ராவை மேலேற்றிவிட்டான்.

கோடவுனின் கதவு மூடப்பட்டிருந்தது தெரிந்தது. கோடவுனில் யாருமில்லை. தூண்டில்கள் அத்தனையும் பேக் செய்யப்பட்டிருந்தன. பெட்டி பெட்டிகளாக வைக்கப்பட்டிருந்தன.

சில தூண்டில்கள் மட்டும் பேக் செய்யப்படாமல் இருக்க, அவற்றின் கயிறுகள் தரையில் பாம்பு போல் வளைந்து வளைந்து கிடந்தன.

"இதைத்தான் நரம்பு என்று சொல்வோம்" என்றாள் சுபத்ரா, அந்தத் தூண்டில் கயிறுகளைக் காட்டி. "இந்தக் கயிறுகளை உருவாக்க என்ன ஃபைபரை உபயோகப்படுத்தியிருக்கிறார்களோ, அதே ஃபைபரை உபயோகப்படுத்தித்தான் நாங்களும் டான்ஸ் ஆடும் நரம்பு செய்தோம்."

நரேந்திரன் பின்னந்தலையில் ஓங்கி மடேரென்று அடித்துக்கொண்டான்.

"என்ன நரேன்?" என்றாள் சுபத்ரா, பயந்துபோய்.

"நான் சரியான மடையன். தங்கச்சிலை நரம்பு என்றால் இந்தத் தூண்டில் கயிறுதான் என்று முன்னாலேயே ஸ்ட்ரைக் ஆகியிருக்க வேண்டாம்? நரம்பு, நரம்பு என்று ஆயிரம் தடவை சொல்லியும்கூட தங்கச்சிலை நரம்பு என்றால் இந்தத் தூண்டில் கயிறுதான் என்று எனக்குத் தோன்றாமல் போய்விட்டதே!"

"ஏன் அந்தக் கயிறுக்கு என்ன?"

"அதைத்தான் பார்க்கப் போகிறேன்."

நரேந்திரன் பாக்கெட்டிலிருந்து சாவிக்கொத்தை எடுத்தான். கத்தியைப் பிரித்தான். தூண்டில் கயிற்றை அறுத்தான். பென் டார்ச்சின் உதவியால் கயிற்றின் வெட்டுப்பட்ட பகுதியை ஆராய்ந்தான்.

தூண்டில் கயிற்றில் ஊசிமுனை அளவு மெல்லிய ஓட்டை இருந்தது. வாயில் வைத்து உறிஞ்சினான் நரேந்திரன். அவன்

முகம் பல பாவங்களைக் காட்டியது. வியப்பு, கோபம், சோகம், சந்தோஷம்.

"என்ன நரேன்?"

"உன்னுடைய பெரியப்பா ராஜபூபதி மகா மகா புத்திசாலி சுபத்ரா."

"என்ன சொல்கிறீர்கள் நரேன்?"

"தூண்டில் கயிற்றுக்குள் அதன் நீளத்துக்கு மிக நுண்ணிய சைசில் ஒரு டியூப் ஓடுகிறது, பார். ஓட்டையுடன் செய்து அதில் ஹெராயின் வைத்து அடைத்திருக்கிறார்."

"ஹெராயினா?" சுபத்ரா திடுக்கிடலுடன் கேட்டாள்.

"ஆமாம். போதை மருந்து. அதைத்தான் அவர் எக்ஸ்போர்ட் செய்கிறார்."

"மை காட். இதில் எவ்வளவு வைத்து எக்ஸ்போர்ட் செய்துவிட முடியும் நரேன்?"

"ஒரு கிலோ ஹெராயினுடைய விலை, அதன் தூய்மையைப் பொறுத்து மூன்று கோடியிலிருந்து ஐந்து கோடி ரூபாய் வரை இன்றைக்கு கள்ள மார்க்கெட்டில் விற்கிறது. இவ்வளவு தூண்டில் கயிறுகளிலும் ஹெராயின் கடத்தப்படுகிறது. ஒரு லாரி லோடுக்குக் குறைந்தபட்சம் இரண்டு கிலோ ஹெராயின் கடத்தலாம், சுபத்ரா."

"இல்லை, ஒன்றரை கிலோதான்" என்று திடீரென அந்தக் குரல் கேட்டது.

நரேந்திரன் தேள் போலத் திரும்பினான்.

அவன் நிழலாகத் தெரிந்தான். அவனுக்குப் பின்னால் வெளிச்சம். அந்தப் பின்னணியில் அவன் கையில் பற்றியிருந்த அந்த அரிவாள் மிகத் தெளிவாகத் தெரிந்தது.

எப்போது கோடவுன் கதவு திறந்தது? எப்போது அவன் வந்து நின்றான்?

  தூண்டில் கயிறு

நரேந்திரன் மார்பில் ஒளித்து வைத்திருந்த துப்பாக்கியை நினைத்தான். மார்பருகே கையைக் கொண்டு சென்றான்.

"வேண்டாம் நரேந்திரன்! என் அரிவாள் உன் துப்பாக்கியைவிட வேகமாகச் செயல்படும். துப்பாக்கி எடுத்தால் கையை இங்கிருந்தே அரிவாளை வீசித் துண்டாக்குவேன்."

நரேந்திரன் கையை அசைக்காமல் அப்படியே செயலற்று நின்றுவிட்டான். காரணம், அந்த அரிவாள் ஆசாமிக்குப் பின்னால் மேலும் இருவர் வந்து நின்றதுதான். இருவரில் ஒருவர் கையில் துப்பாக்கி இருந்தது.

"சபாஷ் நரேந்திரா! கடைசியில் ஹெராயின் விவகாரத்தைக் கண்டே பிடித்துவிட்டாய்" என்றது குரல்.

ராஜபூபதியின் குரல்!

"டேய், டிடெக்டிவ்... உன்னை வேலைக்கு வைத்ததே நான்தான். பேயைப் பற்றிக் கண்டுபிடித்து விரட்டு என்று சொன்னால், அதை மட்டுமே செய்துவிட்டுப் போகாமல், க்ளையண்ட்டின் மடியிலேயே கை வைக்கிறாயே!"

"பேயைப் பற்றி தோண்டி ஆராய வந்தால், புதிதாக பூதமே கிளம்புகிறதே!" என்றான் நரேந்திரன், நக்கலான சிரிப்புடன்.

"என்னம்மா சுபத்ரா கண்ணு, நீயும் இந்த வெத்துவேட்டு டிடெக்டிவோடு சேர்ந்து கூட்டணி அமைத்திருக்கிறாயா?"

சுபத்ரா வெடுக் என்று முகத்தைத் திருப்பிக்கொண்டாள்.

"டேய், டிடெக்டிவ்கிட்ட துப்பாக்கி இருக்குது பாரு. அதை எடு மொதல்ல. அப்புறம் அவன் பாக்கெட்ல சாவிக்கொத்து ஒண்ணு இருக்கும். அதையும் எடுத்துடு. கயிற்றையெல்லாம் ரொம்ப ஈஸியா அறுத்துக்குவான்" என்றபடி ராஜபூபதி, நரேந்திரனை அணுகினார்.

⌐◦⌐

30

'**க்**' என்று சுவிட்ச் தட்டப்பெற்று கோடவுன் முழுக்க விளக்கின் வெளிச்சம்.

"கடைசியில் எனக்கே எமனாக மாறிவிட்டாயே, டிடெக்டிவ். உனக்கு ஒன்று தெரியுமா? உன் ஏஜென்ஸியைச் சேர்ந்த ஜான்சுந்தரையும், அனிதாவையும் ஏற்கெனவே நான் பரலோகம் அனுப்பிவிட்டேன்."

நரேந்திரன் போலி அதிர்ச்சியை வெளிப்படுத்தினான்.

"நோ... நோ... நோ..." என்று கத்தினான்.

"யெஸ்... யெஸ்... யெஸ்... அவர்கள் சாம்பல்கூட உனக்குக் கிடைக்கப் போவதில்லை. சுபத்ராக்கண்ணு... ஆனந்தபூபதியோ அநாதைபூபதியோ அந்தக் தாடிக்காரப் பயல் உன் அண்ணன் போலிருக்கிறது. சுந்தரபூபதி இன்னொரு பெண்ணிடம் இந்த விளையாட்டு வேறு விளையாடி ஒரு சாட்சியை விட்டுவிட்டுப் போயிருக்கிறான் என்று இத்தனை நாள் நான்கூட நினைக்கவில்லை! அவனையும் ஒழித்துக் கட்டிவிட்டேன்."

"என்னையும் ஒழித்துக் கட்டிவிடுங்கள்."

"ச்ச்... அவசரப்படாதேம்மா! நீ சொன்னாலும் சொல்லாவிட்டாலும் அதுதான் நடக்கப் போகிறது. உயிலில் உங்கப்பன், நீ ஒரு வேளை செத்துப் போய்விட்டால் சொத்தெல்லாம் தர்மத்திற்குப் போக வேண்டும் என்று எழுதியிருந்தான் பார். அதை மாற்றக் கொஞ்சம் நாளாகிவிட்டது. உன்கல்யாணத்துக்கு முன்னாலேயே நீ விபத்திலோ, தற்கொலை செய்துகொண்டோ செத்துப் போனால் உன் பணமெல்லாம் உன் கார்டியனான என்னைச் சேரும் என்று உயிலை மாற்றி எழுதி இருக்கிறேன், சாட்சிகளின் கையெழுத்தோடு.

ஃபோர்ஜரி என்று ஒரு பயல் சொல்ல முடியாது. உன்னையும், இந்த நரேந்திரனையும் என்ன செய்யலாம்? டேய்... ஏதாவது சொல்லுங்கடா. என்ன செய்யலாம்? இவங்களத் தேடி இங்க ஆளு வரும், ஆனா கண்டுபிடிக்கவே கூடாது.”

“எஸ்டேட்டுல வெச்சு எதுவும் செய்ய வேணாம், மொதலாளி. நம்ப சரக்கு கப்பலுக்குத்தானுங்க போகப் போவுது. இவங்க இரண்டு பேரையும் பாறாங்கல்ல கட்டி சமுத்திரத்தில வீசிடலாங்க. பாதாளத்துல போய் சுறாவுக்கும், திங்கிலத்துக்கும் விருந்தாகட்டும்.”

“சபாஷ்டா, நாச்சியப்பா... ஒனக்குத்தான் இந்த மாதிரி ஐடியால்லாம் வரும். நரேன், இந்த நாச்சியப்பன் யார் தெரியுமா? அட்டகாசமாக அரிவாள் வீசத் தெரிந்தவன். அர்ச்சுனனுக்கு வில் எப்படியோ, அப்படி நாச்சியப்பனுக்கு அரிவாள். நாச்சியப்பனுக்கு மிக நன்றாகத் தெரிந்த இன்னொரு விஷயம் லாரி ஓட்டுவது. அநாயாசமாக ஓட்டுவான். யாரையாவது இடித்துச் சாகடிக்க வேண்டுமென்றால், ரோஜாவைக் கசக்குகிற மாதிரி செய்வான்.”

“ரஞ்சித்தை லாரி ஏற்றிக்கொன்றது இந்தப் பாவிதானா?”

“ஆமாம், கண்ணு. சொத்து என் கைக்கு வரணும்ன்னா, நான் சொல்ற பையனை நீ கல்யாணம் பண்ணிக்கணும். அதை விட்டுட்டு, நீ யாரையோ லவ் பண்ணினா? அதுவும் அவன் இந்த ஹெரொயின் எக்ஸ்போர்ட் ரகசியத்தை வேற கண்டுபிடிச்சிட்டான்.”

சுபத்ரா எரிக்கும் விழிகளால் அவரைப் பார்த்தாள்.

“உன்னையும், நரேனையும் பாறையுடன் சேர்த்துக் கட்டிக் கடலில் இறக்கிவிட வேண்டியதுதான். சுரா, கிரா கடித்து நீங்கள் மேலே பிணமாக மிதந்து வந்து கரையில் ஒதுங்கினால், 'ஐயோ என் பெண் இவனைக் காதலித்தாள். நான் கண்டித்தேன். அதனால் லெட்டர் எழுதி வைத்துவிட்டு ஓடிப் போனாள்' என்று கதறிக்கதறி ஒப்பாரி வைத்துவிட்டால் சரியாகப் போய்விடும். நீ எழுதுகிற மாதிரி ஒரு லெட்டரை உருவாக்க எனக்கு மூன்று நிமிஷமோ என்னவோ ஆகும். டேய் ரெண்டு பேரையும் கட்டுங்கடா.”

"மொதலாளி" என்றான் நாச்சியப்பன்.

"என்ன நாச்சியப்பா?"

"இந்த ஆளோட புல்லட் வண்டி நம்ப எஸ்டேட்ல இருக்குங்க."

"நெருப்பு வச்சிக் கொளுத்தி பாணா வுட்டுரலாம். எவனுக்குத் தெரியப் போவுது? கந்தன்சாவடியில் ஏற்கெனவே அநியாயத்துக்கு ஈகிள்ஸ் ஐ ஆளுங்க ரெண்டு பேர் உயிரை விட்டிருக்கானுங்க! இப்ப இவன்... போவட்டும்!"

"ஈகிள்ஸ் ஐ உன்னைச் சும்மா விடாது, ராஜபூபதி."

"டிடெக்டிவ்... ஒரு விதத்தில் உங்கள் ஈகிள்ஸ் 'ஐ' க்குத் தாங்க் பண்ண வேண்டும். ஜான்சுந்தர் தாடிக்காரனைக் கண்டுபிடித்து என்னிடம் சொன்ன பிறகுதான் நான் உஷார் ஆனேன். தாடிக்காரனை ஃபாலோ செய்ய என் ஆட்களை ஏவிவிட்டேன். தாடிக்காரன்தான் பேய் வேஷம் போட்டவன். அவன் எஸ்டேட்டின் இன்னொரு வாரிசு என்று தெரிந்தவுடன் ஒழித்துக் கட்டிவிட்டேன். இந்தச் சின்னப் பொண்ணு, என்னை அவ்வளவு அல்லாட வைத்துவிட்டது... ம்ஹ்ம்?"

நரேந்திரன் சுபத்ராவுடன் சேர்த்துக் கட்டப்பட்டான். கயிறு இறுக்கமாகப் பதிந்ததால் எரிச்சல். சுபத்ராவின் உடல்பட்டதால் சற்றே குளுமை என்று நரகத்தையும் சொர்க்கத்தையும் மாறி மாறி அனுபவித்துக் கொண்டிருந்தான் நரேந்திரன்.

"சுபத்ரா! நீ அந்த ரஞ்சித் பயலை லவ் பண்ணினாயே, அவனை அனுப்பிய இடத்திற்கே உன்னையும் அனுப்பிவிடுகிறேன். போ, போய்க் குடித்தனம் நடத்து. ஏன் நரேன்! எனக்கு ஒரு விஷயம்தான் தெரியவில்லை. நான் தூண்டில் கயிற்றில் ஹெராயின் வைத்துக் கடத்துவதை எப்படிக் கண்டுபிடித்தாய்? அதை மட்டும் சொல்லேன்."

"ரஞ்சித் டேனியல் வீரேந்திரகுமார்தான் சொன்னான்..."

ராஜபூபதி புருவங்களின் முடிச்சுக்களுடன் நரேந்திரனைப் பார்த்தார்.

"என்ன உளறுகிறாய்? அவன் உயிரோடு இருக்கும் போது ஒருநாள் தற்செயலாக நான் தூண்டில் கயிறில் ஹெராயின்

  தூண்டில் கயிறு

வைத்துக்கடத்துவதைக்கண்டுபிடித்துவிட்டான். அது எனக்குத் தெரிந்தவுடன் என்ன செய்தேன் தெரியுமா? தோகைமயில் கிராமத்திற்கு என் ஆட்கள் நான்கு பேரை அனுப்பிவிட்டேன். நான் ஸ்மக்கிள் பண்ணும் விஷயம் போலீசுக்குத் தெரிந்தால், அவனுடைய அப்பாவையும், தங்கையையும் அடுத்த விநாடியே தீர்த்துக் கட்டிவிடுவேன் என்று ரஞ்சித்திடம் சொன்னேன். அவனை ஆதாரம் எதுவுமின்றிக் கொல்ல நேரம் பார்த்தேன். சுபத்ராவை மீட் பண்ண வருவதைத் தெரிந்துகொண்டு நாச்சியப்பனை அனுப்பினேன். அவன் சாகும் வரை இந்த ரகசியத்தை வெளியில் சொல்லவில்லை என்று எனக்குத் தெரியும். யாருக்கும் லெட்டர் போடவில்லை. ஃபோனும் செய்யவில்லை. பிறகு எப்படி உன்னிடம் சொல்ல முடியும்?"

நரேந்திரன் சிரித்தான்.

"அது ரகசியமாகவே இருக்கட்டுமே ராஜபூபதி. இல்லை என்னை விட்டுவிடுகிறேன் என்று சொல். அந்த ரகசியத்தைச் சொல்லுகிறேன்."

"கொழுப்பு அடங்கவில்லை பார்த்தாயா? நாளை விடிகாலை இந்தத் தூண்டில் கயிறுகள் எல்லாம் கப்பலில் ஏறப் போகின்றன. அந்த லாரியில் உன்னையும் தூக்கிக்கொண்டு போகப் போகிறோம். கடல்நீரைக் குடித்ததில்லையே நீ? குடித்துப்பார். சுபத்ராவை லவ் பண்ணினாய் என்று நியூஸ் பரப்பினால் நிச்சயம் உன் வழுக்கை மண்டை முதலாளி நம்புவான். கடைசியாக ஒரு சிகரெட் பிடிக்கிறாயா? இல்லை கொஞ்சம் ஹெராயினை ருசி பார்க்கிறாயா?"

"தூ..." என்று உமிழ்ந்தான் நரேந்திரன்.

* * * * *

ஜான்சுந்தர் சுவரிலிருந்த எலக்ட்ரானிக் வாட்சைப் பார்த்தான்.

மணி இரவு பத்து முப்பது. அனிதா நகத்தைக் கடித்தாள். வைஜயந்தி நகத்தைக் கடித்தாள்.

ஜான்சுந்தர் இரண்டாவது பாக்கெட்டின் மூன்றாவது சிகரெட்டைப் பாழாக்கி இன்னொரு சிகரெட்டைப் பற்ற வைத்துக்கொண்டான்.

ஏன் இன்னும் நரேந்திரனிடமிருந்து எந்தத் தகவலும் வரவில்லை?

அவ்வப்போது செக் பண்ணியபோதெல்லாம், நரேன்ஃபோனின் லொகேஷனோ ராஜபூபதியின் எஸ்டேட்டையே காட்டியது.

இப்போது ஜான்சுந்தர் நரேந்திரனைத் தொடர்புகொள்ள முயன்றால்... 'வாடிக்கையாளர் தொடர்பு எல்லைக்கு வெளியிலேயே' இருப்பதாகஒருபெண்குரல்வெறுப்பேற்றியது.

பி.எஸ்.என்.எல். டெலிபோனை நாடினான். எஸ்டேட் நம்பரைச் சுழற்றினான், பத்தாவது முறையாக.

எதிர்முனையில் ஃபோன் அடித்துக்கொண்டேயிருந்தது, யாராலும் சிந்தப்படாமல்.

"ஒரு மனிதனுக்கு செல்ஃப் கான்ஃபிடன்ஸ் இருக்கவேண்டியதுதான். ஆனால் அளவுக்கு மீறி இருக்கக்கூடாது. ச்சே, போனானே என்ன செய்தான், ஒரு ஃபோன் அடித்து விவரத்தைச் சொல்லக் கூடாது? என்னவோ இன்றைக்கு இரவுக்குள் கேஸே முடிந்துவிடும் என்று வேறு சவால் விட்டிருக்கிறான்."

ஜான்சுந்தர் முணுமுணுத்தது, அனிதாவிற்கும் வைஜயந்திக்கும் தெளிவாகக் கேட்டது.

"நாம் போய்ப் பார்த்துவிட்டு வரலாம் ஜான்" என்றாள் வைஜயந்தி.

"நான் செத்துப் போனவனாகவே இருக்க வேண்டும் என்று தாஸ் சொல்லியிருக்கிறார் வைஜயந்தி" என்றான் ஜான்சுந்தர்.

"ஜான்சுந்தராகத்தானே போகக் கூடாது?" என்றாள், அனிதா.

"அதேதான் நானும் யோசித்துக்கொண்டிருந்தேன்" என்றான் ஜான்சுந்தர், உற்சாகம் நிறைந்த குரலில்!

தூண்டில் கயிறு

"அனிதா, நீயும் வைஜயந்தியும் இங்கேயே இருங்கள். நான் வேறு வேஷத்தில் நரேந்திரனைப் போய்ப் பார்த்து, உங்களுக்குத் தகவல் கொடுக்கிறேன்."

அனிதாவும் வைஜயந்தியும் அரை மனதுடன் ஒப்புக்கொண்டார்கள்.

அடுத்த முப்பதாவது நிமிடத்தில் சுமார் அறுபது வயது மதிக்கத்தக்க ஓர் ஆங்கிலோ இந்தியர் ஈகிள்ஸ் ஐயை விட்டு வெளியேறினார்.

அவர் வெளியே வந்த நேரம் மாருதி ஸ்விஃப்ட் டாக்ஸி ஒன்று ஷெட்டை நோக்கி, களைப்புடன் போய்க்கொண்டிருக்க, டாக்ஸியின் பாதையில் குறுக்கே விழுந்து அந்த டாக்ஸியை நிறுத்தினார்.

"என்னய்யா, வீட்ல சொல்லிகினு வந்துட்டியா?"

"மீட்டருக்கு மேல் எவ்வளவு கேட்டாலும் தருகிறேன். வண்டியை எண்ணூர் பக்கம் விடு."

"நூறு ரூபா கேட்டா?"

"ஓ.கே.ப்பா" என்றான் ஜான்சுந்தர்.

டாக்ஸி டிரைவர் ஒரு சல்யூட் வைத்தான். வண்டி சல்லென்று யூ டர்ன் எடுத்தது.

* * * * *

லாரியில் ஏற்றியிருந்த கள்ளிப்பெட்டிகளை வெளியில் நின்று திருப்தியுடன் பார்வையிட்டார் ராஜபூபதி.

"எல்லாம் ஏத்தியாச்சா?" என்றார்.

"ஆச்சுங்க."

"இப்பவே கிளம்புங்கடா. டிடெக்டிவையும், சுபத்ராவையும் நம்ம பாலவாக்கம் ஏரியா இருக்கில்லே. அதும் பக்கத்தில இருக்கிற பீச்சுல டிஸ்போஸ் பண்ணுங்க. எண்ணூர் ஏரியாவுலயே சாவடிச்சா எக்குத் தப்பா நம்ப மேல கை

வெச்சாலும் வெச்சிருவானுங்க. அதை முடிச்சவுடனே, நேரா ஹார்பர் கேட்டுக்கு வந்துடுங்க. கேட் வாசல்ல காலைல நிக்கற மொத வண்டி நம்ம வண்டியாத்தான் இருக்கணும். என்ன டிடெக்டிவ்? ரெடியா? போகலாமா? கடைசியா ஏதாவது ஆசை இருந்தா சொல்லு, நிறைவேத்த முடியுதா, பாக்கலாம்.''

''உன்னுடைய கடைசித் தோல்வியைப் பார்க்க வேண்டுமென்றுதான் என் ஆசை'' என்று வீம்புக்குச் சொன்னாலும், நரேந்திரன் தொய்ந்து போய் இருந்தான். கையில் கட்டுப்போடப்பட்ட இடத்தில் கயிறு இறுக்கிக் கொண்டிருந்ததால் ரத்தம் கசிந்துகொண்டிருந்தது.

''ஐயா...''

''என்ன நாச்சியப்பா?''

''சுபத்ராம்மா ஹாண்ட்பேக்கையும் கூடவே தூக்கிப் போட்டுருலாங்க. பொம்பளைங்க எங்க போனாலும் ஹாண்ட்பேக் இல்லாம போகமாட்டாங்க. இல்லன்னா அது வேற சந்தேகம் வரும்.''

''போ, ஓடு. ஹாண்ட்பேக் ரூம்லதான் இருக்கும். எடுத்துட்டு வா. அப்பப்ப இந்த ஐடியால்லாம் குடுக்கிற பாரு, அதுக்காகவே உனக்கு மாசாமாசம் சம்பளம் ஜாஸ்தி பண்ணச் சொல்றேன்.''

நாச்சியப்பன் எஸ்டேட் வீட்டை நோக்கி ஓடினான்.

ராஜபூபதி நின்றிருந்த நேரம் தன்னுடைய துப்பாக்கியை நீட்டி நரேந்திரன் மார்பை நோக்கிக் குறிவைத்தார்.

''க்ளையண்ட்டுக்கு எதிராவே மாறி துரோகம் பண்ற டிடெக்டிவைச் சுடலாம் போல் ஆசையாகத்தான் இருக்கிறது. ஆனால் உன் ஜாதகத்தில் தண்ணீரில் மூழ்கிச் சாக வேண்டும் என்றுதான் எழுதி இருக்கிறது. நடுவழியில் ஏதாவது விளையாடிப் பாரேன். நிச்சயமாகச் சுடப்பட்டுத்தான் செத்துப் போவே!''

நான்கு பேர் நரேந்திரனையும், சுபத்ராவையும் நெருங்கினார்கள். பல்லக்குத் தூக்குகிற மாதிரி அப்படியே தூக்கினார்கள். நீளமான

                                        தூண்டில் கயிறு

உடலுடன் நின்றிருந்த அந்த லாரியில் தூக்கிப் போடாத குறையாக நுழைத்தார்கள்.

"கதவை மூடிடலாமா தொரே?"

"நில்லு, நில்லு. நாச்சியப்பன் ஹாண்ட்பேக் கொண்டுவந்துரட்டும். அதையும் சேர்த்துப் போட்டுக் கதவைச் சாத்தலாம்."

நாச்சியப்பன் மூச்சிரைப்புடன் ஓடி வந்தான். அவன் கையில் சுபத்ராவின் ஹாண்ட்பேக்.

அதை லாரியில் வீசினான். ஹாண்ட்பேக் சுபத்ராவின் வயிற்றில் பட்டு அவள் மடியில் விழுந்தது.

"சாத்துங்கடா கதவை..."

⟫⟩⟨⟪

31

ராஜபூபதியும், அவரது கையாட்களும் பிஸியாக இருக்க...

அவர்கள் இருந்த இடத்திலிருந்து பத்தடி தூரத்தில் ஃபாக்டரி கோடவுனின் சுவரை ஒட்டி ஒரு மரம் தந்த இருட்டு நிழலில் ஜான்சுந்தர் நின்றிருந்தான்.

ராஜபூபதியின் அத்தனை வார்த்தைகளும் துல்லியமாக அவன் காதில் விழுந்தன. பதற்றத்தில், அவனது ஆங்கிலோ இந்திய முகம் மேலும் சுருக்கங்களை உருவாக்கியது.

ஜான்சுந்தர் மொபைலை எடுத்தான். அதன் திரை ஒளியிழந்திருந்தது. பாடாவதி ஃபோன். சுத்தமாக சார்ஜ் நிற்பதேயில்லை. மொபைலைத் தரையில் மோதி உடைக்கலாமா என்று எழுந்த எண்ணத்தைச் சிரமப்பட்டு அடக்கிக்கொண்டான்.

அங்கிருந்து விலகி வேறு இருட்டான பாதையில் எஸ்டேட் வீட்டை நோக்கி ஓடினான். வீட்டை நெருங்கியபோது நாச்சியப்பன் சுபத்ராவின் ஹாண்ட்பேகுடன் எஸ்டேட் வீட்டிலிருந்து விலகி லாரியை நோக்கி விரைந்துகொண்டிருக்க...

ஜான்சுந்தர் வீட்டினுள் பாய்ந்தான்.

ஹாலில் விளக்கு நைட் வாலிபால் ஆட்டத்திற்காகப் பொருத்தப்பட்ட ஃபோகஸ் விளக்கு போல் எரிய, "இந்தாய்யா..." என்று மிரட்டலான ஒரு குரல் கேட்டது.

ஜான்சுந்தர் தரையில் ஷூக்காலைத் தேய்த்து ப்ரேக் அடித்து நின்று திரும்பிப் பார்த்தான்.

ராஜபூபதியின் விசுவாச அடியாள் நின்றிருந்தான். மிஸ்டர் மெட்ராஸ் போட்டியில் கலந்துகொண்டால் அவன்தான் வெற்றி பெறுவான் என்பது போல உடல்வாகு.

ஜான்சுந்தருக்கு யோசிக்க நேரமில்லை. அவன் நின்றிருந்த இடத்திற்குப் பக்கத்தில் அழகுக்காக ஆளுயர பித்தளை குத்துவிளக்கு ஒன்று இருக்க, அதை இரண்டு கைகளாலும் பற்றித் தூக்கினான். தலைக்கு மேல் உயர்த்தி காற்றில் ஒரே வீசு வீசினான்.

குத்துவிளக்கு அவனுடைய உடலில், தலையில் பட்டது. சத்தமின்றி அவன் தரையில் சாய்ந்தான். ஜான்சுந்தர் டெலிபோனை நோக்கி ஓடினான். வெறிபிடித்தவன் போல் ரிசீவரை எடுத்து டயலைச் சுற்றத் தொடங்கினான்.

அந்த லாரி எஸ்டேட் தங்கச்சிலை ஃபாக்டரி கோடவுன் வாசலிலிருந்து மெல்ல புறப்பட்டது. எஸ்டேட்டின் கேட்டை நோக்கி நகரத் தொடங்கியது.

பன்னிரண்டு சக்கரங்களுடன் கூடிய லாரியின் ஸ்டியரிங் வீலில் நாச்சியப்பன் இருந்தான். லாரி இன்ஜின் பாகம் வரை தனியாக இருந்தது. லோடு ஏற்றப்பட்ட பகுதி பின்னால் தனியாக இணைந்திருந்தது. கிட்டத்தட்ட முப்பதடி நீள ட்ரெய்லர். ஸ்டியரிங்கை மெதுவாகத் திருப்பிய போது லாரியின் முன்பாகம் மட்டும் முதலில் திரும்ப, அதனுடன் இணைக்கப்பட்டிருந்த கன்டெய்னரும் திரும்பியது.

கன்டெய்னரின் உள்ளே நரேந்திரனும், சுபத்ராவும் ஒருமுறை உருண்டு ஏதோ ஒரு கள்ளிப்பெட்டி மீது மோதிக்கொண்டார்கள்.

ராஜபூபதி தன்னுடைய ஃபாரின் காரையெல்லாம் விட்டு விட்டு ஓர் அம்பாஸிடரில் உட்கார்ந்திருந்தார். அவரே ஸ்டியரிங்கைப் பிடித்திருந்தார். லாரி நகர்ந்ததும் அம்பாஸிடரை அதன் பின்னால் உருட்டினார்.

ஜான்சுந்தர் எஸ்டேட்டில் முன்பு ஆனந்தபூபதியைத் தொடர்ந்து பிரதான சாலைக்கு வந்து சேர்ந்த இடத்தை நெருங்கினான். அவனுக்கு உடலில் எல்லா ஓட்டைகளிலிருந்தும், மூச்சு விட வேண்டும் போல் இருந்தது.

டாக்ஸியின் டிரைவர் பீடி பிடித்துக்கொண்டிருந்தான்.

ஜான்சுந்தரைப் பார்த்ததும், "இன்னா பெரீவரே, வயசான காலத்தில் இந்த ஓட்டம் ஓடி வரே?"

ஜான்சுந்தர் காரில் ஏறினான். கதவை அறைந்து சாத்தினான். "எடு எடு. வண்டியை எடு. ஹெ... ஹெ..."

அவன் பரபரப்பைப் பார்த்து டிரைவர் பீடியை வீசி எறிந்துவிட்டு, வண்டியை உசுப்பினான்.

டாக்ஸி சுற்றிக்கொண்டு எஸ்டேட் வாசலுக்கு வந்து சேர்ந்தபோது, அதன் இரும்புக் கதவு டர, டர என்று நகர்ந்து திறக்க, லாரி கேட்டைக் கடந்து சாலைக்குள் நுழையும் பாதையில் வந்துகொண்டிருந்தது.

லாரிக்கு நேர் எதிரே வந்து லாரியின் பாதையை டாக்ஸி மறைத்த வேளையில், "ஸ்டாப்" என்று கத்தினான் ஜான்சுந்தர்.

டிரைவர் பிரேக்கின் மீது ஏறி நிற்க, கார் ஒரு குலுங்கு குலுங்கி லாரியின் பாதையில் நின்றது.

குறுக்கில் வந்த காரைப் பார்த்து, நாச்சியப்பன் ப்ரேக் அடித்து, லாரியை நிற்க வைத்தான். லாரியின் ஜன்னல் வழியே எட்டிப் பார்த்தான்.

"யோவ் எடுய்யா, வண்டியை!"

"எடுக்காதே... எடுக்காதே..." என்று முணுமுணுத்துக்கொண்டே ஜான்சுந்தர் வண்டியிலிருந்து கீழே இறங்கினான்.

லாரியின் ஹெட்லைட் வெளிச்சம் அவனுடைய மொத்த உருவையும் காட்ட, ஜான்சுந்தர் டிரைவரைப் பார்த்தான்.

"தங்கச்சிலை எஸ்டேட் இதுதானே?"

"ஆமா, என்னா இப்ப...?"

"என் மருமகன் ஜான்சுந்தர் எஸ்டேட்டுக்கு ஏதோ வேலை விஷயமாய் வந்திருக்கிறான். அவனை அர்ஜெண்டாகப் பார்க்க வேண்டும். நாளைக் காலை எனக்கு அறுபதாவது பிறந்த நாள் விழா. கூட்டிக்கொண்டு போகலாம் என்று வந்திருக்கிறேன்."

                          தூண்டில் கயிறு

ஜான்சுந்தரின் ஒரே நோக்கம் நேரத்தை எவ்வளவு முடியுமோ, அவ்வளவு கடத்துவதுதான்.

ஜான்சுந்தர்! அந்தப் பெயரைக் கேட்டதும் நாச்சியப்பன் உஷாராகி விட்டான். நேற்றிரவு கந்தன் சாவடியில் எரிக்கப்பட்டு, சாகடிக்கப்பட்டவன் அல்லவா? இந்த மனிதன் எங்கே திடீரென்று அவனைத் தேடிக்கொண்டு வந்திருக்கிறான்?

"அப்படி யாரும் இல்லையய்யா. போ... போ... முதல்ல காரை எடுக்கச் சொல்லு."

"மாட்டேன். என் மருமகன் இங்கேதான் வந்திருக்கிறான். ஜான், என் ராஜா... உன்னைப் பார்க்க விடமாட்டேன் என்கிறார்களே."

"பெரியவரே... முதலில் காரை எடுக்கச் சொல். உன் மருமகனை உள்ளே போய்த் தேடிப்பார். நான் போக, வழிவிடு."

"முடியாது. என் மருமகனை வெளியே கூட்டி வந்து விட்டுவிட்டு அப்புறம் நீ போ. அதுவரை லாரியை எடுக்கவிட மாட்டேன்."

நாச்சியப்பனுக்குத் திடீர் என்று அபரிமிதமான கோபம் வந்தது.

"எடுக்கச் சொல்ல மாட்டே?"

ஜான்சுந்தர், "ம்ஹூம்" என்று தலையை ஆட்டி விட்டு மாருதி ஸ்விஃப்ட்டின் பானட்டில் ஏறி உட்கார்ந்தான். கால் மேல் கால் போட்டுக்கொண்டான்.

நாச்சியப்பன் சடாரென்று ரிவர்ஸ் கியரைப் போட்டான். லாரியை லேசாகப் பின்னால் நகர்த்தினான். சக்கென்று கியரை மாற்றி ஆக்ஸிலேட்டரை அழுத்தினான்.

ஜான்சுந்தர் கொஞ்சமும் எதிர்பார்க்காத ஒரு செயல். அவன் பானட்டில் இருந்து எகிறினான். லாரி ஒரு மாதிரி திரும்பி டாக்ஸியின் பின்பாகத்தில் இடி இடித்தது.

மாருதி அந்தரத்தில் இரண்டு சக்கரங்களையும் உயர்த்தி ஒரு முறை புரண்டது. அடுத்த முறை புரள முடியாமல் இரண்டு சக்கர ஆதாரத்துடன் நாற்பத்தைந்து டிகிரி சாய்மானத்தில் அது

நிற்க, அதன் டிரைவர், "ஐயோ, ஐயோ" என அலறிய வண்ணம் ஒருமுறை புரண்டு நிமிர்ந்தான்.

"பெரியவரே! உன் மருமகனை உள்ளே போய்த் தேடு. மேலே ஏதாவது பேசணும்னா காலையில வா" என்றான் நாச்சியப்பன். லாரி முழுவதுமாக பிரதான சாலையில் வளைந்து திரும்பி வேகம் பிடித்து சென்னையை நோக்கி விரைந்தது.

ஜான்சுந்தர் திகைத்தான். மாருதி ஸ்விஃப்ட்டை அணுகி அதன் கதவைத் திறந்து, கதறிய டிரைவரை வெளியே இழுத்தான்.

"ஐயோ... என் காரு... கார் போய்ட்டிச்சே... போய்ட்டிச்சே..."

"ஷ்..." என்றான் ஜான்சுந்தர். "உனக்கு எவ்வளவு செலவு ஆகுமோ அத்தனையும் கொடுக்கிறேன், காரை நிமிர்த்து" என்றான்.

இருவருமாகக் காரை நிமிர்த்திய நேரத்தில் எஸ்டேட் எல்லையிலிருந்து அம்பாஸிடர் வெளிப்பட்டது. ராஜபூபதி ஒருக்களித்திருந்த மாருதியையும், அதை நிமிர்த்திக்கொண்டு இருந்த ஜான்சுந்தரையும், டிரைவரையும் லட்சியம் செய்யாமல் லாரி பின்னால் விர்ரென்று விரைந்தார்.

லாரி குலுங்கியதில் நரேந்திரனும், சுபத்ராவும் மோதிக்கொண்டார்கள். பக்கத்தில் இருந்த கள்ளிப் பெட்டிகள் மோதி மோதி இருவருக்கும் மூட்டுக்கு மூட்டு வலித்துக் கொண்டிருந்தது.

"நரேன்" என்றாள் சுபத்ரா.

"ம்..." என்றான் முனகலாய்.

"இப்படியே போய் உயிரை விடுவதாக உத்தேசமா?"

"எங்...கே" என்று இழுத்தான் நரேந்திரன். "என் சாவிக்கொத்தைக்கூட அபேஸ் பண்ணிவிட்டார்கள். அது இருந்தாலாவது கத்தியை எடுத்து கயிற்றை அறுத்திருக்கலாம்! ஏதாவது ட்ரை பண்ணிப் பார்த்திருக்கலாம்."

"அதிர்ஷ்டம் நம் பக்கம் இருக்கிறது நரேன்."

　　　　　　　　　　　　தூண்டில் கயிறு

"புரியும்படியாகச் சொல். நான் ஒன்றும் கேட்கிற நிலைமையில் இல்லை."

"என் கைப்பை இருக்கிறதில்லையா?"

"ஸோ வாட்?"

"அதில் கொஞ்சம் பாஸ்பரஸ் வைத்திருக்கிறேன். ஒரு பாட்டில் தண்ணீரில். அதை மட்டும் எடுத்தால் போதும். கயிற்றை எரித்து அறுக்கலாம்."

"ஜான்சி ராணி என்றால் நீதான் ஜான்சிராணி. ஹாண்ட்பேகை அவர்கள் செக் பண்ணவில்லை?"

"பண்ணினார்களே. கத்தி, பிளேடு இருக்கிறதா என்று பார்த்தார்கள். இல்லை. பாட்டிலையும் அதில் இருந்த தண்ணீரையும் ஏதோ மேக்கப் சமாச்சாரம் என்று நினைத்துவிட்டார்கள்."

"வெரிகுட். ஹாண்ட்பேக் எங்கே?"

"என் மடியில்."

"வெரி வெரி குட். நான் ஒன், டூ, த்ரீ சொல்கிறேன். த்ரீ சொன்னவுடன் அப்படியே ஒருதடவை ரைட் சைட் புரளுவோம். ஹாண்ட்பேக் மடியிலிருந்து தரைக்கு வந்துவிடும். அப்புறம் மிச்சத்தை நான் பார்த்துக் கொள்கிறேன்! ஒ.கே?"

"ஒ.கே."

"ரெடி... ஒன்... டூ... த்ரீ."

ஹாண்ட் பேக் சுபத்ராவின் வலப்பக்கம் மடியிலிருந்து இருந்து நழுவி விழுந்தது. நரேந்திரன் லேசாகத் திரும்பி, பின்னால் கட்டப்பட்டிருந்த கையால் ஹாண்ட்பேகைப் பற்றினான். அதன் ஜிப்பைப் பற்றி இழுத்தான். ஹாண்ட்பேகிற்குள் விரலை நுழைத்துத் துழாவினான். பாட்டில் விரலில் நெருடியது. அதன் கழுத்தைப் பிடித்தான். வெளியே எடுத்தான்.

"பாட்டில் என் கையில்" என்றான், ஜனகராஜ் நடித்த ஏதோவொரு தமிழ்த் திரைப்படத் தலைப்பு போல்.

"கார்க்கை வெளியே எடுத்துத் தண்ணீரையும் கொட்டுங்கள். பாஸ்பரஸ் தானாகக் கீழே விழுந்து எரியும்."

"உத்தரவு" என்றான். கார்க்கை அகற்றி நீரைக் கவிழ்த்தான்.

காத்திருந்தார்கள். ஒரு வினாடி, இரண்டு வினாடி, மூன்று வினாடி.

"அவ்வளவுதானா, பாஸ்பரஸ் எரியாதா என்ன?" என்று நரேந்திரன் கேட்ட அதே நொடியில் பின் கையில் சூடுபட்டது. கன்டெய்னர் முழுக்க அரை வெளிச்சம்.

"ஆ..." என்று அலறினாள்.

கழுத்தை எவ்வளவு முடியுமோ அவ்வளவு திருப்பி, நெருப்புக் கொழுந்துக்கு நேர் மேலே கட்டப்பட்ட நைலான் கயிறு பொருந்துகிற மாதிரி பொருத்த முயன்றான் நரேந்திரன்.

'பட்.'

அந்த ஒலி, உலகத்திலேயே மிக உன்னதமான, சிறந்த சங்கீதம் போல் கேட்டது, நரேந்திரனுக்கு.

கைகளைப் பரபரவென்று விடுதலை செய்தான். அடுத்த நிமிடம் இருவரும் சுதந்திரமாக இருந்தார்கள்.

லாரி இன்ஜினின் மிகச் சீரான 'விர்' உள்ளே கேட்டுக்கொண்டிருக்க, நரேந்திரன் ஒரு முறை கைகளைத் தட்டினான். தட்ட முடிந்தது.

"சுபத்ரா" என்றான், வெகு மகிழ்ச்சியான குரலில்.

பாஸ்பரஸ் அணைந்திருந்தது. மறுபடி இருட்டு சூழ்ந்து இருந்தது.

"என்ன?"

"நிஜமாகவே ஃப்ரீயாகிவிட்டோம். தாங்க்ஸ் ஃபார் யுவர் பாஸ்பரஸ். நான் முயற்சி செய்து பார்க்கப் போகிறேன். இப்போதே லாரியை நிறுத்துவதுதான் நல்லது. பீச்சாங்கரைக்குப் போய்விட்டால் அங்கே கும்பலே காத்திருக்கும். நான் இருக்கும்

   தூண்டில் கயிறு

நிலைமைக்கு அதீதமான ஸ்டண்ட் வேலைக்கெல்லாம் பாடி தாங்காது போல் தெரிகிறது.''

''ஓ.கே. பெஸ்ட் ஆப் லக்.''

''ச்சே... இந்த மாதிரி ஒரு டைம்லி ஹெல்ப் செய்ததற்கு...''

''செய்ததற்கு?''

''உனக்கு ஒரு கிஸ் கொடுத்துப் பாராட்டைத் தெரிவிக்க வேண்டும் போல் இருக்கிறது. தங்கைக்கு அண்ணன் கொடுக்கும் கிஸ் என்று வைத்துக்கொள்ளேன்.''

''ம்... ம்...'' என்று போலியாக அதட்டும் குரலை வெளிப்படுத்தினாள் சுபத்ரா.

''அட, உன் புறங்கையில் சுபத்ரா. எங்கே உன் கையைக் காட்டு.''

''போனால் போகிறது. இந்தாருங்கள்! ஐயோ... அது கன்னம். கை இங்கே இருக்கிறது.''

''ஸாரி... ஸாரி...'' என்று நரேந்திரன் அந்தக் கையைப் பற்றினான். மிருதுவான, மென்மையான, ரோஜாவான கை. புறங்கையில் உதடுகளின் ஈரம் பட முத்தமிட்டான்.

''ஸ்...'' என்றாள் சுபத்ரா.

''என்ன சுபத்ரா?''

''பாஸ்பரஸ் சூடுபட்ட எரிச்சல். ஒரு வேளை தப்பித்தோம் என்று வைத்துக் கொள்ளுங்கள். இந்த முத்த விவகாரத்தை நிச்சயம் வைஜயந்தி அண்ணியிடம் சொல்லப் போகிறேன்.''

''தப்பிக்கத்தான் போகிறோம். கன்டெய்னரின் கதவை 'ஃப்ளூ' என்று ஊதியே திறந்துவிடுவேன்'' என்று நரேந்திரன் எழுந்தான்.

* * * * *

லாரி சீரான ஐம்பது கிலோ மீட்டர் வேகத்தில் சென்றுகொண்டிருந்தது.

முப்பது மீட்டருக்குப் பின்னால் அம்பாஸிடர். அம்பாஸிடருக்கு ஐம்பது மீட்டருக்குப் பின்னால் ஒரு பக்கம் முழுக்க நசுங்கிய மாருதி ஸ்விஃப்ட் உயிரைக் கையில் பிடித்துக்கொண்டு, இருமி, இருமி முன்னேறிக் கொண்டிருந்தது.

"உன் ஃபோனைக் கொடு டிரைவர்."

டிரைவர் பாக்கெட்டுகளில் ஃபோனைத் தேடி, கிடைக்காமல் டென்ஷனானான்.

"யோவ், லாரி மோதித் தூக்கிச்சில்ல, ஃபோன் எங்கியோ விழுந்திருச்சு."

"அதைக் கண்டுபிடித்துவிடலாம்."

"கண்டுபிடிச்சாலும் அதுல அவுட்கோயிங் இல்ல. துட்டு கட்டலனு நிப்பாட்டிட்டாங்க."

"யேசுவே!"

"நானும் எத்தினியோ கடவுள் பேரைக் கூப்புட்டுப் பாத்துட்டேன். எந்த சாமியும் ரீசார்ஜ் பண்ண மாட்டேன்னுது" என்று புலம்பிக்கொண்டே, நசுங்காத பக்கத்தில் ஓர் ஓரமாக ஒண்டிக்கொண்டு, டிரைவர் மாருதியைச் செலுத்திக்கொண்டிருக்க, பின்சீட்டின் ஓரத்தில் ஜான்சுந்தர் ஒண்டிக் கொண்டிருந்தான்.

"விடாதே... ஆக்ஸிலேட்டரை அமுக்கு..." என்று பரபரத்த ஜான்சுந்தர் திடீரென்று, "நிறுத்து... நிறுத்து..." என்று கத்தினான்.

⚬

     தூண்டில் கயிறு

32

மாருதி ஸ்விஃப்ட்டின் டிரைவர் படு டென்ஷனானான்.

"யோவ் பெரீவரே... என் வண்டிய காய்லான் கடைக்குத்தான் அனுப்பப்போறே நீ! ஃபீடா ஓட்டுன்ற... சடன்னா பிரேக் அடின்றே..."

"அங்கே ஒரு பப்ளிக் பூத் இருந்தது. சரி, அடுத்த பூத்திலாவது நிறுத்து. அர்ஜென்ட்டாக ஒரு ஃபோன் செய்ய வேண்டும்" என்றான் ஜான்சுந்தர், தவிப்பாக.

* * * * *

நரேந்திரன் முகத்தில் குப்பென்று காற்றும், ஒளியும் ஒருசேரப் பட்டன.

கன்டெய்னரின் விளிம்பில் அரை அடிக்குத் தகடு நீட்டிக்கொண்டிருக்க, கதவைத் திறந்து வெளிப்பட்டு அந்த ஸ்டீல் தகட்டின் மீது காலை வைத்து நின்றான். கன்டெய்னரின் கதவைச் சாத்தினான்.

காற்று பிய்த்து எறியும் போலத் தாக்கியது. கைகளால் வலுவாக மேற்புறத் தகடுகளைப் பற்றினான். காலைக் கதவிலிருந்த ஒரு ஸ்டீல் குமிழில் ஊன்றினான். 'உப்' என்று மூச்சைப் பிடித்து எம்பினான். கன்டெய்னரின் கூரையில் அவன் உடல் இருந்தது.

ராஜபூபதி தன் கண்களையே நம்ப முடியாமல் பார்த்தார்.

காரின் ஹெட்லைட் வெளிச்சத்தில் நரேந்திரன் லாரி கன்டெய்னரின் விளிம்பில் நிற்பதைப் பார்த்தவுடன் ஒரு செகண்ட் அமராவதி பேய் சமாச்சாரம் போல, இதுவும் பேய் சமாச்சாரம் என்றுதான் அவருக்குத் தோன்றியது.

நரேந்திரன்தான் என்று தெரிந்ததும் "மை காட்" என்றார். டாஷ் போர்டில் வைத்திருந்த துப்பாக்கியை எடுத்தார். ஒரு கையால் ஸ்டியரிங்கைப் பிடித்துக்கொண்டு மறுகையால் துப்பாக்கியை வெளியே நீட்டிப் பிடித்து சுட்டார்.

ட்புக்.

சைலன்ஸர் பொருத்தப்பட்ட துப்பாக்கி சத்தம் அதிகமின்றி, குண்டை உமிழ்ந்தது.

"ஸ்டெப் ஆன் இட் - மிதி" என்றாள் வைஜயந்தி.

அனிதா ஹோண்டா சிட்டியின் ஆக்ஸிலேட்டரில் காலை வைத்து மேலும் அழுத்தினாள். டாக்டர் ராதாகிருஷ்ணன் சாலையில் வந்து கொண்டிருந்தார்கள். நேர் எதிரே காந்தி சிலை. கார் தொண்ணூறு கி.மீ. வேகத்தில் காந்தி சிலையை நெருங்கிக்கொண்டிருந்தது.

"ஜான் என்ன சொன்னான் அனிதா? இன்னொரு தரம் சொல்" வைஜயந்தி மகா பதற்றமாய்க் கேட்டாள்.

"நரேனை சுபத்ராவுடன் கட்டி ஒரு லாரியில் ஏற்றியிருக்கானாம் அந்த ராஜபூபதி. லாரி நம்பர் 9995. ஜான் அந்த லாரியைத் தடுக்க முயற்சி செய்து காரையே லாரி நசுக்கிவிட்டதாம். ஆனாலும், லாரியைத் தொடரப் போகிறேன் என்று சொல்லியிருக்கிறான். லாரி பாலவாக்கம் போகிறதாம். அங்கே நரேனையும், சுபத்ராவையும் பாறை வைத்துக் கட்டி கடலில் எறிய ப்ளானாம். கூடிய வரை பீச் ரோடிலேயே வரச் சொல்லியிருக்கிறான் ஜான்."

"அனிதா லுக் அவுட்..." வைஜயந்தி அலறினாள்.

காந்தி சிலை எதிரில் அந்த நீளமான லாரி காமராஜர் சாலையில் சீறிப் பாய, லாரியின் டிரைவர் நாச்சியப்பன் அனிதாவின் காரைத் தவிர்க்க இடப்பக்கம் லாரியைச் செலுத்திச் சீராக்கினான்.

லாரி திடீரென வளைந்ததில் நரேந்திரன் அதன் கூரையில் இருந்து பிடிமானம் இல்லாமல் பிய்த்து எறியப்பட இருந்தான். நரேந்திரன் வெகு முயற்சி செய்து, கன்டெய்னரைக் கட்டியிருந்த இரும்புக் கயிற்றைப் பிடித்துக்கொண்டு, கை எறிய எறிய

   தூண்டில் கயிறு

கூரையில் பல்லி போல் ஒட்டிக்கொண்டான். காதருகே 'விஷ்க்' என்று எதுவோ சீறிச் சென்றது. ராஜபூபதியின் தோட்டா.

'ச்சே...' என்று சலித்துக்கொண்டார் ராஜபூபதி.

குண்டு காற்றில் விரயமாகிவிட்டது. இன்னொரு முறை சுடுவதற்கு அவர் தயாரானார். அப்போதுதான் அந்த ஹோண்டா சிட்டி ராதாகிருஷ்ணன் சாலையில் இருந்து நேர் செங்குத்தாக வந்து ரேஸ்கோர்ஸில் திரும்புவதுபோல் திரும்பியது.

"பாஸ்டர்ட்ஸ்" என்றபடி ராஜபூபதி பிரேக்கின் மீது ஏறி நின்றார்.

'க்ரீச்' ஒலியுடன் அம்பாஸிடர் இடப்பக்கம் வளைந்து தேய்ந்து நின்று, மறுபடி கிளம்பியது.

அம்பாஸிடருக்குப் பின்னால் விரட்டிக்கொண்டு வந்துகொண்டிருந்த ஸ்விஃப்ட்டின் டிரைவர் அம்பாஸிடர் சரக்கென்று நின்றதைப் பார்த்து காரைக் கடைசி விநாடியில் வலப்பக்கம் வளைத்து அம்பாஸிடரை ஓவர்டேக் செய்தான்.

"துப்பாக்கி வைத்திருக்கான்யா" என்று ஜான்சுந்தர் கத்தினான்.

"யாரு சார்?"

"போ... நிற்காதே... நீ போ."

"இன்னா சார், வண்டியும் தேறாது, நாமளும் தேற மாட்டோம்னு சொல்றியா? யாரு சார் நீ? இந்நேரம் வூட்டுல பொண்டாட்டிகூட தூங்கினு இருக்கவேண்டியவன் நான். சில்லறைக்கு ஆசப்பட்டு..."

"புலம்பாதே, போ... உனக்கு இரண்டு ஸ்விஃப்ட் வாங்கித் தருகிறேன்."

"அனிதா அங்கே பார்... அங்கே பார்..."

வைஜயந்தி க்ரீச்சிட்டாள். "அதே லாரிதான். 9995."

"மை காட்... லாரியின் கன்டெய்னர் மேலே பார்."

"நரேன்" என்று மூச்சை இறுகப் பிடித்தாள் வைஜயந்தி.

நரேந்திரன் கன்டெய்னரின் கூரை மீது படுத்துக்கொண்டு இன்ச் இன்ச்சாக முன்னேறினான்.

கடற்கரை சாலை முழுக்க சோடியம் விளக்குகள் தங்க மஞ்சளாக ஒளிர்ந்தன.

ஜான்சுந்தர், "அந்த லாரியை ஓவர்டேக் பண்ணுய்யா."

"இந்த டப்பாவை வெச்சிக்கிட்டா?"

"பாடிதான் நசுங்கியிருக்கு. இஞ்சின் பவர் அள்ளும். உன் காரின் பலம் உனக்குத் தெரியாது. அது அனுமார் மாதிரி, மிதி."

டிரைவர் மிதித்தான்.

ஸ்விஃப்ட் வேகமாக ஹோண்டா சிட்டியை ஓவர்டேக் செய்தது.

லாரியை ஓவர்டேக் செய்யும் சமயம் கச்சேரி சாலையிலிருந்து இன்னொரு கார் கடற்கரைச்சாலைக்குள் குப்பென்று நுழைந்தது.

ராம்தாஸ்!

'உப்' என்று ஒரு பெருமூச்சுவிட்டார். வழுக்கையைத் தடவிக்கொண்டார்.

ராம்தாஸ் நசுங்கிப் போன ஒரு மாருதியை மயிரிழையில் தவிர்த்து வலது புறம் திரும்ப, ஹோண்டா சிட்டி க்ரீச்சிட்டது. அம்பாஸிடர் க்ரீச்சிட்டது.

'அட' என்று வியந்தார் ராம்தாஸ். 9995. ஜான்சுந்தர் ஃபோனில் தகவல் சொன்ன அதே லாரி. லாரியின் சைடில் சென்ற ஸ்விஃப்ட்டை உற்றுப் பார்த்தார்.

ஜான்சுந்தர் ஜன்னல் வழியே வெள்ளைக் கர்ச்சீப்பை ஆட்டினான்.

ராம்தாஸ் பதிலுக்கு ஹாரனை அழுத்திவிட்டு ஆக்ஸிலேட்டரை மிதித்தார்.

"தாஸும் வந்துவிட்டார் வைஜ்."

அனிதா மகா வியப்புடன் கியர் மாற்றி ஆக்ஸிலேட்டரை அழுத்தினாள்.

தூண்டில் கயிறு

ராஜபூபதி ஏதோ அரசியல் ஊர்வலம்போல் திடீர் திடீர் என்று சேர்ந்துகொண்ட அந்தக் கார்களில் இருந்தவர்களின் அடையாளம் தெரியாமல் தடுமாறினார்.

சென்னை சாலைகளில் ஏதாவது ரேஸ் விடுகிறார்களா என்ன?

நரேந்திரன் கன்டெய்னரின் மறுமுனையை அணுகினான். அங்கிருந்து மிக மெதுவாக கீழே இறங்க முயன்றான். லாரியின் என்ஜின் பாடிக்கும், கன்டெய்னருக்கும் இடையில் கிட்டத்தட்ட இரண்டடி இடைவெளி இருந்தது.

லாரி பேயாகப் பறந்தது. காற்று நரேந்திரனின் கழுத்தைத் தனியாகக் கழற்றிவிடும் ஆவேசத்துடன் உதறிக்கொண்டிருக்க, அவன் மிக எச்சரிக்கையாக பிடிப்பைத் தேடிக் கீழே காலை விட்டுத் துழாவினான்.

லாரி பட்டினப்பாக்கம் தாண்டி அடையாறு முகத்துவாரத்தில் நுழைந்திருந்தது. லாரியின் இரண்டு பக்கங்களிலும் இரண்டு மாருதிகள்.

நாச்சியப்பன் குழம்பினான். வலப்பக்க மாருதி டாக்ஸி நசுங்கலுடன் மறுபடி உருண்டு வந்துகொண்டிருப்பது ஓர் ஆச்சரியம். இடப்பக்கம் இன்னொரு மாருதி.

லாரியை இடிக்கும் நோக்கத்துடன் இரண்டு மாருதிகளும், மில்லிமீட்டர் மில்லிமீட்டராக லாரியை நெருங்க, நாச்சியப்பன் ஆக்ஸிலேட்டரை அழுத்தினான்.

அடையாறு திருப்பத்தில் ராம்தாஸ் சடாரென்று வளைத்து பெட்ரோல் பங்க் பக்கமாகப் போய் முன்னேற, ஜான்சுந்தர் ஏறியிருந்த டாக்ஸியின் டிரைவர் போலீஸ் சிக்னலை மோதாமல் தவிர்த்து வளைத்துத் திரும்பி அடையாறு பாதையில் செல்ல, லாரி கொஞ்சம் பின் தங்கி விரைந்தது.

"என்கிட்டயா வித்தை காட்றீங்க, மூட்டைப் பூச்சி பசங்களா..." என்று நாச்சியப்பன் கறுவிய நேரத்தில்...

நரேந்திரன் லாரியின் ரொடேடிங் டிஸ்கில் இருந்தான்.

லாரியின் இன்ஜின் பாடியைப் பற்றினான். ஜன்னலின் கண்ணாடிக்கு வெளிப்புறம் இருந்த கம்பியைப் பற்றினான். ஒரு காலை டிரைவர்கள் காலை வைத்து ஏறும் குழியில் வைத்தான்.

இரண்டு மாருதிகளும் சைடு கொடுக்காமல் முன்னால் தண்டவாளம் போல் போக, நாச்சியப்பன் வெகு ஆத்திரப்பட்டு, ஆக்ஸிலேட்டரில் காலை வைத்து அழுத்திய நேரம், லாரி அடையாறு பாலத்தில் நுழைந்தது.

பால்ராஜ் இந்தத் தருணத்திற்காகவே காத்திருந்தார்.

ஜீப் கமறிக்கொண்டு நின்றிருந்தது. பால்ராஜுக்குப் பக்கத்தில் ஒரு சப் - இன்ஸ்பெக்டர். இரண்டு பேருமே இரண்டு கைகளாலும் துப்பாக்கியைப் பற்றி நின்றுகொண்டிருந்தார்கள்.

சுட்டார்கள். ட்ஷக்... ட்ஷக்...

லாரியின் இரண்டு டயர்கள் ஒரே நேரத்தில் வெடித்தன. அந்த வினாடி நரேந்திரன் பலமனைத்தையும் திரட்டி, நாச்சியப்பனின் முகத்தில் கண்ணுக்குப் பக்கவாட்டில் ஒரு நாக் -அவுட்டைச் செலுத்தினான்.

தட்.

நாச்சியப்பன் அந்த இடியால் தாக்கப்பட்டு காலை பிரேக்கில் வைத்து அழுத்தி விட்டுச் சீட்டில் சரிய, லாரி மிகத் திடீரென்று அடையாறு பாலத்தில் நூற்றி எண்பது டிகிரி திரும்பி நின்றது.

நாச்சியப்பனுக்கு நரேந்திரன் அவகாசமே தரவில்லை. டிரைவிங் கேபினில் நுழைந்தான்.

அடுத்தடுத்தடுத்தடுத்து அவன் செலுத்திய குத்துக்கள் நாச்சியப்பனை இன்னும் ஒரு மாதத்திற்கு எழுந்துகொள்ள விடாது.

ஹோண்டா சிட்டியின் உள்ளிருந்து சந்தோஷ வெறிக்கூச்சல் நழுவி நின்றது.

அம்பாசிடரில் இருந்த ராஜபூபதி கணநேரத்தில் யாவற்றையும் உணர்ந்தார். காரைத் திருப்பினார்.

தூண்டில் கயிறு

"இன்ஸ்பெக்டர், அரெஸ்ட் தட் பாஸ்டர்ட்..." என்று கத்தினான் நரேந்திரன்.

பால்ராஜ், இன்னொரு முறை துப்பாக்கியைப் பிரயோகித்தார்.

அம்பாஸிடர் டயர் வெடித்து, பாலத்தின் விளிம்பு வரை தாறுமாறாக ஓடி நின்றது.

ஒரு சைலன்ஸர் துப்பாக்கியின் ட்புக் என்ற ஒலியைத் தொடர்ந்து, நரேந்திரன் காரை நோக்கி தைரியமாக ஓடினான்.

ஜான்சுந்தர் அவனைத் துரத்தி ஓடினான். மாருதி டாக்ஸியின் டிரைவர் ஜான்சுந்தரைத் தொடர்ந்து ஓடினான்.

அம்பாஸிடரின் கதவு திடீரெனத் திறந்தது.

துப்பாக்கி நீளப் போகிறது என்று எல்லோரும் பதுங்க...

ராஜபூபதியின் பாதி உடல் வெளியே சரிந்தது. அவருடைய கைவிரல்கள் துப்பாக்கியை நெற்றிப் பொட்டில் வைத்துப் பதித்திருக்க, நெற்றிப் பொட்டிலிருந்து சூடான ரத்தம் வழிந்துகொண்டிருந்தது, கோடு கோடாக.

"ச்சே! பால்ராஜுக்கு ஒரு நல்ல கேஸ் பிடித்துக் கொடுக்கலாமென்றால்.. கடைசியில் ராஜபூபதி தனக்குத்தானே தண்டனையை வழங்கிக்கொண்டு விட்டார்" என்றான் நரேந்திரன்.

பால்ராஜ், "இப்படியே கடைசி செகண்டில் போலீஸைக் கூப்பிட்டு விளையாட்டுக் காட்டுங்கள், எல்லோரும்!" என்று பால்ராஜ் வெடித்தார்.

"பேய் விரட்டப் போய் மாபெரும் போதை மருந்து கடத்தல் விவகாரத்தையே உங்கள் காலடியில் கொண்டுவந்து போட்டிருக்கிறேன், பால்ராஜ். ராஜபூபதியின் கம்ப்ளீட் கான்டாக்ட் லிஸ்ட்டை உங்களுக்கு எடுத்துத் தருவதாக சுபத்ரா சொல்லியிருக்கிறாள். அத்தனை பேரையும் மடக்கி ஜனாதிபதி மெடலே நீங்கள் வாங்கலாம்" என்றான் நரேந்திரன், அவருக்கு ஒரு சிக்ரெட்டை நீட்டிக்கொண்டே.

* * * * *

சுபத்ரா நாற்புறமும் விழிகளை ஓட்டினாள்.

சுற்றுமுற்றும் பார்த்துவிட்டுப் பதுங்கிப் பதுங்கி ஈகிள்ஸ் ஐ ஆஃபீஸில் இருந்து வெளியேறினாள். கையில் ஓர் அகலமான பிரம்புக் கூடை. மூடி போட்டு மூடப்பட்டிருந்தது.

கேட்டைக் கடந்து சாலையில் கால் வைத்த சமயம், "ஹலோ" என்று குரல் கேட்டது. ஒரு குரல் இல்லை. நான்கு குரல்கள். திடுக்கிட்டுத் திரும்பிப் பார்த்தாள்.

நரேந்திரன், ஜான்சுந்தர், அனிதா, வைஜயந்தி.

"என்ன சுபத்ரா? உன் பெரியப்பா ராஜபூபதி ஹெராயின் கடத்தியது மாதிரி நீ ஏதாவது புது பிஸினஸ் ஆரம்பித்துவிட்டாயா, என்ன?"

"இல்லையே..." என்று தடுமாறினாள்.

"கூடையில் என்ன? ரகசியமாக எடுத்துப் போகிறாயே..."

சுபத்ரா பதில் சொல்லாமல் விழித்தாள்.

நரேந்திரன் நான்கு அடிகளில் அவளை நெருங்கினான். அவள் கையிலிருந்து கூடையை வாங்கித் திறந்தான்.

"வள்ள்" என்று கூடையில் இருந்த ஜூனியர், நரேந்திரனை முறைத்தது.

"ப்ளீஸ்... இந்த நான்கு நாட்களில் ஜூனியர் என்னிடம் மிகப் பழகிவிட்டது நரேன். ஒரு வாரம் வைத்திருந்து அப்புறம் அனுப்பிவிடுகிறேன். அவ்வளவு பெரிய எஸ்டேட்டில் நான் ஒருத்தி தனியாக என்ன செய்வேன்? எனக்குத்தான் யாருமே இல்லை."

சுபத்ரா விசும்பத் தொடங்கினாள்.

நரேந்திரன் அவள் கண்ணை கர்ச்சீஃபால் ஒற்றி எடுத்தான்.

"அதுதான் உன் சித்தியைக் கூட்டிக்கொண்டு வர ஆள் அனுப்பியாகி விட்டதே சுபத்ரா! உன் அண்ணன் ஆனந்தபூபதியின் பிணத்தையும் போஸ்ட்மார்ட்டம் முடிந்து

    தூண்டில் கயிறு

ஒப்படைத்துவிட்டார்கள். உன் விருப்பப்படியே எஸ்டேட்டில் பழைய மாளிகை அருகில் அவரைப் புதைத்துக் கொள்ளலாம்" என்றாள், வைஜயந்தி.

"ஏய்... ப்ளீஸ் அழாதே. நாங்கள் எல்லாம் இல்லையா! ஜூனியரைக் கூட்டிக்கொண்டு போ. அவன் இருக்கிறேன் என்று சொன்னால் எவ்வளவு நாட்கள் வேண்டுமானாலும் இருக்கட்டும். பீ சியர்ஃபுல். நடந்தேவா கிளம்பி விட்டாய்?" என்றான் நரேந்திரன்.

"இல்லையே, அதோ பாருங்கள்."

வாசலுக்குச் சற்றுத் தள்ளி மாருதி ஸ்விஃப்ட் டாக்ஸி நின்றிருந்தது. சுத்தமாகப் பழுது பார்க்கப்பட்டு, பளபளவென்று வேறு பெயிண்ட் அடிக்கப்பட்டு...

"உனக்கு சுக்கிர தசையியா..."

நரேந்திரன் டாக்ஸி டிரைவரைப் பார்த்துச் சொன்னான். "கார் டேமேஜ் ஆனதற்கு நஷ்ட ஈடும் தந்து, அந்தக் காரையும் சுபத்ராவே வாங்கிக்கொண்டு, எஸ்டேட்டிலேயே டிரைவர் வேலையும்உனக்குப் போட்டுக்கொடுத்துவிட்டாள், பார்" என்று அந்தக் காரை நெருங்கித் தடவிப் பார்த்துக்கொண்டிருந்தான்.

"சும்மா இல்லைங்க. என்னா ஸ்டண்ட் வேலைலெல்லாம் பண்ணியிருக்கேன்..."

சுபத்ரா கிசுகிசுப்பாக, "நரேன்... அந்த முத்த விவகாரத்தை வைஜயந்தியிடம் சொல்லிவிடவா?" என்றாள்.

"அம்மா தாயே... உன் காலில் விழச் சொல்கிறாயா? விழுகிறேன். நீ பாட்டுக்கு போகிற நேரத்தில் சண்டை மூட்டிவிட்டுப் போய்விடாதே. நீதான் என்னை அண்ணன் என்று சொல்லியிருக்கிறாயே. அண்ணன் தங்கைக்கு கையில் ஓர் அன்பு முத்தம் தரக் கூடாதா? அப்படித்தான் கிஸ் பண்ணினேன்."

"ஈகிள்ஸ் ஐயில் சேர்த்துக்கொள்வதாகச் சொன்னது?"

"தாஸிடம் சொல்லியிருக்கிறேன். ஏதாவது முக்கியமான கேஸில் உன்னைக் கூப்பிடச் சொல்கிறேன் என்று சொல்லியிருக்கிறார்.

நீ அவ்வப்போது தலையைக் காட்டலாம். துப்பறியலாம். ஸ்டண்ட் செய்யலாம். அடிபடலாம். வெல்கம் டு ஈகிள்ஸ் ஐ."

"ஓ... தாங்க்யூ ஸோ மச். "

சுபத்ரா உற்சாக மிகுதியில் நரேந்திரனின் கன்னத்தில் இதழ் பதிக்க...

ஜூனியர் ஆட்சேபித்துக் குரைக்க...

வைஜயந்தி அங்கிருந்தே, "ஏய்" என்று குரல் கொடுத்துக் கொண்டு ஓடிவர...

"இது அண்ணன் காட்டிய வழியம்மா" என்றாள் சுபத்ரா, புன்னகைத்து.

——◦◦——

   தூண்டில் கயிறு

www.ingramcontent.com/pod-product-compliance
Lightning Source LLC
Chambersburg PA
CBHW031535150726
47990CB00001B/183